Phật lịch: 2548; Việt Lịch: 4883; Nông Lịch: Giáp Thân

Pháp Ngữ của Hòa Thượng Tịnh Không
(The Collected Works of Venerable Master Chin Kung)

淨空和尚法語

Dịch sang Anh ngữ: **Silent Voices**
Việt dịch: Tỳ Kheo **Thích Nguyên Tạng**

Tu Viện Quảng Đức
Ấn hành Mùa Phật Đản 2004

Published by
Quang Duc Buddhist Welfare Association of Victoria
105 Lynch, Fawkner, Vic 3060, Australia
Tel: (03). 9357 3544
Email: quangduc@quangduc.com
Website: http://www.quangduc.com

National Library of Australia
Cataloguing-in-Publication entry:
ISBN 0-9579095-9-4

Pháp Ngữ của Hòa Thượng Tịnh Không
(The Collected Works of Venerable Master Chin Kung)
Ven. Thích Nguyên Tạng @ 2004

Reprinted and Donated by
The Corporate Body of the Buddha Educational Foundation
11F., 55 Hang Chow South Road Sec 1, Taipei, Taiwan, R.O.C.
Tel: 886-2-23951198 , Fax: 886-2-23913415
Email: overseas@budaedu.org
Website: http: //www.budaedu.org

©**This book is strictly for free distribution, it is not for sale.**

Translator: Venerable Thich Nguyen Tang
Computer typists: Cao Than, Nguyen Nhat Minh, Quang Nhu
Proof Reader: Diem Tuyet, Hai Hanh
Book Designer: Huynh Tan Anh Kiet
Cover Designer: Tam Kien Chanh

Số đăng ký bản quyền ấn loát tại Úc Đại Lợi: ISBN 0-9579095-9-4

Phật Đài A Di Đà Lộ Thiên tại Tu Viện Quảng Đức,
Melbourne, Australia
Amitabha Buddha Monument Statue at Quang Duc Monastery

MỤC LỤC

PHÁP NGỮ CỦA HÒA THƯỢNG TỊNH KHÔNG

Lời giới thiệu của Hòa Thượng Thích Như Huệ.................. 6
Lời ngỏ của dịch giả 8
Quyển 1. Phật Giáo Là Một Nền Giáo Dục 11
Chương 1. Nguyên nhân của sự hỗn loạn trong thế giới ngày nay 13
Chương 2. Phật giáo như là một nền giáo dục................... 15
Chương 3. Kinh nghiệm bản thân của tác giả về Phật giáo....... 23
Chương 4. Phương pháp học và biểu tượng học Phật giáo 27
Chương 5. Phối hợp Khổng giáo và Phật giáo 43
Chương 6. Phật Giáo dành cho mọi người 61
Chương 7. Chìa khóa mở cửa khoa học tàng lớn nhất 65
Quyển 2. Nhận Thức Phật Giáo 69
Chương 1. Một nền giáo dục đạo đức và hoàn hảo............ 71
Chương 2. Mục đích của Phật Giáo 79
Chương 3. Biểu tượng học và mỹ học 93
Chương 4. Năm sự hướng dẫn thực hành........................... 105
Chương 5. Tịnh Độ Tông 133
Quyển 3. Quy Y Tam Bảo 137
Quyển 4. Nghệ Thuật Sống 173
Chương 1. Nền giáo dục của Đức Bổn Sư Phật Thích Ca ... 175
Chương 2. Bốn loại Phật Giáo ngày nay............................ 179
Chương 3. Nghệ thuật sống 183
Chương 4. Quy Y Tam Bảo 197
Chương 5. Người nội trợ tu tập Bồ Tát Đạo trong đời sống hằng ngày... 203
Chương 6. Những tâm niệm của người đệ tử Phật trong đời sống hằng ngày 209
Quyển 5. Sự Bất Biến Của Luật Nhân Quả 213
Quyển 6. Giải pháp: Sự Hiền Hòa Và Tâm An Lạc 285
Phụ Lục 342
Giới thiệu trang nhà Quảng Đức 345
Phương danh Phật tử ấn tống 358
Sách đã xuất bản 368

CONTENTS

THE COLLECTED WORKS OF VENERABLE MASTER CHIN KUNG

Preface by Most Venerable Thich Nhu Hue	7
Translator's Notes	9
Vol. 1. Buddhism As An Education................................	11
Chapter 1. The Cause of Our Chaotic World........................	12
Chapter 2. Buddhism as an Education..................................	14
Chapter 3. The Author's Own Experience with Buddhism..........	22
Chapter 4. The Methodology and Symbolism of the Buddhist Educational System...	26
Chapter 5. The Integration of Confucianism and Buddhism	42
Chapter 6. The Buddha's Teachings are for everyone	60
Chapter 7. The Key to the Greatest Treasure.........................	64
Vol. 2. To Understand Buddhism....................................	69
Chapter 1. A Virtuous and perfected Education	70
Chapter 2. The goal of the Buddha's teaching......................	78
Chapter 3. Symbolism and the arts.....................................	92
Chapter 4. The five guidelines of practice............................	104
Chapter 5. The pure land school	132
Vol. 3. Taking Refuge In The Triple Jewels..................	137
Vol. 4. The Art of Living...	173
Chapter 1. The education of Buddha Shakyamuni, our original teacher	174
Chapter 2 . The four kinds of Buddhism today	178
Chapter 3. The Art of Living / Selected Passages	182
Chapter 4. Taking refuge in the triple jewels	196
Chapter 5. How homemakers can cultivate the Boddhisattva way in everyday life..	202
Chapter 6. Selected Passages from living Buddhism	208
Vol. 5. The Immutability Of Cause And Effect................	214
Vol. 6. The Solution: Gentle Hearts And Serene Minds........	285

Lời giới thiệu
Của Hòa Thượng Thích Như Huệ

Mục đích giáo lý của Đạo Phật chỉ nhằm trưng bày hai vấn đề: khổ và phương pháp diệt khổ. Con đường đưa tới sự diệt khổ để đạt được giác ngộ và giải thoát, hành giả phải đi qua cửa ngõ *"Tam vô lậu học"*, đó là văn huệ, tư huệ và tu huệ, nếu hành giả nào áp dụng triệt để sẽ có kết quả mỹ mãn trong lộ trình trở về cội nguồn tâm linh của mình. Văn huệ là nghe giảng, đọc sách, thảo luận với thiện hữu tri thức để hiểu cho thấu đáo và rộng rãi lời Phật dạy. Tư huệ là suy nghĩ cân nhắc đắn đo về những giáo lý mình đã nghe, đi sâu vào giáo lý bằng tâm ý của mình chứ không chỉ bằng lỗ tai và cái miệng. Có tư duy thiền định mới thấm được những lợi ích sâu xa của giáo pháp ngoài các lợi ích nhỏ nhoi như cứu bệnh, mua may bán đắt, đạt được địa vị cao. Tu huệ nghĩa là áp dụng giáo lý đã học vào đời sống hàng ngày sau khi chọn lựa những gì thích hợp cho trình độ mình. Thật vậy, do thấy sai, nhận thức sai, đưa đến việc trồng nhân sai, nên cuối cùng con người phải gặt hái những kết quả khổ đau và phiền lụy. Có học, có suy nghĩ và có tu, sẽ giúp cho hành giả thay đổi, tháo gỡ những nhận thức sai lầm của mình trước đây để thay thế cho những chánh kiến, an lạc, hạnh phúc và giải thoát.

"Pháp Ngữ của Hòa Thượng Tịnh Không" là một tập sách dung chứa nhiều bài giáo lý sâu sắc như *"Sự chân xác của luật nhân quả, nghệ thuật sống, PG là một nền giáo dục"*... sẽ giúp cho hành giả có thêm kiến thức, niềm tin và lạc quan trên lộ trình giải thoát của mình.

Hòa Thượng Tịnh Không, chủ giảng những bài pháp thoại của tập sách này, hiện nay là một danh tăng của Phật giáo thế giới, người có công làm phát triển Phật giáo phương Tây, những bài giảng của Ngài rất thực tế và gần gũi với người đệ tử Phật.

Đại Đức Thích Nguyên Tạng, dịch giả của tập sách này, là thành viên của Giáo Hội Phật Giáo Việt Nam Thống Nhất Hải Ngoại tại Úc Đại Lợi - Tân Tây Lan, dù bận rộn nhiều Phật sự của bổn tự và của giáo hội, nhưng Đại Đức vẫn dành thời gian nhất định để nghiên cứu và dịch thuật kinh sách để phổ biến và chia sẻ với mọi người về giáo lý Phật Đà.

Tôi xin có lời tán dương công đức hộ trì Chánh Pháp của Hòa Thượng Tịnh Không cũng như ĐĐ Thích Nguyên Tạng và trân trọng giới thiệu cùng tất cả quý độc giả xa gần về tác phẩm này.

Adelaide, Mùa An Cư năm Giáp Thân, Phật lịch 2548 - 2004.
Hòa Thượng Thích Như Huệ
Hội Chủ

Preface
by Most Venerable Thich Nhu Hue

The aim of Buddhist doctrine merely point out two fields: suffering and the ending of the suffering. The path leading to the ending of suffering to attain the enlightenment, the practitioner must enter the door " three ways of learning" that is called: hearing, thinking and practicing", if the practitioner apply extremely this way, they will get the target perfection in the process to come back of the spiritual homeland. Hearing, means listening the lecture, reading books, discussing with friends to understand exactly and deeply about the Buddha's teaching. Thinking means consider deeply about what you have heard, entering the teaching by your mind, not by your mouth and ear. If you think of it you can penetrate that the benefit of that teaching than like treatment, to get high position. Practicing: apply that teachings into your daily life after you have chosen them carefully which are suitable with you. In fact, due to wrong seeing, sow the wrong seeds, reap the bad fruit. That means if you create the evil causes, the unhappy effects will come back to you. People have learned, thinking and practicing which will help them to change their attitudes, to untie the wrong concept, and then they replace the right view, peace, happiness and enlightenment.

"The Collected Works Of Venerable Master Chin Kung" is a book contains many good volumes like: Buddhism as an Education, to understand Buddhism, the Immutability of Cause and Effect..." this book will help you to increase your knowledge, faith and optimistic on the way leading to the enlightenment.

Venerable Master Chin Kung, the preacher of all lectures of this book, at moment, he is a famous Buddhist Monk in the world which he has brought Buddhism to the west. His Teachings is practical and close with Buddhist followers.

Venerable Thich Nguyen Tang is a translator, and also a deputy-Secretary of Unified Vietnamese Buddhist Congregation in Australia and New Zealand, although he is busy with the tasks of his own monastery and congregation, he however still spend much time to researches and translates the Buddhist doctrines to share with others.

I have a few words to praise the virtue and merit of Venerable Master Chin Kung and Venerable Thich Nguyen Tang and I am happy to introduce this book to all readers.

Adelaide, The Winter Retreat, May 2004
Rector, Most Venerable Thich Nhu Hue
Unified Vietnamese Buddhist Congregation in Australia and New Zealand

Lời Ngỏ của Dịch Giả

"Cúng dường Pháp là tối thượng nhất". Đây là cách ngôn của Chư Tổ nhằm nhắc nhở hàng đệ tử thực thi công hạnh này trên lộ trình trở về cội nguồn tâm linh của mình. Cúng dường Pháp, đơn giản là chia sẻ, chỉ dẫn cho người khác nhận ra chân lý giác ngộ của Phật Đà, hầu tránh được những lỗi lầm đau khổ. Một khi học được Phật pháp, cuộc đời sẽ thay đổi, sẽ ý thức, tự mình bước lên trên con đường quang minh sáng ngời ánh đạo, giác ngộ và giải thoát. Hòa Thượng Tịnh Không cho rằng, việc cúng dường pháp xem ra đơn giản, nhưng không đơn giản chút nào; cho nên Ngài đã cố công thực hiện, *"cúng dường Pháp"* bằng cách thành lập Nhà Xuất Bản Phật Đà ở Đài Loan và ấn tống miễn phí toàn bộ Kinh điển của Phật giáo. Không những là kinh sách tiếng Hoa, mà Hòa Thượng còn cho in nhiều ngôn ngữ khác như: Anh, Pháp, Việt.... để giúp nhiều sắc tộc khác dễ dàng nhìn thấy được ánh sáng của Chánh Pháp.

Theo Hòa Thượng Tịnh Không, một quyển kinh phải được in thật đẹp và trang nhã, nhằm tạo nên sự thu hút cho người học Phật trong thời hiện đại hiện nay. Thật vậy, Hòa Thượng Tịnh Không là người đã thực hành pháp cúng dường này một cách chí tâm, tha thiết và nếu không muốn nói là Ngài đã thành tựu viên mãn về việc làm này trong hai thập niên qua.

Giữa năm 2003, Tu Viện Quảng Đức đã nhận được 300 thùng sách kinh từ Nhà Xuất Bản Phật Đà của HT Tịnh Không gởi tặng; trong đó tôi thích nhất là *Bộ Càn Long Đại Tạng Kinh*, nội dung gồm toàn bộ Tam Tạng giáo điển của Phật giáo, do HT Tịnh Không phát tâm tái bản để gởi tặng cho các Phật học viện và các cơ sở Phật giáo trên thế giới, không phân biệt sắc thái, chủng tộc... Đặc biệt trong 300 thùng sách, tôi đã chọn ra tập sách *"Tịnh Không Pháp Ngữ"* và xin chuyển ngữ cuốn sách này để Phật tử Việt Nam hiểu biết chút ít tư tưởng của Ngài.

Phiên dịch và ấn hành tập sách này, tôi muốn dâng tặng HT Tịnh Không như một món quà tinh thần trong dịp Hòa Thượng viếng thăm và thuyết giảng tại Tu Viện Quảng Đức vào trung tuần tháng 10 năm 2004 này. TT Trụ Trì Thích Tâm Phương và bản thân tôi cũng như đông đảo Phật tử địa phương tại nơi đây ước mong Ngài sẽ về Melbourne một lần để chia sẻ và khai thị về pháp tu niệm Phật. Mong lắm thay.

Nhân duyên hoàn tất tập sách này, dịch giả không thể quên ơn nhiều người. Nhân đây xin chân thành cảm tạ HT Hội Chủ Thích Như Huệ đã viết lời giới thiệu; sự khuyến khích và động viên của TT Tâm Phương trong công tác nghiên cứu và dịch thuật. Dịch giả cũng không quên ghi ơn Đại Đức Phổ Huân (Úc), Sư Cô Nhật Nhan (USA), Sư Cô Như Nguyệt (Đài Loan), cùng các đạo hữu Chris Dunk, Gia Khánh, Thiện Khánh, Nhị Tường, Cao Thân, Nguyên Nhật Minh, Quảng Như, Hải Hạnh, Tâm Kiến Chánh, Phú Đức, Tấn Nhứt, Thanh Phi, Thanh Tâm ... đã giúp nhiều việc khác nhau để hoàn thành dịch phẩm này. Chúng tôi cũng có lời tán thán công đức của Đạo hữu Tuệ Duyên đã đọc tập sách này để ghi âm vào băng cassette và CD-Rom, giúp cho các vị lớn tuổi hoặc những vị không có thời giờ đọc sách, có thể nghe được tài liệu này một cách dễ dàng. Sau cùng xin chân thành cảm tạ quý Phật tử xa gần, đặc biệt là nhiều độc giả trang nhà Quảng Đức đã đóng góp tịnh tài ấn hành miễn phí tập sách này.

Vì bận rộn quá nhiều Phật sự, nên việc dịch thuật, biên tập và in ấn, chắc chắn không sao tránh khỏi những sai sót, ngưỡng mong chư tôn đức cùng quý độc giả xa gần niệm tình miễn thứ và hoan hỷ bổ chính cho những thiếu sót.

Nếu có chút công đức nào từ việc dịch thuật và ấn hành tập sách, nguyện xin hồi hướng cho thế giới sớm hòa bình, nhân sinh được an lạc.

Nam Mô A Di Đà Phật
Viết tại Tu Viện Quảng Đức - Mùa an cư kiết hạ năm Giáp Thân (2004)
Tỳ Kheo Thích Nguyên Tạng - Cẩn chí

Translator's Notes

'*The gift of truth excels all others gift*', so goes the proverb of the Patriarchs. This good advice is for their followers to guide them on the Buddhist path in as they perform their vows that leads to the spiritual source. Offering the Truth, means simply sharing, and pointing out to others towards recognizing the Truth of the Lord Buddha. It enables us to avoid the doing wrong actions and contributing to our own and others suffering. Once people learn the fundamentals of Buddhism, their life will be changed they will aware, and they will step on the path leading to the liberation and enlightenment.

Venerable Master Chin Kung said that offering Truth seem to be simple, but it is really that easy. Venerable Master Chin Kung has therefore provided his profound efforts in establishes the *Amitabha Publication Association* in Taiwan to publish and freely distributes Buddhist Books and Sutras to all Buddhist and no Buddhist alike, around the globe. He prints Buddhist Sutra in Chinese, and languages such as in English, French, Vietnamese. All this effort is to enable to all people feel comfortable within their own cultural languages and settings and at ease in being able to read and realize the Buddhist Truth and the end of suffering.

According to Venerable Master Chin Kung, a Buddhist Sutra should be printed with goodness and be beautiful in both content and presentation. It needs to be attractive to readers of today. He has had wonderful success in applying of this strategy in spreading Dharma texts to millions of reader word wide over the last two decades.

For instance, mid year 2003, my own Monastery, Quang Duc Monastery here in Australia received some 300 boxes of Buddhist books from his Publication House in Taiwan! What a treasure trove was in those in these boxes. I was astounded with the quality and interesting texts such as the *Chien-Long Buddhist Tipitaka*, which contains Sutras, Law and Commentaries. I picked out one book with title " *The Collected Works of Venerable Master Chin Kung* " and started to translate this book into Vietnamese.

So in translating and publishing this book, I sincerely want to dedicate it to Venerable Master Chin Kung particularly on the occasion of his visiting our Quang Duc Monastery and give the Dharma talk on the third week of October 2004. Quang Duc Monastery Abbot, the Very Venerable Abbot Thich Tam Phuong, myself and all local Buddhist followers conveyed our best regards and appreciation of his assistance and extended our warmest welcome to this great Master upon his arrival here in Melbourne and for his effort in providing access to so many to his Pure Land Buddhism.

This book is a great combination of the efforts of many contributors towards completion, I am most grateful to the labor of those who made it all possible. II wish to convey my thanks to Most Venerable Thich Nhu Hue, The Rector of Unified Vietnamese Buddhist Congregation in Australia and New Zealand, who wrote the Preface for this book. The Very Venerable Thich Tam Phuong who motivates and energizes me in my career and to so many Buddhist members such as, Venerable Pho Huan (Australia), Venerable Nun Nhat Nhan (USA), Venerable Nun Nhu Nguyet (Taiwan), Chris Dunk, Gia Khanh, Thien Khanh, Cao Than, Nguyen Nhat Minh, Quang Nhu, Nhi Tuong, Hai Hanh, Tam Kien Chanh, Phu Duc, Tan Nhut, Thanh Phi, Thanh Tam... all of who have greatly assisted me towards the final draft of this publication. I also am indebted to Tue Duyen who read and recorded this book onto cassette and CD Rom to provide the text to those with sight problems , the disabled and aged or for those with no time to read enabling them to listen to the text. Finally, I would like to thank all disciples who made donations enabling me to publish this book and provide it to all as a free distribution.

May this booklet help readers and listeners to develop their faith in practicing the recitation the Buddha 's name, make their Bodhi-Mind (*Bodhicitta - Aspiration for Enlightenment*) and make efforts in practicing Buddhism in order to attain liberation and become free from suffering.

May the Pure Land Buddhism has widely propagated throughout this world and bring the benefit to all Sentient Beings.

Nam Mo Amitabha
Ven. Thich Nguyen Tang - Summer Retreat, Buddhist Era: 2548 (2004)
Quang Duc Buddhist Monastery.

PHẬT GIÁO NHƯ MỘT NỀN GIÁO DỤC

Pháp Ngữ của
Hòa Thượng Tịnh Không

Quyển

I

BUDDHISM AS AN EDUCATION

A Talk given by Ven. Master **Chin Kung**
at An-Kang Elementary School
Taipei 1989

Chapter 1

The Cause of Our Chaotic World

Today's societies in Taiwan and elsewhere in the world are rather abnormal, a phenomenon that has not been witnessed before either in the West or the East. Some Westerners have predicted that the end of the world will occur in 1999 and that Christ will return to earth for Judgement Day. Easterners have also predicted impending disasters that are similar to those predictions in the West, the only difference being the time frame, which is some twenty years later. Some of these are ancient prophecies, which we should not place too much importance on. However, if we view our environment objectively, we will realize that this world is really in danger.

Environmental pollution has become a serious problem and now humankind has finally begun to understand the need for protecting our environment. However, the problem of mental or spiritual pollution is many times more serious than that of the environment. This is the source of worldly ills that not many people realize. The Chinese have a saying, *"Education is most essential to establish a nation, train its leaders and its people."* For centuries, the Chinese have always believed in the primacy of education, which is considered the foundation for a peaceful and prosperous society. It provides the solution to a myriad of social ills and leads the way to changing one's suffering into happiness. Education has a strong impact on the nation and its people. Moreover, elementary school is the foundation, the basic building block in an educational system.

Chương 1

Nguyên nhân của sự hỗn loạn trong thế giới ngày nay

Ngày nay, xã hội Đài Loan và những nơi khác trên thế giới đã trở nên không bình thường, một hiện tượng chưa hề có trước đây, dù ở Tây phương hay Đông phương. Một vài người Tây phương tiên đoán rằng tận thế diễn ra vào năm 1999, và Chúa Giê-Su sẽ trở lại thế gian trong ngày phán xét. Người Đông phương cũng tiên tri về những tai họa sắp xảy ra tương tự như những lời tiên tri của Tây phương, chỉ khác nhau về thời gian, tức là khoảng hai mươi năm sau nữa. Một số lời tiên tri như thế đã có từ thời xưa, và chúng ta không nên quá coi trọng những lời này. Tuy nhiên nếu xét một cách khách quan, chúng ta sẽ thấy thế giới này đang ở trong tình trạng nguy hiểm thực sự.

Ô nhiễm môi trường đã trở thành một vấn đề nghiêm trọng, ngày nay loài người đã bắt đầu hiểu sự cần thiết phải bảo vệ môi trường của mình. Tuy nhiên, vấn đề ô nhiễm tâm linh còn nghiêm trọng hơn vấn đề ô nhiễm môi trường bên ngoài. Đây là nguồn gốc của những tệ nạn đang diễn ra trên thế giới mà ít có ai nhận ra được. Người Trung Hoa có câu nói: *"Giáo dục là điều cần thiết để thành lập một quốc gia, để huấn luyện người lãnh đạo cũng như người dân"*. Trong nhiều thế kỷ người Trung Hoa đã luôn luôn tin vào sự quan trọng hàng đầu của giáo dục, vốn được coi là nền móng của một xã hội hòa bình và thịnh vượng. Giáo dục sẽ cung cấp cho chúng ta cách giải quyết vô số những tệ nạn của xã hội, và sẽ hướng dẫn cách chuyển khổ đau thành phúc lạc cho mỗi người. Giáo dục có sức tác động mạnh mẽ vào quốc gia và dân tộc. Thêm nữa trường sơ học là nền tảng của một hệ thống giáo dục.

Chapter 2

Buddhism as an Education

Buddhism officially came to China in 67 AD. The Emperor had sent special envoys to India to invite Buddhist monks to come to China to teach Buddhism, which in that period, was regarded as an educational system, and not as a religion. Regretfully, about two hundred years ago, the practice of Buddhism had taken on a more religious facade. Therefore, the purpose of this talk is to correct this misunderstanding, by leading us back to the original form of Buddhism as taught by Buddha Shakyamuni.

The Goal of the Buddha's Teaching

Buddhism is Buddha Shakyamuni's educational system, which is similar to that of Confucius for both presented similar viewpoints and methods. The goal of Buddhist education is to attain wisdom. In Sanskrit, the language of ancient India, the Buddhist wisdom was called "Anuttara-samyak-sambhodi" meaning the perfect ultimate wisdom. The Buddha taught us that the main objective of our practice or cultivation was to achieve this ultimate wisdom. He further taught us that everyone has the potential to realize this state of ultimate wisdom, as it is an intrinsic part of our nature, not something one obtains externally. However, most of us have become confused through general misconceptions and therefore, are not able to realize this potential. Therefore, if we break through this confusion, we will realize this intrinsic part of our nature. Thus, Buddhism is an educational system aimed at regaining our own intrinsic nature. It also teach-

Chương 2

Phật giáo như là một nền giáo dục

Phật giáo chính thức truyền vào Trung Hoa vào 67 Tây lịch. Hoàng đế Trung Hoa đã cử một đoàn sứ giả đặc biệt đi Ấn Độ cung thỉnh các Tăng sĩ Phật giáo đến Trung Hoa để truyền bá lời Phật dạy mà vào thời đó được coi là một hệ thống giáo dục chứ không phải là một tôn giáo. Có điều đáng tiếc là khoảng hai trăm năm trước đây việc tu hành đã trở thành như một tôn giáo. Vì vậy, mục đích của bài này là để điều chỉnh lại sự hiểu lầm này bằng cách đưa chúng ta trở về với hình thức Phật giáo nguyên thủy như Phật Thích Ca đã truyền dạy.

Mục đích của lời dạy của Đức Phật

Phật giáo là một hệ thống giáo dục của Phật Thích Ca, tương tự như nền giáo dục của Khổng Tử, vì cả hai hệ thống này trình bày những quan điểm và những phương pháp giống nhau. Mục tiêu của nền giáo dục Phật giáo là đạt tới trí tuệ. Trong Sanskrit, cổ ngữ của Ấn Độ, trí tuệ Phật giáo được gọi là "Anuttara-Sanyak-sambhodi", tức "Vô Thượng Chánh Đẳng Chánh Giác" hay "trí tuệ của hoàn hảo tối thượng". Đức Phật dạy rằng mục đích chính yếu của việc tu tập là đạt trí tuệ vô thượng này. Ngài còn dạy rằng ai cũng có tiềm năng chứng ngộ trạng thái trí tuệ tối thượng, vì nó là một thành phần cốt yếu trong chân tính của con người, chứ không phải là một cái gì ở bên ngoài để người ta thủ đắc. Nhưng vì đại đa số chúng sinh quá vô minh nên đã không biết tới tiềm năng này. Vì vậy nếu biết giải trừ vô minh lầm chấp thì chúng ta sẽ chứng ngộ được phần cốt yếu trong chân tính của mình. Vậy,

es absolute equality which stemmed from Buddha's recognition that all sentient beings possess this innate wisdom and nature. Therefore, there is no inherent difference among beings. Everyone is different now because we have lost our true nature and have become confused. The degree of wisdom exhibited by individuals depends on the degree of delusion and has nothing to do with the true nature of the individual. The Buddha's teaching helps us to realize that innate, perfect, ultimate wisdom. With wisdom, we can then solve all our problems and turn suffering into happiness. Due to our lack of wisdom, we perceive, view and behave foolishly, and thus suffer the consequences evoked by our incorrect actions. If we have wisdom, our thoughts, viewpoints and behavior will be correct; how then can we suffer when there are no ill consequences to suffer from? Of course, we will be happy. From here, we can see that suffering is caused by delusion and the source of happiness is our own realization of wisdom.

The Core of the Buddha's Teaching

The Buddha's teaching contains three major points: discipline, meditation and wisdom. Wisdom is the goal and deep meditation or concentration is the crucial process toward achieving wisdom. Discipline through observing the precepts, is the method that helps one to achieve deep meditation; wisdom will then be realized naturally. Buddha's entire teachings as conveyed in the sutras never really depart from these three points. Buddhism encompasses the entire collection of works by Buddha Shakyamuni and is called the Tripitaka. This can be classified into three categories: sutra, vinaya (precepts or rules), and sastra (commentaries) which emphasize meditation, discipline, and wisdom respectively.

Phật giáo là một hệ thống giáo dục nhắm tới việc chứng ngộ chân tính. Phật giáo cũng dạy về sự bình đẳng tuyệt đối, vì Đức Phật nói rằng tất cả chúng sinh đều có Phật tánh tức là chân tính và trí tuệ vô thượng. Vì thế không có sự khác biệt thực sự nào giữa chúng sinh. Hiện tại chúng ta thấy mọi người có sự sai biệt khác nhau, đó là vì chúng ta không nhận ra chân tính của mình và đã trở nên vô minh, mức độ thông minh của mỗi người tùy thuộc vào mức độ vô minh chứ không liên quan gì tới chân tính của người đó. Giáo lý của Đức Phật giúp chúng ta nhận ra trí tuệ nội tại, hoàn hảo, và vô thượng của mình. Với trí tuệ, chúng ta có thể giải quyết mọi vấn đề và chuyển khổ đau thành phúc lạc. Do thiếu trí tuệ mà chúng ta đã có nhận thức, ý kiến và hành vi sai lầm, và do đó phải chuốc lấy những nghiệp quả xấu. Nếu có trí tuệ thì ý nghĩ, quan điểm và hành vi của chúng ta đúng đắn, và như vậy ta sẽ không phải chịu sự hành hạ của đau khổ, và tất nhiên ta sẽ hưởng những niềm vui. Từ đây chúng ta có thể thấy rằng vô minh là nguyên nhân của đau khổ, và chứng ngộ trí huệ là gốc rễ của phúc lạc.

Cốt tủy của Đạo Phật

Giáo lý của Đức Phật có ba điểm chính yếu, đó là trì giới, thiền định và trí tuệ. Trí tuệ là mục tiêu, còn thiền định là tiến trình cần yếu để đạt trí tuệ. Trì giới là phương tiện giúp hành giả đạt trạng thái tâm ổn định và khi đó hành giả tự nhiên sẽ chứng ngộ trí tuệ. Toàn bộ hệ thống giáo lý Đạo Phật được bảo tồn trong kinh điển không bao giờ xa rời ba điểm này. Phật giáo được bao gồm trong ba Tạng Kinh Điển, tức là ba Tạng Kinh, Luật và Luận, nói về thiền định, trì giới, và trí tuệ, theo thứ tự như vậy.

The Buddhist Educational Organization in China

Buddhist education is based on filial piety, as is the Chinese culture. Prior to the introduction of Buddhism to China, filial piety was the pillar of society and was supported by the wise men of ancient China. When Buddhist monks from India came to China and started to discuss Buddhism with government officials, it was immediately apparent to everyone that Buddhism shared numerous similarities with the indigenous Confucian traditions. Consequently, the government embraced them and requested that the monks stay in China permanently.

The first two monks, who came to China, Moton and Chufarlan, were received by the "Hong-Lu-Si" which is equivalent to our present Foreign Ministry or State Department. "Si" was designated as a ministry of the government. The Chief of Hong-Lu-Si is equivalent to a foreign minister or Secretary of State. However, Hong-Lu-Si could only receive foreign guests temporarily. In order to allow them to stay permanently, the Emperor added another ministry, "Bai-Ma-Si," to take charge of Buddhist education. Originally, the "Si" had nothing to do with a temple, but merely denoted a ministry of the imperial court, now it denotes a temple in contemporary Chinese. So, there were two ministries in charge of education. The "Li-Bu," managed by the Prime Minister, was in charge of the traditional Confucian educational system. This organization served the same function until the early 1900's. As the Emperor had given enormous support to the "Bai-Ma-Si," Buddhist education rapidly spread throughout China. In many instances, it had even far exceeded the efforts to educate people than the traditional education system of "Li-Bu." Consequently, there may not have been a Confucian or Manfucian school in every village, but there

Tổ chức giáo dục Phật giáo ở Trung Hoa

Nền giáo dục Phật giáo có nền móng là sự hiếu thảo, giống như nền văn hóa Trung Hoa vậy. Trước khi Phật giáo du nhập vào Trung Quốc, sự hiếu để đã là cột trụ của xã hội và đã được ủng hộ bởi các nhà thông thái của Trung Hoa thời xưa. Khi các Tăng sĩ từ Ấn Độ tới Trung Hoa và bắt đầu thuyết pháp cho các quan chức thì mọi người nhận thấy ngay rằng Phật giáo có vô số điểm tương đồng với truyền thống Khổng giáo bản địa. Kết quả là triều đình Trung Hoa đã tiếp nhận Phật giáo và thỉnh cầu các Tăng sĩ ở lại quốc gia này lâu dài.

Hai Tăng sĩ Ấn Độ đầu tiên đến Trung Quốc là Ma Đằng và Trúc Pháp Lan. Hai vị này được Hồng Lô Tự (Hong Lu Si) đón tiếp một cách nồng hậu. Hồng Lô Tự tương đương như Bộ Ngoại Giao hay Bộ Nội Vụ ngày nay. "Tự" có nghĩa là một bộ của chính phủ. Vị đứng đầu Hồng Lô Tự tương đương như Bộ Trưởng Ngoại Giao hay Bộ Trưởng Bộ Nội Vụ. Tuy nhiên, Hồng Lô Tự chỉ có thể đón tiếp các khách ngoại giao một thời gian ngắn, vì vậy để các vị khách có thể ở lại thường trực, Hoàng đế Trung Hoa đã thành lập thêm một bộ nữa là, đó là "Bạch Mã Tự", phụ trách về Phật học. Như vậy lúc đầu, "Tự" không có nghĩa là một ngôi chùa, mà là một bộ của chính quyền. Chỉ về sau này ở Trung Hoa, "Tự" mới của nghĩa là "chùa". Vậy có hai bộ phụ trách về giáo dục, đó là "Bộ Lễ" và " Bạch Mã Tự". Bộ Lễ trực thuộc tể tướng, và phụ trách Khổng học, hệ thống giáo dục truyền thống của Trung Hoa. Bộ Lễ tồn tại cho tới đầu thế kỷ hai mươi. Do hoàng đế Trung Hoa giúp đỡ rất nhiều cho Bạch Mã Tự nên Phật học mau chóng lan truyền khắp Trung Hoa. Có những nơi Phật học có ảnh hưởng đến dân chúng nhiều hơn là nền giáo dục truyền thống của Bộ Lễ. Kết quả cho thấy, không phải ở làng nào, xóm nào cũng có trường

was a "Si" everywhere. Again, the Buddhist "Si", or temple, used to be an educational institution and did not perform religious ceremonies at all, unlike what often takes place in contemporary temples nowadays.

Another important mission for the original "Si" was sutra translation. The scale of the translation effort is hard to imagine today. During the seventh century, the famous monk Xuan-Tsuang had supervised six hundred scholars in sutra translation. Prior to this, a monk named Kumaraja had a translation team of about four hundred scholars. Therefore, the "Si" was a large governmental organization. Unfortunately, it was completely transformed into a place to deal with superstition and spirits around two hundred years ago. Its educational characteristics totally disappeared, which was truly regretful.

The Four Current Types of Buddhism

Today, there are four types of Buddhism being practiced. First, there is the religious Buddhism, which can be witnessed in temples throughout Taiwan. However, this does not represent the real Buddhism. Second, there is the academic Buddhism being taught in many universities today, where we see Buddhism being treated purely as philosophy, an academic pursuit, especially in Japan. This is not exactly Buddha's education either. Third, and the most unfortunate of all, is the total degeneration of Buddhism into a cult. This third type of Buddhism is much more damaging to the public than the first two types. Finally, there is the traditional Buddhism, the teachings of Buddha Shakyamuni in its true essence, which is very rare in our day and age.

Khổng giáo, nhưng ngược lại ở đâu cũng có "Tự", tức là ngôi chùa Phật giáo. Trong thời gian đầu tiên, chùa Phật là nơi giáo dục hay là học viện và không cử hành bất kỳ lễ nghi tôn giáo nào, không giống như ngôi chùa ngày nay.

Một nhiệm vụ khác của ngôi "Tự" nguyên thủy là dịch thuật kinh sách. Nỗ lực dịch thuật này rất lớn mà người ngày nay khó có thể tưởng tượng được. Trong thế kỷ thứ bảy, Pháp sư Huyền Trang đã trông coi sáu trăm học giả trong việc dịch kinh sách. Trước đó một nhà phiên dịch kinh tạng khác là Ngài Cưu Ma La Thập (Kumaraja) đã có một nhóm dịch thuật gồm bốn trăm học giả. Như vậy, "Tự" là một tổ chức lớn của chính quyền. Nhưng không may là khoảng hai trăm năm trước "Tự" đã hoàn toàn biến thành nơi mê tín. Tính chất giáo dục và học thuật của "Tự" đã hoàn toàn không còn nữa, thật là một điều đáng buồn.

Bốn loại Phật Giáo Ngày nay

Ngày nay có bốn loại Phật giáo đang được thực hành. Thứ nhất là tôn giáo Phật giáo mà người ta có thể thấy trong các chùa ở Đài Loan. Loại hình này không phải là Phật giáo chính thống. Thứ hai là Phật giáo kinh viện, được dạy ở các trường đại học ngày nay, nơi Phật giáo chỉ được xem như một triết lý, một môn học, đặc biệt là ở Nhật bản. Đây không phải là nền giáo dục thật sự của Đức Phật.Thứ ba, và không may mắn nhất là sự thoái hóa hoàn toàn của Phật giáo thành một loại hình mê tín. Loại Phật giáo thứ ba này làm tổn hại nhiều cho quần chúng hơn là hai loại trên. Sau cùng là loại Phật giáo chân truyền, cốt tủy của những lời dạy của Đức Phật, rất hiếm có trong thời đại của chúng ta.

Chapter 3

The Author's Own Experience with Buddhism

When I was a young student in Nanjing, I did not believe in any religion. I went to church with some classmates to learn about Christianity. Although I tried to understand it, I could not find a way to accept it. My favorite religion at that time was Islam because its emphasis was on moral principles and ethics, and I thought that this was rare among religions. When I encountered Buddhism back then, the monks were not very convincing. Therefore, I could not accept Buddhism either and it was the one I resisted the most. I was too young at that time and had not met a true practitioner.

After I arrived in Taiwan, I heard of Professor Dong-Mei Fang, who was then a famous philosopher and a professor at the National Taiwan University. Having become an admirer of his, I wrote him a letter asking about taking a class from him at the university. Professor Fang was only in his forties at that time. He invited me to his house and told me, "Nowadays in school, professors do not act like professors, and students do not act like students either. If you come to the university and expect to learn something, you will be sorely disappointed. "When I heard this, I was pretty upset since he had basically poured cold water over my plans. Finally, he told me: "Well, why don't you come to my house every Sunday, and I will give you personal instruction for two hours." I could not believe that he was so compassionate towards me. I learned about philoso-

Chương 3

Kinh nghiệm bản thân của tác giả về Phật giáo

Khi còn là một sinh viên trẻ tuổi ở Nam Kinh, tôi không tin vào một tôn giáo nào cả. Tôi đã đến nhà thờ cùng với một số bạn học để tìm hiểu về Gia Tô giáo. Nhưng dù cố gắng đến đâu tôi cũng không thấy có cách gì để chấp nhận tôn giáo này. Lúc đó tôn giáo mà tôi ưa thích là Hồi giáo, vì Hồi giáo chú trọng đến những nguyên tắc luân lý và đạo đức, và tôi nghĩ rằng đây là điều hiếm có trong các đạo giáo. Khi tôi biết Phật giáo vào thời đó thì các tăng sĩ đã không thuyết phục được tôi, vì vậy tôi cũng không chấp nhận PG, và đây là tôn giáo mà tôi đối kháng nhiều nhất. Lúc đó tôi còn quá trẻ, và lại không gặp được một bậc thiện hữu tri thức nào.

Sau khi tới Đài Loan tôi được nghe nhiều về giáo sư Đông Mỹ Phương (Dong Mei Fang), lúc đó là một triết gia nổi tiếng và là một giáo sư thuộc viện Đại học Quốc gia Đài Loan. Với lòng ngưỡng mộ, tôi viết cho ông một bức thư để hỏi về việc theo học một lớp của ông ở trường đại học. Lúc đó giáo sư Phương khoảng chừng bốn mươi tuổi. Ông mời tôi đến nhà và nói với tôi rằng "ngày nay ở trường học, thầy không phải là thầy, mà trò cũng không phải là trò, nếu cậu tới trường để mong học được cái gì đó thì cậu sẽ thất vọng". Nghe ông nói vậy tôi hơi bối rối như thể ông đã dội nước lạnh vào những dự tính của tôi. Sau cùng ông lại nói: "tại sao cậu không đến nhà tôi vào mỗi chủ nhật, rồi tôi sẽ hướng dẫn riêng cho cậu trong khoảng hai tiếng đồng hồ". Tôi đã không tin là ông lại quá tốt với

phies at Professor Fang's small table in his little living room, one on one. This was extremely precious to me. He introduced the philosophies of the West, China, India and finally Buddhism. He taught me that Buddhism is the pinnacle of the world's philosophy and that it provides the greatest enjoyment for humanity. What he told me was fascinating and soon I realized that Buddhism contained something magnificent. I started to visit the temples in Taipei. However, the monks I met in those temples just could not clearly explain Buddhism to an intellectual skeptic like me. However, the monks are much better in teaching Buddhism today. Then I set my first sight on Shan-Dao-Si, which was a large temple in Taipei with a vast collection of sutras. During that period of time, the wide publication and circulation of Buddhist books was very rare. The monks at Shan-Dao-Si were extremely kind to me as they allowed me to borrow many of the precious and rare sutras. This was a great help to me. Soon after I started to learn Buddhism seriously, I was fortunate to meet Master Zhang-Jia. He was a well-accomplished Esoteric practitioner who taught and guided me in my study and practice. Just like Mr. Fang, he taught me two hours every week for three years until he passed away. I then went to Taizhong to follow Mr. Bing-Nan Lee and started studying and practicing with him.

Buddhism is a special kind of knowledge; it is not a religion. In order to derive true benefit from it, we have to understand it's true nature. I have the utmost respect for Buddhism and I believe Buddha Shakyamuni to be the foremost educator in the history of the world. He was just like Confucius in that he taught everyone tirelessly and without discrimination.

mình như vậy. Thế là tôi học được từng triết lý một ở cái bàn nhỏ trong phòng khách hẹp của giáo sư Phương, và điều này rất quý báu đối với tôi. Ông dạy về triết học Tây Phương, Trung Hoa, Ấn Độ và sau cùng là Phật giáo. Ông dạy tôi rằng Phật giáo là đỉnh cao của triết học thế giới và Phật giáo đã dâng tặng hạnh phúc tối thượng cho loài người. Những gì ông nói với tôi rất hấp dẫn và chẳng bao lâu sau tôi nhận ra rằng Phật giáo chứa đựng một cái gì đó rất tuyệt vời. Tôi bắt đầu đi thăm các chùa ở Đài Bắc. Tuy nhiên với một người đa nghi như tôi thì các tăng sĩ ở những chùa này không có khả năng trình bày Phật giáo một cách rõ ràng. May mắn thay ngày nay tăng sĩ có thể truyền dạy giáo lý tốt hơn xưa rất nhiều. Sau đó tôi đến thăm San Dao Si (Sơn Đảo Tự), một ngôi chùa lớn ở Đài Bắc có rất nhiều kinh sách. Trong thời đó rất hiếm sách Phật giáo được xuất bản và lưu hành. Các Tăng sĩ ở Shan-Dao-Si đã rất tốt với tôi, cho phép tôi mượn nhiều kinh sách quý và hiếm. Điều này rất lợi ích đối với tôi.

Ít lâu sau khi bắt đầu nghiên cứu Phật giáo một cách nghiêm chỉnh, tôi đã được may mắn gặp Đại Sư Chương Gia (Zhang Jia). Ngài là một hành giả Mật Tông thành tựu, người đã dạy và hướng dẫn tôi trong việc học cũng như thực hành. Giống như giáo sư Phương, đại sư dạy tôi hai giờ mỗi tuần trong ba năm, cho tới khi ngài qua đời. Sau đó tôi đi Đài Trung để học và thực hành với pháp sư Lý Bỉnh Nam (Lee Bing Nan).

Phật giáo là một loại tri thức đặc biệt chứ không phải là tôn giáo. Để đạt được lợi ích thực sự, chúng ta phải hiểu tính chân thật của Phật giáo. Tôi đã hết sức tôn trọng Phật giáo, và tin rằng Phật Thích Ca là một nhà giáo dục bậc nhất trong lịch sử thế giới. Đức Phật giống như đức Khổng Tử ở chỗ dạy mọi người một cách không mệt mỏi và phân biệt.

Chapter 4

The Methodology and Symbolism of the Buddhist Educational System

The Continuing Education System for Teachers

The continuing education system for teachers was first established by Buddha Shakyamuni. Many of his students were well accomplished under his instruction. Every year, these students were assigned to teach at different places for nine months. In India, the rainy season runs from mid-April to mid-July. Since it was inconvenient to travel and teach during those three months, all the students would come back to meet with the Buddha to receive additional teachings and to learn from each other in class discussions. This was called the summer retreat and it parallels what is currently known as continuing education for teachers. The modern continuing educational system is necessitated by the advancement in technology. However, twenty-five hundred years ago, Buddha had already adopted this idea in bringing his students back for additional teachings.

The Artful Buddhist Teaching

Buddhist teaching is full of artistic expressions. It was originally an education, which combined what was equivalent to today's museum and school system. Therefore, the "Si" combined the traditional school, library and museum. In ancient China, the traditional school system

Chương 4

Phương pháp học và biểu tượng học Phật giáo

Hệ thống giáo dục liên tục dành cho các vị xuất gia

Phật Thích Ca là người đầu tiên thiết lập hệ thống giáo dục liên tục cho các đệ tử xuất gia. Nhiều đệ tử của Đức Phật đã thành tựu dưới sự hướng dẫn của Ngài. Mỗi năm, những đệ tử này được chỉ định dạy giáo lý ở các nơi khác nhau trong chín tháng. Ở Ấn Độ mùa mưa kéo dài từ tháng ba đến giữa tháng bảy, gây bất tiện cho việc đi lại và việc học trong ba tháng. Vì vậy, tất cả các đệ tử trở về với Đức Phật để học thêm giáo lý và học hỏi lẫn nhau trong các giờ học. Khoảng thời gian này được gọi là Mùa an cư kiết hạ, và tương ứng với cái mà bây giờ gọi là giáo dục liên tục cho giáo viên. Hệ thống giáo dục ngày nay là việc cần thiết do có sự tiến bộ về kỹ thuật, nhưng hai ngàn năm trăm trước, Đức Phật đã thực hiện điều này để đưa các đệ tử của ngài trở về để học thêm giáo lý.

Mỹ thuật Phật giáo

Phật giáo có những biểu tượng mỹ thuật. Khởi thủy Phật giáo là một nền giáo dục, phối hợp những cái tương ứng với hệ thống trường học và viện bảo tàng ngày nay. Vậy "chùa" là bao gồm trường học, thư viện và viện bảo tàng. Ngày xưa ở Trung Hoa, hệ thống trường học truyền thống không được phổ biến rộng rãi nên đa số học sinh đến một chùa để học, vì ở đây thường có đủ sách vở,

was not universal. Most students went to a "Si" to study because it usually had a complete collection of books, similar to today's library. The collections included not only sutras, but also almost every kind of publication. The monks were familiar with Buddhism, Confucianism, Taoism and ancient Chinese texts. They were capable of answering questions and were well versed on various subjects. Consequently, Buddhist institutions began to take over the educational mission for China.

Typical Buddhist buildings are expressions of art, which are called "Expressions of Buddhism." However, Buddha and Bodhisattva statues do not represent polytheism, the worship of more than one god. Each statue serves to inspire wisdom and awakening in each of us. They also represent certain aspects of Buddhism, which remind practitioners of the particular topic of teaching. For example, Guan Yin Bodhisattva, the most popular Bodhisattva in China, represents Infinite Compassion. When we see this statue, it reminds us to apply compassion when dealing with the world, its people and surroundings. However, people nowadays worship Guan Yin Bodhisattva as a god and pray for the relief of suffering and to eliminate obstacles. This is a superstitious view and misconception because people forget the fact that the statues are expressions of concepts in Buddhism.

Buddhist architecture is also an artistic expression, with the temple's main cultivation hall being similar to a large meeting or teaching hall. From the exterior, it appears to have two stories, but there is only one story inside. The external two stories represent "absolute truth" or the true reality of life and the universe, and "relative

giống như một thư viện ngày nay, và không chỉ có toàn kinh điển, mà còn có gần như tất cả những loại sách khác. Các tăng sĩ học Phật giáo, Khổng giáo, Lão giáo và các sách cổ của Trung Hoa, họ có khả năng trả lời các câu hỏi và thông thạo về các đề tài khác nhau. Kết quả là các học viện Phật giáo giữ nhiệm vụ giáo dục cho xứ sở này.

Những ngôi tự viện Phật giáo là sự biểu lộ mỹ thuật được gọi là "Phật giáo biểu hiện". Tuy nhiên những bức tượng Phật và Bồ Tát không phải là sự biểu lộ của đa thần giáo. Mỗi bức tượng đều có tính chiêu cảm trí tuệ và giác ngộ trong mỗi người chúng ta. Những bức tượng này cũng tượng trưng một số phương diện của PG, nhắc nhở các hành giả về một giáo lý nào đó. Thí dụ bồ tát Quan Âm, vị Bồ Tát phổ biến nhất ở Trung Hoa, tượng trưng cho lòng từ bi, tượng Quan Âm sẽ nhắc nhở chúng ta phát tâm từ bi đối với thế gian, với mọi người và vạn vật. Nhưng ngày nay người ta thờ Bồ Tát Quan Âm như một vị thần và cầu nguyện với ngài để được cứu khổ cứu nạn. Đây là một sự mê tín và sai lầm, vì người ta quên rằng những bức tượng này tượng trưng cho những ý niệm trong Phật giáo.

Kiến trúc Phật giáo cũng là một sự biểu hiện mỹ thuật. Ngôi chánh điện tương ứng với một phòng học hay một phòng họp lớn, và nhìn từ bên ngoài có vẻ như có hai tầng nhưng ở bên trong chỉ có một tầng. Hai tầng bên ngoài tượng trưng cho Chân đế và Tục đế hay chân lý tuyệt đối và chân lý tương đối. Chân đế là sự thật của đời sống trong vũ trụ, còn Tục đế là kiến giải thế tục vẫn còn vô minh. Tầng độc nhất bên trong muốn nói rằng Chân đế và Tục đế chỉ là một chân lý. Với người vô minh thì Chân đế và Tục đế là hai điều khác nhau, còn đối với người giác ngộ thì Chân đế và Tục đế là một.

truth" or worldly views still clouded with delusion. The interior single story illustrates that both are the same truth. To the deluded, the two appear distinct and different; however, to the enlightened, they are one and the same.

In the center of the main cultivation hall, there are three statues, one Buddha and two Bodhisattvas. Buddha represents the true nature of the universe and human life, which is called "Buddha nature" or true mind. "Buddha" is translated from Sanskrit, and means someone who is totally enlightened. The Buddha statue represents our original enlightenment and the Bodhisattvas statues represent the application of our original enlightened mind. All the representations and applications are infinite and can be classified into two categories: wisdom and practice. For example, the Pure Land School pays respect to the Buddha and two Bodhisattvas of the Western Paradise. Amitabha Buddha (Infinite Life and Infinite Light) represents the infinite enlightenment that is an intrinsic part of our nature. Bodhisattvas Guan Yin (Avalokiteshvara) and Da Shi Zhi (Great Strength or Mahasthamaprapta) respectively portray compassion with kindness and great wisdom. We should be compassionate and kind toward all beings. Our thoughts, views and behavior should be rational rather than emotional, for emotional behavior spells trouble. Therefore, we should not treat the Buddha and Bodhisattvas as gods. But will they help us? Yes, they will by providing us with the knowledge of how to protect ourselves from delusion, thereby obtaining release from suffering. Once we have learned the background of the artistic components in Buddhist architecture, music and statues, we will gain an enriched experience when paying a visit to a traditional Buddhist temple.

Ở giữa chánh điện có một tượng Phật và hai tượng Bồ Tát. Tượng Phật tượng trưng tính chất thật của vũ trụ và con người, được gọi là "Phật tính" hay "chân tâm". "Phật", tiếng Sanskrit có nghĩa là "người đã giác ngộ viên mãn". Tượng Phật biểu trưng cho sự giác ngộ nguyên thủy của chúng ta, còn hai bức tượng Bồ tát thì biểu trưng sự ứng dụng tâm giác ngộ nguyên thủy này. Tất cả những biểu tượng và những ý nghĩa nhiều vô số có thể được chia làm hai loại: Trí tuệ và Thực hành. Thí dụ: Tịnh Độ Tông thờ một vị Phật và hai Bồ Tát của Tịnh Độ Tây Phương. Phật A Di Đà (Vô Lượng Quang và Vô Lượng Thọ) tượng trưng sự giác ngộ vốn là một phần chân tính của chúng ta. Bồ tát Quan Âm tượng trưng lòng từ bi, và Bồ Tát Đại Thế Chí tượng trưng cho đại trí tuệ. Chúng ta nên từ bi với chúng sanh, nên có ý nghĩ, kiến giải và hành vi hợp lý, chứ không nghĩ, nói và làm theo tình cảm riêng tư, để chỉ gây ra phiền não. Vì vậy chúng ta không nên coi Đức Phật và các Bồ Tát là những vị thần, Nhưng các ngài có gia hộ cho chúng ta không? Có, các ngài sẽ trao cho chúng ta những tri kiến để biết cách giải trừ phiền não và thoát khổ. Khi đã biết ý nghĩa của kiến trúc, âm nhạc, tranh và tượng Phật giáo, chúng ta sẽ có được kinh nghiệm phong phú khi viếng thăm một ngôi chùa.

Tuy nhiên ngày nay có nhiều người không hiểu ý nghĩa và giáo lý của Phật giáo, nên họ cho rằng tranh và tượng Phật, Bồ Tát là dấu hiệu của Đa Thần Giáo. Thật ra trong Phật giáo, hình tượng chỉ là phương tiện để hỗ trợ việc học đạo chứ không phải là tượng thần linh để phụng thờ và cầu xin. Chúng ta có vô số khả năng ẩn sâu trong chân tánh bất tư nghì của mình, vì vậy chúng ta có vô số biểu tượng để tương ứng, giống như ngày nay một người

However, nowadays many people do not understand the meaning and teachings of Buddhism. They mistake the multi-representations of Bodhisattvas as a sign of polytheism. What people fail to understand is the fact that the statues in Buddhism are teaching aids and not statues of gods. All Buddhas and Bodhisattvas represent our nature and cultivation of virtue. We have infinite capabilities within our true nature that cannot be expressed by just one single term. Therefore, we have multiple representations; for instance, a capable person today may have many titles on his/her business cards to show his/her positions and accomplishments. The Buddha and Bodhisattvas are actually representations of the nature within ourselves: Buddha, as in our true nature of mind, and the Bodhisattvas, in our virtue of cultivation. We all possess these qualities. Not until we come to realize the meaning of Buddhist symbolism, will we appreciate the sophistication and completeness of its education.

Typical "Si" buildings are rare today. The first hall of a "Si" is the hall of Heavenly Guardians, also known as Dharma Protectors. Situated in the center of the hall, facing the front door, is Mi Le Pu Sa (Maitreya Bodhisattva) who is represented by the image of the historical monk Bu-Dai. Mi Le Pu Sa has a big smile that conveys the idea that in order to truly learn Buddhism, one should learn to be cheerful and courteous to all. He also has a huge belly that represents fairness, flexibility, impartiality, patience and tolerance.

Standing beside Mi Le Pu Sa are the four Heavenly Guardians or Dharma Protectors. They are symbolic guardians of the practitioners of the Buddhist way. Whom

có thể có nhiều chức vụ và tước vị ghi trên tấm danh thiếp để cho thấy những địa vị và những thành tựu mà họ đạt được. Chư Phật, Bồ Tát là những biểu tượng của chân tánh bên trong chúng ta. Phật tượng trưng cho chân tâm, các Bồ Tát tượng trưng những đức tánh đạt được ngang qua việc tu luyện. Tất cả chúng ta đều có những phẩm tính này. Chúng ta cần phải hiểu ý nghĩa của biểu tượng học Phật giáo để có thể cảm nhận được sự phong phú và hoàn hảo của nền giáo dục Phật giáo.

Ngày nay, những tự viện tiêu biểu rất hiếm thấy. Ngôi điện đầu tiên của chùa là Điện Hộ Pháp. Ở giữa điện này là tượng Bồ Tát Di Lặc được tạc theo hình ảnh của Bố Đại Hòa Thượng. Nụ cười lớn của tượng Di Lặc hàm ý để thông hiểu Phật Pháp, người ta phải biết vui vẻ và hòa nhã với tất cả mọi người và mọi sự vật. Cái bụng to tướng của Ngài là tượng trưng sự công bằng, uyển chuyển, không thiên lệch, nhẫn nhục và tính khoan dung.

Bên cạnh tượng Di Lặc là bốn tượng Hộ Pháp, tượng trưng cho sự bảo hộ những ai thọ trì Phật pháp. Các Ngài bảo hộ chúng ta bằng cách nhắc nhở chúng ta tu học và gìn giữ chánh kiến của mình. Mỗi vị Hộ Pháp biểu trưng cho mỗi ý nghĩ hay hành vi.

Hộ Pháp Đông Phương (cầm cây đàn) tượng trưng cho bổn phận và sự bảo đảm lãnh thổ, nghĩa là tất cả chúng ta phải có bổn phận với bản thân, gia đình, xã hội, và tổ quốc. Nếu mỗi người chúng ta làm tốt bổn phận và làm tròn những nhiệm vụ của mình thì như vậy là chúng ta hỗ trợ lẫn nhau cũng như phục vụ chính mình. Hộ Pháp Nam Phương (cầm kiếm) tượng trưng sự tiến bộ và dạy chúng ta phải tinh tấn. Ngài nhấn mạnh sự quan trọng của việc tu sửa liên tục để gia tăng đức hạnh, trí huệ, và kiến

do they protect? They protect us by reminding us to educate ourselves and to safeguard the proper knowledge, which we should learn. Each guardian portrays a different aspect of thought or action.

The Eastern Dharma Protector (holding a lute) symbolizes responsibility and safeguards the territory, which means that all of us are responsible for ourselves, our family, society and the country as a whole. If each of us performs our duties well, fulfilling our obligations, we support each other and ourselves as well. The Southern Dharma Protector (holding a sword) symbolizes progress and teaches us diligence. He emphasizes the importance of constantly cultivating and advancing our virtue, wisdom and knowledge, and to improve performance in ourselves and our duties. This is similar to Confucian ideas of daily self-improvement.

The Western Dharma Protector (holding a dragon or snake) symbolizes comprehensive vision and knowledge gained through exposure to the world. He represents the need to open our eyes to observe nature and man, to refine what we see and learn, and to distinguish good from ill. The Northern Dharma Protector (holding an umbrella) symbolizes comprehensive study and learning. Both teach ways of practice and how to achieve the goals in responsibility fulfillment and self-improvement. As the ancient Chinese have said: "To read ten thousand books and to travel ten-thousand miles." We read to gain more knowledge and travel to observe more effectively. We will then be able to improve ourselves and to perform our duties most effectively.

Today, people visit the Hall of Dharma Protectors to

thức, phát triển khả năng thi hành những bổn phận của mình. Điều này giống như là dạy người ta nên tu sửa mỗi ngày của Khổng Giáo.

Hộ Pháp Tây Phương (cầm con rồng) tượng trưng tri kiến bao quát về thế gian. Chúng ta cần phải mở mắt quan sát con người và vạn vật, phát triển tri kiến, và biết phân biệt phải trái, xấu tốt. Hộ Pháp Bắc Phương (cầm lộng) tượng trưng sự học bao la. Hai vị Hộ Pháp này chỉ dạy cách thực hành và đạt đến thành tựu trong việc thi hành bổn phận và tu sửa bản thân. Cổ nhân có câu "Đọc vạn cuốn sách, đi vạn dặm đường". Chúng ta đọc sách để gia tăng kiến thức, và đi đây đó để quan sát sự vật. Như vậy chúng ta sẽ có khả năng tự tu sửa và thi hành bổn phận của mình hiệu quả hơn.

Ngày nay, người ta vào Điện Hộ Pháp để đốt nhang, lễ bái và dâng hoa quả để mong được phù hộ về tài lộc và phúc lạc. Như vậy là mê tín, vì tất cả những tiện nghi, những tranh tượng Phật, Bồ Tát, những nghi thức dâng cúng chỉ là những phương tiện giáo hóa, gây cảm hứng cho tâm trí của chúng ta, nhắc nhở chúng ta cần phải đạt giác ngộ, thay vì vô minh, trở nên người đức hạnh thay vì tội lỗi, thanh tịnh thay vì ô trược. Giác ngộ, tri kiến chân chính, và thanh tịnh là ba nguyên lý của Phật Pháp.

Pháp môn thực hành

Phật Giáo có tám mươi tư ngàn pháp môn, tức là có vô số pháp môn thực hành khác nhau, nhưng tất cả đều đưa tới ba mục tiêu: giác ngộ, tri kiến chân chánh, và thanh tịnh. Như vậy tất cả các pháp môn đều bình đẳng, không có pháp nào cao hơn pháp nào. Người ta có nhiều

burn incense, prostrate and offer flowers and fruit praying for protection and safety. This is superstition. All the facilities, images of Buddha and Bodhisattvas and any offerings made are teaching tools designed to inspire our mind and wisdom. They also serve to remind us of the importance of being enlightened instead of deluded, virtuous instead of deviated, pure instead of polluted. These are the three principles of Buddhist teaching and practice.

Methods of Practicing Buddhism

The ways in practicing Buddhism are numerous, about eighty-four thousand. Each path is different from the others but ultimately leads to the same goals: enlightenment, proper thoughts and viewpoints, and purity. As such, all paths are equal without one being superior to the other. People have different abilities and levels of accomplishment. Furthermore, they are from different environments and should choose a path most suited to them. We can choose any one of the three goals to concentrate our practice on. When we achieve any one of them, the other two will come naturally.

There are ten schools of practice in Chinese Buddhism. Zen stresses the pursuit of the perfect clear mind or enlightenment. The Pure Land and Tibetan Buddhism or Vajrayana school stress obtaining the pure mind. Other schools concentrate their practice on proper thoughts and viewpoints. Regardless of which method or school one chooses, they all lead to the same outcome. In other words, once we become expert in one method, we will become an expert in all methods.

căn cơ khác nhau, tức là khả năng và mức thành tựu khác nhau. Thêm nữa, người ta có hoàn cảnh khác nhau, nên mỗi người phải chọn pháp môn nào thích hợp với mình nhất. Chúng ta có thể chọn một trong ba mục tiêu nói trên để tập trung nỗ lực tu tập của mình vào đó. Khi đạt được một mục tiêu thì hai mục tiêu kia sẽ tự nhiên xuất hiện.

Phật Giáo Trung Hoa có mười tông phái khác nhau. Thiền tông chú trọng việc đạt tâm quang minh hay giác ngộ. Tịnh độ tông và Phật Giáo Tây Tạng hay Kim Cương Thừa quan tâm tới việc đạt tâm thanh tịnh, còn các tông phái khác thì tập trung vào việc tu tập đạt tri kiến chân chánh. Dù chúng ta chọn một pháp môn nào hay một tông phái nào thì tất cả đều dẫn tới cùng một kết quả. Nói cách khác, một khi ta đã quán thông một pháp môn thì chúng ta sẽ quán thông tất cả các pháp môn khác.

Sự thanh tịnh của thế gian phát xuất từ sự thanh tịnh nội tâm của cá nhân. Với tâm thanh tịnh, không phân biệt và không chấp thủ, chúng ta sẽ đạt được mức trí huệ cao hơn mà trong đó thế giới xung quanh chúng ta sẽ tự nhiên hòa hợp. Bằng việc niệm danh hiệu Phật, tham thiền, tụng kinh, trì chú, và thực hành lời Phật dạy, hành giả sẽ đạt giác ngộ, tri kiến chân chánh, và tâm thanh tịnh. Tuy nhiên, với quan niệm sai lầm, hành giả tụng niệm để cầu xin tài lộc hay thăng quan tiến chức, là tôn giáo mê tín, trái ngược với lời dạy của Phật Thích Ca.

Từ ngữ Phật học cho thấy Phật giáo là một nền giáo dục

Phật Giáo (Buddhism) là giáo lý của Phật Thích Ca, vị sáng lập Đạo Phật. Chúng ta gọi ngài là "Đức Bổn Sư",

The purity of the world comes from an individual's inner purity. With a pure mind, a mind without discrimination or attachment, a higher level of wisdom arises in which the world around us naturally comes into harmony. By reciting the Buddha's name, meditating, reciting sutras or mantras, and practicing in accordance with Buddha's teaching, one will attain enlightenment, proper thoughts and viewpoints, and purity of mind thus becoming void of all deluded thoughts.

On the other hand, one is totally on the wrong path if one chants Buddha's name in the hope of gaining a promotion or wealth. That is religion and superstition, and it goes against the teaching of Shakyamuni Buddha.

How Buddhist Terminology Illustrate that Buddhism is an Education

Buddhism is the teaching of Buddha Shakyamuni as he was its founder. We call Him the "Original teacher," just like the Chinese call Confucius the "Greatest sage and teacher." The relationship between Buddha and ourselves is a teacher-student relationship, which is not religious in nature. In religion, there is not a teacher-student relationship but that of father-son or master-servant.

About twenty years ago I gave a series of lectures in Fu-Ren Catholic University and taught in the Thomas Monastery for one semester. I told my students, who were mainly priests and nuns, to take refuge in the Buddha and to learn Buddhism well. There is absolutely no conflict between Buddhism and religion, for one is teacher-student and the other father-son. If the priests and nuns were

giống như người Trung Hoa gọi Khổng Tử là vị thầy và là triết gia vĩ đại nhất. Liên hệ giữa Đức Phật và chúng ta là liên hệ thầy trò, và mối liên hệ này không có tính cách tôn giáo. Trong tôn giáo, không có liên hệ thầy trò, mà chỉ có liên hệ cha con hay liên hệ chủ tớ.

Khoảng hai mươi năm trước, tôi đã thực hiện một loạt những bài diễn thuyết ở đại học Gia Tô Giáo Fu Ren và dạy ở tu viện Thomas một khóa. Tôi nói với các sinh viên, đa số là tu sĩ, rằng họ hãy quy y với Đức Phật và học thấu đáo Phật Pháp. Tuyệt đối không có sự mâu thuẫn nào giữa Phật Giáo và tôn giáo, vì một bên là liên hệ thầy trò, và một bên là liên hệ cha con. Nếu các tu sĩ đó theo Phật Giáo và bỏ tôn giáo của họ thì tôi tin rằng Đức Phật cũng không chấp nhận họ, vì bỏ cha mẹ để theo vị thầy là trái luân thường đạo lý. Vì vậy, các tín đồ tôn giáo sẽ đạt được lợi ích nếu học thực hành Phật giáo. Khi tu tập chúng ta sẽ đạt được trí huệ để biết Thiên Đường thực sự, và sẽ có khả năng quyết định khi nào mình muốn đi lên Thiên Đường và đi bằng cách nào. Vậy, Phật giáo chỉ một đạo đưa đường dẫn lối cho chúng ta đạt lại trí huệ thực sự của mình.

Khi một Tăng sĩ được gọi là Hòa Thượng (He-Shang) thì vị đó tương đương với giám hiệu của một trường học ngày nay, vì ngài là người chăm lo về đường hướng giáo dục. Tất cả các vị khác trong trường học là các giáo sư thi hành đường lối giáo dục của vị giám hiệu, và giữ vai trò khuôn mẫu về hành vi và ngôn từ cho các học sinh noi theo. Người thầy quá cố của tôi là giáo sư Phương luôn nói với tôi rằng Phật Giáo là một nền giáo dục (Buddhism is an education). Về sau, khi nghiên cứu kinh sách, tôi đã tái khẳng định lời nói của ngài, rằng Phật giáo là đỉnh

to practice Buddhism and in turn abandon their own religion, I believe that even Buddha would not accept them, for it is against human ethics to discard the parent for the teacher. Therefore, religious followers will benefit if they practice Buddhism. As we practice, we will attain the true wisdom to know exactly what Heaven is like and will be able to decide when and how we want to go there. Thus, Buddhism is a way of teaching as it teaches us how to regain our true wisdom.

When a monk is called "He-Shang," he is equivalent to the principal in today's school, for he is the director of educational strategies. All other faculty members are teachers who execute the principal's educational strategies and act as role models for the students' behavior and speech. My late teacher, Professor Fang constantly assured me that Buddhism is an education. Later in my studies of the sutras, I reaffirmed his statement that Buddhism is the pinnacle of the world's wisdom. It provides the greatest enjoyment for humankind. I have experienced the unsurpassable joy of being free from afflictions, delusions and wandering thoughts. My body and mind are clean and pure, totally at ease. I am the happiest person in the world. Therefore, I feel indebted to Professor Fang, for without him, I would not have learned Buddhism nor would I have such complete happiness derived from practicing Buddha's teaching.

> Tự chinh phục mình là chiến công vĩ đại nhất
> *Self conquest is the greatest of victories.*
> Thích Ca

điểm trí huệ của thế giới. Phật giáo mang lại niềm vui lớn nhất cho loài người. Tôi đã chứng nghiệm niềm hân hoan tối thượng này khi thoát khỏi phiền não, mê muội và vọng niệm. Thân thể và tâm trí của tôi thanh tịnh, hoàn toàn dễ chịu. Tôi là người hạnh phúc nhất thế gian. Vì vậy tôi cảm thấy mình chịu ơn giáo sư Phương, vì nếu không có ngài thì tôi đã không nghiên cứu Phật Pháp và đã không đạt được phúc lạc viên mãn như ngày hôm nay nhờ việc tu theo lời Phật dạy.

Phật Đài Thích Ca Mâu Ni Lộ Thiên tại Tu Viện Quảng Đức, Melbourne, Australia
Sakya Muni Buddha Monument Statue at Quang Duc Monastery

Chapter 5

The Integration of Confucianism and Buddhism

Buddhism successfully merged into Chinese culture; they became inseparable. The basic concept that they share is to give up one's own interest for the sake of others. Confucianism and Buddhism advocate the enhancement and glorification of filial piety, the respect and devotion of an individual for their parents and teachers. Filial piety is a major element in accomplishing world peace.

What is education? It is the meaning and the value of human life, the relationships between human beings as well as those between humans and the universe. Confucian teaching encompasses three main points. First, it is important to understand the relationship between humans, once this is understood we will learn to love people. Second, it is important to understand the relationship between humans and heaven, once this is understood we will learn to respect heavenly beings and spirits. Third, it is important to understand the relationship between humans and the environment, once this is understood we will learn to take care of the environment and to appreciate every single thing around us. There are four studies within Confucian teachings: virtue, speech, skills for earning a living and the arts. The teaching of virtue is the core of Confucianism; it is absolutely crucial, for without morality and proper conduct we become selfish and concerned only with ourselves at the expense of society. Such behavior can result in world chaos. Today, our education

Chương 5

Phối hợp
Khổng giáo và Phật giáo

Phật giáo đã hội nhập thành công vào nền văn hóa Trung Hoa, và đã trở thành bất khả phân ly với nền văn hóa này. Văn hóa Trung Hoa và Phật giáo có chung một ý niệm căn bản, đó là từ bỏ quyền lợi của bản thân vì quyền lợi của người khác. Khổng giáo và Phật giáo chủ trương phát huy và tôn vinh đạo hiếu, tức là sự tôn kính đối với cha mẹ và các vị thầy của mình. Hiếu để là một thành tố quan trọng trong việc kiến tạo nền hòa bình trên thế giới.

Giáo dục nghĩa là gì? Giáo dục là ý nghĩa và giá trị của đời người, những liên hệ giữa mọi người cũng như giữa con người với vũ trụ. Khổng Giáo bao gồm ba điểm chính sau đây: Thứ nhất là cần phải hiểu mối liên hệ giữa mọi người để biết yêu thương người khác. Thứ nhì là cần phải hiểu mối liên hệ giữa con người và vũ trụ để biết kính trọng thần linh. Thứ ba là cần phải hiểu mối liên hệ giữa con người và môi trường để biết cách bảo vệ môi trường và vạn vật. Trong Khổng giáo có bốn môn học là đạo đức, ngôn từ, khả năng kiếm sống, và nghệ thuật. Điều cốt tủy của Khổng giáo là dạy đạo đức. Đây là việc quan trọng hàng đầu, vì không có đạo đức và luân lý thì người ta trở nên vị kỷ, chỉ nghĩ tới bản thân mà không quan tâm tới xã hội, và thái độ này có thể gây ra tình trạng hỗn loạn trên thế giới. Nền giáo dục ngày nay không coi trọng việc dạy đạo đức nữa. Các trường học chỉ dạy về các nghề nghiệp chuyên môn, và như vậy chỉ là

has lost that emphasis. Schools only teach skills that are superficial and not the root of education. When the root is rotten, it shakes the foundation of society and causes the chaos that we are experiencing today. Elementary schools are like the root of education: junior highs, high schools, and colleges are the flowers and leaves. Teachers can start teaching filial piety to our children as early as possible.

By looking at the way Chinese characters were created, we cannot but admire our ancestor's high level of wisdom. We thank them for having given us something that is so valuable and exquisite. The Chinese character "piety" embraces the spirit of Buddhism and the foundation of education as it is a combination of the characters for "old" and "son." Nowadays, people talk about the generation gap between parents and children, which is something traditional families did not have. In the Chinese tradition, not only are father and son one unit; grandfathers and grandsons, etc. are all part of the same continuum. This is a unique concept. Westerners often ask why Chinese people pay respect to ancestors since we barely know them. The remembrance of our ancestors is the foundation of Confucianism and Buddhism, which is the source of harmony in society and peace in the world.

Today everyone longs for world peace, but we need to start from the foundation of filial piety to obtain it. Buddhism emphasizes unconditional compassion for all sentient beings in the universe and beyond; in the past, present and future. The continuum of time and space is inseparable from oneself, for We Are All One Entity. One does not find this extensive concept in religion. "Thus

phương diện bên ngoài chứ không phải là gốc rễ của giáo dục. Khi gốc rễ bị hỏng thì nền tảng xã hội bị lung lay, và xã hội bị xáo trộn như tình trạng ngày nay. Trường tiểu học giống như gốc rễ của giáo dục, còn trường trung học và đại học thì giống như lá và hoa. Các giáo viên nên dạy về đạo hiếu cho con em càng sớm càng tốt.

Khi nghiên cứu nguồn gốc chữ viết của người Trung Hoa, chúng ta không thể không khâm phục trình độ trí huệ cao siêu của tổ tiên. Chúng ta biết ơn các ngài đã ban cho ta một tài sản quý báu như vậy. Chữ "hiếu" của Trung Hoa hàm chứa tinh thần của Phật giáo và nền móng của giáo dục, vì trong chữ này có chữ "lão" và chữ "tử" (nghĩa là "con"). Ngày nay, người ta nói đến hố sâu thế hệ giữa cha mẹ và con cái mà truyền thống gia đình không hề có trước kia. Theo truyền thống Trung Hoa không chỉ có mối liên hệ chặt chẽ giữa cha mẹ và con cái, mà còn có những mối liên hệ khác như ông bà và các cháu nội ngoại v.v..., tất cả đều là những thành phần của một dòng liên tục. Đây là một ý niệm độc đáo. Người Tây phương thường hỏi là tại sao người Trung Hoa lại thờ kính những tổ tiên mà mình không được biết rõ. Thờ kính tổ tiên là nền móng của Khổng giáo và Phật giáo, và là nguồn gốc của hòa hợp xã hội và hòa bình thế giới.

Ngày nay mọi người đều mong muốn thế giới được hòa bình, nhưng để có hòa bình chúng ta phải bắt đầu từ nền móng hiếu kính. Phật giáo chú trọng tâm từ bi vô điều kiện đối với chúng sinh trong vũ trụ, cả trong quá khứ, hiện tại, cũng như tương lai. Dòng liên tục thời gian và không gian là bất khả phân ly với bản thân mỗi chúng sinh, vì Tất Cả Chúng Ta Là Một Thực Thể (We are all one Entity). Ý niệm bao quát này không có ở trong tôn giáo. "Như Lai",

Come One", one of the ten names for Buddha, stands for an enlightened being, which is our basic nature, and also the essence of the universe and human life. This concept is embodied by the Chinese character "piety" and the name of Amitabha Buddha in the Pure Land School. The names may be different but the meanings are the same: unconditional love for all beings that surpasses space and time.

The Five Human Relationships

Confucian teachings are based on five human relationships that are founded on moral principles. The five human relationships include those between husband/wife, parent/child, siblings, friends, and political leaders and the public. Husband/wife represents the smallest and the most intimate circle of human relationships. Outside the small circle is the extended family, which includes the relationships between father and son and those among the siblings. Outside the family there is society which includes additional relationships between the individual and his leader and circles of friends. We now often talk about the need to unite people. In ancient times, the Chinese had no use for the word "unite," for the five human relationships define the union of all people. Everyone on this earth is our brother. Each is responsible for the other; parents being compassionate, sons and daughters being filial to their parents, siblings and friends being respectful to each other. In this way, the country and its people are already a perfect union. The relationships between people also define responsibilities from one to the other. Everyone has his own duty and responsibility to fulfill.

một trong mười danh hiệu Phật, hàm ý một đấng giác ngộ vốn là bản tính của chúng ta và cũng là tính chất thật của vũ trụ và đời người. Ý niệm này được thể hiện bởi chữ "hiếu" của Trung Hoa và danh hiệu Phật A Di Đà trong Tông Tịnh Độ. Những danh từ này có thể khác nhau nhưng ý nghĩ vẫn là một, đó là: tình yêu vô điều kiện dành cho mọi sinh linh, vượt thời gian và vượt không gian.

Năm mối liên hệ của loài người

Khổng Giáo có nền móng là năm mối liên hệ của loài người, tức "Ngũ Thường", được thiết lập trên những nguyên tắc đạo đức. Năm mối liên hệ này là liên hệ vợ chồng, liên hệ cha mẹ với con cái, liên hệ anh chị em, liên hệ bạn bè, và liên hệ chính quyền với người dân. Trong những liên hệ này thì liên hệ vợ chồng là nhỏ nhất và mật thiết nhất. Sau đó gia đình mở rộng, gồm mối liên hệ giữa cha mẹ và con cái, và mối liên hệ giữa anh chị em. Bên ngoài gia đình là xã hội, gồm mối liên hệ bạn bè và mối liên hệ giữa cá nhân và chính quyền. Ngày nay chúng ta thường nói tới sự cần thiết phải đoàn kết nhân dân. Ngày xưa người Trung Hoa không cần dùng chữ "đoàn kết", vì năm mối liên hệ, hay "ngũ thường" chính là sự đoàn kết giữa mọi người. Mọi người trên trái đất này đều là anh, chị, em của chúng ta. Mỗi người có bổn phận đối với người khác; cha mẹ hiền từ với các con; các con có hiếu với cha mẹ; anh, chị, em và bạn bè kính trọng lẫn nhau. Như vậy, đất nước và nhân dân dân đã có sự đoàn kết hoàn hảo. Những mối liên hệ giữa mọi người cũng nói lên những bổn phận của một người đối với người khác. Người nào cũng có bổn phận và nhiệm vụ của mình để thi hành.

The Practice of Confucianism and Buddhism

Human beings differ from animals by adhering to human relationships and basic moral principles. The practice of Confucianism is based on having sincere and proper thoughts, correct behavior, a well-organized family and country, and peace for all. This is identical to the views of Buddhism, which also emphasizes practicing and learning. It all starts from generating the Bodhicitta mind. "Bodhi" is a Sanskrit word meaning enlightenment. Enlightenment means an "awakened" mind. It is similar to the sincere thought and proper mind advocated by Confucianism. A Chinese government official defined sincerity very well. He noted that "Sincerity means having no single thought." There will be no sincerity as long as there are corrupted thoughts, wandering thoughts, or even the rise of a single thought. His definition is identical to that of Buddhism. The Sixth Patriarch Hui-Neng once said "...(the pure mind) contains nothing therefore collects no dust". However, people in general have a lot of wandering thoughts. How can one be rid of these wandering thoughts? The Confucian answer is "...to fight against uprising desires and achieve wisdom." This practice was stressed in the elementary school of the Confucian system. Buddha said, severing all desires is to stop all worries and troubles.

The Confucian Elementary School System

In the past, the Chinese elementary school students were well trained to guard against the uprising of desires. Schools emphasized training in student's concentration

Thực hành Khổng Giáo và Phật Giáo

Con người khác con vật ở chỗ biết sống theo luân thường và đạo lý. Việc thực hành Khổng Giáo có nền móng là ý nghĩ chân thành, hành vi chân chính, gia đình và đất nước có tổ chức tốt và hòa hợp, và có hòa bình cho mọi người. Phật giáo cũng chú trọng việc học và thực hành, bắt đầu với việc phát Bồ Đề Tâm, hay tâm giác ngộ, nguyện đạt giải thoát để có khả năng giúp đỡ người khác. Việc này giống như tâm chân thành của Khổng giáo. Có người định nghĩa "thành tâm là không có ý nghĩ nào cả". Đúng như vậy, người ta sẽ không có sự thành thật khi nào còn có những ý nghĩ xấu, những ý nghĩ xao lãng, hay cả khi có một ý nghĩ phát khởi. Lục Tổ Huệ Năng có lần nói rằng khi tâm thanh tịnh không chứa đựng gì cả thì nó sẽ không bị bụi bám vào. Tuy nhiên tâm trí người ta thường xao động với nhiều ý nghĩ, vậy làm sao để loại bỏ những ý nghĩ xao lãng này? Khổng Tử nói rằng khi chống lại những dục vọng phát khởi, người ta sẽ đạt được trí huệ. Phương pháp này được nói tới trong trường sơ học của nền giáo dục Khổng Giáo. Đức Phật cũng nói rằng muốn giải trừ mọi phiền não người ta phải đoạn lìa ác dục.

Hệ thống sơ học Khổng Giáo

Ngày xưa, các học sinh trường sơ học ở Trung Hoa được dạy cách phòng vệ chống lại sự phát khởi của ái dục. Trường học chú trọng tới việc huấn luyện học sinh cách định tâm và đạt trí huệ. Học sinh bắt đầu đi học vào năm lên bảy tuổi. Họ sống ở trường và chỉ trở về nhà vào những dịp lễ, tết. Họ được dạy cách cư xử trong đời sống

and wisdom. Students started school at the age of seven. They stayed with their teachers and only went home during holidays. They were taught the correct way to interact with everyday life and the proper manner to attend to their teachers and elder schoolmates. This was called the education of moral principles based on human relationships. When the children went home, they would then treat their parents and siblings with filial piety and respect.

From the ages of seven to twelve, students were required to memorize and recite fluently the ancient texts. The teacher would first select materials which contained the profound wisdom of sages and saints and then encouraged the students to read and recite the material up to one or two hundred times a day. Children would have scattered thoughts if they were not assigned any tasks to do. The purpose of reciting was to focus their mind so that they would eventually obtain a pure mind, concentration and wisdom; even though, they may not have understood the meanings. However, the current educational system, in existence since the Revolution of 1911, eliminated this two thousand-year-old tradition and adopted the western educational system. This change, upon close examination, leads one to the root of modern China's social problems.

The Confucian Tai School System

At the age of thirteen, children were sent to Tai school, as there were no junior or high schools in ancient China. Tai school emphasized the analysis and discussion of the materials students had already memorized in elementary school. The teachers were experts in their fields

hằng ngày, có cử chỉ lễ phép đối với thầy giáo và các bạn học lớn tuổi hơn mình. Đây là sự giáo dục về đạo đức và luân lý. Ở nhà của mình, học sinh sẽ cư xử với cha mẹ và anh chị em một cách hiếu đễ và thành kính.

Từ năm lên bảy cho tới mười hai tuổi, các học sinh phải học thuộc lòng những kinh sách cổ điển. Vị thầy chọn những bài học chứa đựng những lời dạy thâm thúy của thánh hiền để các học sinh tụng đọc một hay hai trăm lần mỗi ngày. Việc này cũng có mục đích là để tâm trí của các em không xao lãng mà có sự tập trung, đạt thanh tịnh và trí huệ, dù có thể các em không hiểu ý nghĩa của những lời dạy. Tuy nhiên, kể từ cuộc cách mạng năm 1911 lối giáo dục hiện tại đã bỏ truyền thống có từ hai ngàn năm trước để thu nhận nền giáo dục Tây Phương. Khi xét kỹ, người ta sẽ thấy sự thay đổi này đưa tới nguyên nhân của những vấn đề xã hội ở Trung Hoa ngày nay.

Hệ thống Đại Học Khổng giáo

Vào năm mười ba tuổi, các học sinh tới học ở trường Đại Học. Ở Trung Hoa ngày xưa không có trường tiểu học hay trung học. Trường Đại Học chú trọng việc diễn giải và thảo luận về những kinh sách mà các học sinh đã học thuộc lòng ở trường sơ học. Các vị thầy là những học giả chuyên nghề dạy học. Mỗi vị dạy một lớp học nhỏ với khoảng từ mười tới hai mươi học sinh, và vị thầy không nhất thiết phải giảng bài trong phòng học với sách giáo khoa. Thời đó tất cả các sách giáo khoa đều được in với hình thức chung là hai mươi chữ một cột và mười cột một trang, không có khoảng trống giữa các chữ và các cột.

and would concentrate on that field throughout their entire career. Each of them taught a small class with ten to twenty students and the lectures were not necessarily given in the classroom with textbooks. During that period, all the textbooks were printed in the universal format: twenty words per column and ten columns per page, with no space in between. The format was standard for the entire country regardless of the publisher. Both teacher and students memorized the textbooks so well that they even knew exactly where the study materials were located. Since everything had been memorized earlier, there was no need for books after elementary school.

Teachers often took their students on field trips to broaden their knowledge and experience. As they traveled, knowledge was imparted to them along the way. Thus, the trips were without textbooks or restraints but accompanied with wine and food and filled with joy. The students would attend to the needs of the teacher. Therefore, as they concluded their travels to the many beautiful places, the course would close as well. For many, attending Tai school was the most joyful time of their lives.

In Taiwan, those who are in their eighties or nineties may have experienced this kind of education. My late teacher, Mr. Lee, then in his nineties, could still apply materials he had memorized in elementary school when writing articles; no reference materials were needed. This was the method he used to acquire the original wisdom that comes from the pure mind. With the pure mind, true wisdom arises. Having true wisdom is to know a person's past and future and also to understand the laws of cause and effect. One should not judge things by their appear-

Đây là tiêu chuẩn toàn quốc, bất kể là nhà in hay nhà xuất bản nào. Cả thầy lẫn trò đều thuộc lòng kinh sách tới mức họ biết đúng bài học nằm ở trong phần nào của cuốn sách nào. Vì tất cả đều đã được học thuộc lòng trong giai đoạn sơ học nên sau đó các học sinh không cần phải có kinh sách để tham khảo.

Vị thầy thường đưa các học trò của mình đi đây đó để mở mang kiến thức và thêm kinh nghiệm. Các học sinh học hỏi trên đường đi. Như vậy trong những chuyến đi này họ không mang theo sách vở và không có kỷ luật gò bó, nhưng lại có rượu, thực phẩm, và đầy vui thú. Các học sinh cũng vui lòng hầu hạ thầy. Khi kết thúc những chuyến đi tới những nơi danh lam thắng cảnh thì khóa học cũng chấm dứt. Đối với nhiều người thì học Đại Học là khoảng thời gian vui sướng nhất trong đời của họ.

Ở Đài Loan, những vị ở tuổi tám mươi hay chín mươi có thể đã trải qua lối giáo dục Đại Học này. Vị thầy quá cố của tôi là ông Lee lúc đó đã ngoài chín mươi tuổi khi viết bài đăng báo vẫn cho vào những lời dạy của thánh hiền mà ông đã học thuộc lòng lúc theo học trường sơ học, không còn phải tham khảo kinh sách. Đây là phương pháp mà ông đã dùng để đắc trí huệ phát sinh từ tâm thanh tịnh. Khi tâm trí thanh tịnh thì trí huệ đích thực sẽ xuất hiện. Có trí huệ đích thực là biết về quá khứ cũng như tương lai của mình và giác ngộ luật nhân quả. Người ta không nên phán xét sự vật bằng vẻ bề ngoài của chúng, mà cần phải hiểu là chúng đã xuất hiện như thế nào. Trí huệ giác ngộ tính không trong Phật Giáo là trí huệ nguyên thủy. Chỉ khi nào có tâm thanh tịnh, không chứa đựng gì cả thì người ta mới biết mọi sự vật khi tiếp xúc với thế giới bên ngoài. Vì vậy việc học và thực hành Phật Giáo

ance, but know and understand how events came about. The wisdom of knowing nothing emphasized in Buddhism is the original wisdom. Only when one has a pure mind, which contains nothing, will he also know everything when he is in contact with the external world. Therefore, the practicing and studying of Buddhism begins with eliminating all thoughts in order to obtain a pure mind.

All this made me think of our children, who are so pure, so innocent and uncontaminated in their thinking which is why it is best for our children to start learning Buddhism early in childhood. With little effort, children can truly and easily benefit from it. The experiences of a person with a pure mind are so different and profound that no ordinary person can truly appreciate them.

World Peace Can be Achieved if the Mind and Body are Well-trained, the Family is Well-run and the Country is Well-governed.

A true practitioner will keep himself from being greedy, angry, ignorant and arrogant toward others and his environment. If one has any of the elements just mentioned, then he is neither sincere nor proper. Sincerity and proper thoughts and viewpoints are the basis for training the mind. A person with a pure mind and body will not become ill. We suffer from illnesses because our minds are filled with wandering thoughts and worries that are derived from greed, anger, ignorance and arrogance.

As mentioned earlier, sincerity and proper thoughts and viewpoints are the basis for purifying one's mind. A purified mind leads to a purified body and naturally, a person will become immune from illness; thus, a realized practitioner would never get seriously ill. Moreover, if a person is determined to follow the path of Buddha, he or

bắt đầu với việc giải trừ mọi ý nghĩ để đạt tâm thanh tịnh. Tất cả những điều này làm cho tôi nghĩ tới trẻ em, những con người nhỏ bé rất trong sạch, ngây thơ và vô tội trong ý nghĩ của chúng. Vì vậy chúng ta nên cho con em của mình học Phật Học sớm trong tuổi ấu thơ, với một chút nỗ lực, trẻ em có thể dễ dàng đạt lợi ích trong việc này. Những chứng nghiệm của người có tâm thanh tịnh thì rất khác lạ và sâu xa mà không có người thường nào có thể cảm nhận được.

Đạt hòa bình thế giới với thân tâm được tu luyện, gia đình hòa hợp, và xứ sở thịnh vượng

Một hành giả thực sự sẽ giữ cho mình không tham, sân, si, và kiêu ngạo đối với người khác cũng như đối với môi trường sống. Nếu còn có một phiền não nào nói trên thì hành giả không phải là người thành thực và chân chính. Thành thực và có ý kiến chân chính là hai điều căn bản của việc luyện tâm. Người nào có thân thể và tâm trí trong sạch thì sẽ không bị bệnh tật, vì vậy khi chúng ta đau ốm thì đó là do tâm trí có đầy vọng niệm và phiền não phát xuất từ tham, sân, si, và kiêu ngạo.

Như đã nói ở trên, thành thực và chân chính là nền móng của việc thanh lọc tâm trí. Tâm thanh tịnh sẽ đưa tới thân trong sạch, và do đó, người ta sẽ tự nhiên miễn nhiễm đối với bệnh tật. Như vậy, một hành giả thành tựu sẽ không bao giờ bị bệnh nặng. Thêm nữa, khi đã quyết tâm đi theo con đường của Đức Phật thì người ta sẽ không phải chết một cách thông thường. Chết thông thường có nghĩa là người ta không biết mình sẽ lìa đời lúc nào, và sẽ đi đâu sau đó. Ngược lại, những hành giả chân chính, tin

she will not die in the conventional manner. A conventional death means a person does not know exactly when they will leave this world, nor where they will go afterwards. On the other hand, true practitioners with confidence in themselves and in Amitabha Buddha, who cultivate in accordance with Buddhist teachings, will be capable of controlling both the time of leaving this world and of being born in the Western Pure Land. This is neither unusual nor a fairy tale, but the simple truth, and can be achieved by cultivating the pure mind and vowing to reach the Western Pure Land. Therefore, one needs to understand how important it is to be free of worries and attachments. Every Buddhist should maintain a pure mind and body at all times, treating everyone and everything with equality and composure. Only then would the family be in harmony, the society in unity and the world at peace. No longer would we have feuds, conflicts or wars. The peace and happiness, which we all wish for today, would no longer be a dream. World peace can be achieved if we combine Confucianism and Buddhism into our educational system.

The Eight Basic Confucian Moral Principles

Loyalty, filial piety, compassion, love, trust-worthiness, responsibility, peace and equality are the eight basic Confucian moral principles and are represented by four Bodhisattvas in Buddhism. Di Tsang Wang (Earth Store /Kristigharba) Bodhisattva represents filial piety and therefore the Di Tsang Sutra is known as the Filial Piety Sutra. This is because it teaches filial respect for both parents and teachers, who are both equally important in

tưởng vào bản thân và vào Phật A Di Đà, tu tập theo lời dạy của Đức Phật, thì sẽ có khả năng lúc nào quyết định lúc nào mình từ giã thế gian và lúc nào mình tái sinh vào Tịnh độ Tây Phương. Đây không phải là truyện kỳ dị hay truyện thần tiên mà là một sự thật đơn giản, có thể đạt được bằng cách tu tâm luyện tính và phát nguyện vãng sinh Tịnh độ Tây Phương. Vì vậy, cần phải biết rằng việc giải trừ phiền não và ái dục là rất quan trọng. Mỗi Phật tử nên giữ cho tâm trí và thân thể luôn luôn trong sạch, đối xử với mọi người và mọi vật một cách bình đẳng và bình tĩnh. Chỉ có như vậy thì gia đình mới hòa hợp, xã hội mới đoàn kết, và thế giới mới hòa bình. Chúng ta sẽ không còn bất hòa tranh chấp, và chiến tranh. Hòa bình và hạnh phúc mà tất cả chúng ta đều mong muốn ngày nay sẽ không còn là một giấc mộng mà sẽ trở thành sự thật nếu chúng ta biết phối hợp Khổng giáo và pháp giới vào hệ thống giáo dục của mình.

Tám đức tánh căn bản của Khổng giáo

Trung thành, hiếu để, từ bi, bác ái, đáng tin cậy, có trách nhiệm, hòa hợp và bình đẳng là tám nguyên tắc đạo đức căn bản của Khổng giáo, và được tượng trưng bằng bốn vị Bồ Tát trong Phật giáo. Bồ Tát Địa Tạng Vương tượng trưng hiếu để, và vì vậy mà Kinh Địa Tạng còn được gọi là Hiếu Kinh. Cuốn kinh này dạy lòng hiếu kính đối với cha mẹ cũng như thầy dạy học của mình. Các vị này đều được kính trọng ngang nhau trong Phật giáo và Khổng giáo. Có hiếu với cha mẹ và tôn kính các vị thầy là đức tính tự nhiên của con người. Mục đích của Phật giáo là dạy người ta nhận biết tính chất thật của tâm trí

Buddhism and Confucianism. To treat one's parents with filial piety and to respect teachers are the innate virtues of human nature. The goal of Buddhist teaching is for us to realize the true nature of the mind, which can only be achieved by discovering its virtuous nature, without which one will never become enlightened.

Guan Yin Bodhisattva symbolizes compassion and represents kindness and love. Wen Shu Shi Li (Manjusri) Bodhisattva symbolizes wisdom and represents faith and loyalty. Pu Xian (Universal Worthy/Samantabhadra) Bodhisattva symbolizes great vows and putting the Buddha's teaching into practice including filial piety, compassion and wisdom. He represents peace and equality. With compassion and wisdom, one can generate merits. To enjoy merits is to build upon the foundation of equality and purity - this is the greatest enjoyment for humankind. To cultivate merits in childhood, generate merits in middle age and enjoy merits in old age are described in Chinese as truth, virtue and beauty. One who enjoys merit in old age is called the complete person, which is similar to Buddha. We must understand that Buddhas and Bodhisattvas are not gods but the most perfect and happiest beings for us to learn from. Wise ancestors in China long evoked these principles long ago before Buddhism was introduced there. Buddha Shakyamuni, Confucius and Mencius never met, but they all had identical concepts and teaching methods. That was truly a coincidence and as is said in Chinese, "Heroes would have similar views" or said in the West, "Great minds think alike".

bằng cách khám phá những đức tính của nó, nếu không như vậy thì người ta sẽ không thể giác ngộ.

Bồ Tát Quan Âm tượng trưng bi tâm và từ ái. Bồ Tát Văn Thù tượng trưng trí huệ, tín tâm và lòng trung thành. Bồ Tát Phổ Hiền tượng trưng đại nguyện thực hành giáo lý của Đức Phật bao gồm hiếu để, từ bi và trí huệ. Ngài cũng tượng trưng sự hòa hợp và bình đẳng. Có từ bi và trí huệ thì có thể tạo công đức. Hạnh phúc lớn nhất của con người là hưởng công đức xây dựng trên nền móng thanh tịnh và bình đẳng với mọi người. Người Trung Hoa nói tới ba điều chân, thiện, và mỹ. Ba điều này có nghĩa là trưởng dưỡng công đức trong tuổi ấu thơ, tạo công đức tuổi trung niên, và hưởng công đức trong tuổi già. Người nào hưởng công đức trong tuổi già thì được gọi là người hoàn toàn, giống như một vị Phật vậy. Chúng ta cần phải hiểu rằng chư Phật, Bồ Tát không phải là những vị thần, mà là những người hoàn hảo nhất và phúc lạc nhất để chúng ta noi gương.

Các bậc tiên hiền của Trung Hoa ngày xưa đã nói tới những nguyên tắc đạo đức này trước khi Phật giáo du nhập Trung Quốc. Phật Thích Ca, Khổng Tử, và Mạnh Tử không bao giờ gặp nhau, nhưng các vị đều có giáo lý và phương pháp giống nhau, và đây là một sự tình cờ, như người Trung Hoa nói "Anh hùng tương ngộ" và người Tây phương nói "Chí lớn gặp nhau".

Chapter 6

The Buddha's Teachings are for Everyone

Recently a student came to me and asked how to practice Buddhism. The answer is the Four Universal Vows of Buddhas and Bodhisattvas:

(1) Sentient beings are innumerable, I vow to help them all;
(2) Afflictions are inexhaustible, I vow to end them all;
(3) Ways to practice are boundless, I vow to master them all;
(4) Enlightenment is unsurpassable; I vow to attain it.

To help others is to do our best in assisting them to break through delusion and become awakened, then they will be able to attain true happiness and leave suffering behind. In order to help all beings escape from suffering, one should be a good cultivator, excelling in moral and academic achievements. A cultivator can learn by upholding the precepts to guard against harmful consequences created by speech, body and mind, i.e. words, deeds and thoughts. Before comprehensive learning, however, it is necessary to cultivate good virtue by ending our afflictions including greed, anger, ignorance and arrogance, as they are the sources of all desires and delusions. True wisdom arises from cultivation of high moral character, from a pure, non-discriminatory and compassionate mind, and not from knowledge gained from books. Without a pure mind, the knowledge gained leads to deviated views. Therefore, the first priority in practicing Buddhism is to purify our mind and cut off all attachments to erroneous ways. With the pure mind we can then reflect everything

Chương 6

Phật Giáo dành cho mọi người

Mới đây một sinh viên tới gặp tôi để hỏi về cách thực hành Phật giáo. Câu trả lời là bốn lời nguyện của chư Phật, Bồ Tát sau đây:

"Chúng sinh vô biên, thệ nguyện độ.
Phiền não vô tận, thệ nguyện đoạn.
Pháp môn vô lượng, thệ nguyện học.
Phật Đạo vô thượng, thệ nguyện đạt".

Giúp đỡ người khác có nghĩa là hết sức giúp họ giải trừ vô minh, đạt giác ngộ, như vậy họ sẽ thoát khổ và hưởng phúc lạc thực sự. Để có khả năng cứu độ chúng sanh, người ta phải tu tập tốt, có học và có đức hạnh cao. Hành giả phải luôn luôn cảnh giác với những hành vi thân, khẩu, ý của mình, tức là hành động, lời nói, và ý nghĩ. Trước hết hành giả gây dựng đức tính bằng cách giải trừ những phiền não tham, sân, si, và kiêu ngạo, vì chúng là nguồn gốc của mọi ái dục và vô minh. Trí huệ đích thực là kết quả của việc tu tập đức tính cao cấp, phát xuất từ tâm trí thanh tịnh, từ bi, và vô phân biệt, chứ không phải là từ kiến thức sách vở. Nếu không có tâm trong sạch thì kiến thức góp nhặt được chỉ dẫn tới quan kiến sai lầm. Vì vậy trong việc thực hành Phật giáo thì điều tiên quyết là thanh lọc tâm trí và đoạn lìa mọi chấp thủ vào những tà kiến. Với tâm thanh tịnh chúng ta có thể trông thấy sự vật một cách rõ ràng hiểu biết tất cả, và như vậy đạt trí huệ đích thực và giác ngộ.

Phật giáo là nền giáo dục dành cho mọi người, không

clearly and know all, thus attaining true wisdom and enlightenment.

Buddhism is for everyone, regardless of gender, age, occupation, nationality or religion. Everyone can learn and practice Buddhism, for it is the teaching of ultimate, perfect wisdom. There is a need for Buddha's teaching in all parts of the world. However, it is not easy to nurture Buddhist teachers. The difficulty lies with the fact that most people cannot renounce their worldly fame and wealth, which are the major obstacles in learning and practicing Buddhism. Without a pure mind, there is no way to truly understand Buddha's teachings and to realize the causes of all the problems in this world. Meanwhile, without virtue of merits and good causes and conditions, practitioners cannot find good teachers. Therefore, I always encourage young practitioners to resolve to save our country and the world.

Chăm chỉ siêng năng là của báu vô giá;
Thận trọng là bùa hộ mạng tốt nhất
(Cần vi vô giá chi bảo; thận thị hộ thân chi phù).
THÁI CÔNG

Nói mà không suy nghĩ giống như bắn mà không nhắm.
Speaking without thinking is like shooting without aiming.
TỤC NGỮ TÂY BAN NHA

Con người được sinh ra, với chiếc búa trong miệng,
người ngu nói điều xấu, là tự chém vào mình.
TĂNG CHI BỘ KINH.

phân biệt nam nữ, nghề nghiệp, chủng tộc, hay tôn giáo. Người nào cũng có thể học và thực hành Phật giáo, vì đây là trí huệ viên mãn, tối thượng. Bất cứ nơi nào ở trên thế giới này cũng cần phải có giáo lý của Đức Phật. Tuy nhiên, không dễ gì tìm được những vị thầy Phật giáo có khả năng, vì đa số vẫn bám giữ vào danh và lợi, vốn là những chướng ngại chính yếu trong việc học và thực hành Phật giáo. Tâm trí không thanh tịnh thì không thể nào hiểu đúng giáo lý của Đức Phật và hiểu rõ những nguyên nhân của mọi vấn đề trên thế gian này. Trong khi đó nếu không có công đức và nhân duyên tốt thì hành giả không tìm được một vị thầy có khả năng. Vì vậy, tôi luôn luôn khuyên các hành giả trẻ tuổi hãy quyết định ra sức phục vụ tổ quốc và thế giới.

Đại Đức Thích Nguyên Tạng *(giảng pháp tại Chùa Cổ Lâm, Seattle, trong chuyến viếng thăm Mỹ quốc vào tháng 12 năm 2003)*
Venerable Thich Nguyen Tang *gave a Dharma talk at Co Lam Temple, Seattle, USA (12-2003, photo: Huu Khong)*

Chapter 7

The Key to the Greatest Treasure

Recently, we have established a Pure Land Learning Center in the United States. The goal is to introduce the traditional Chinese culture to Westerners and to help them practice Buddhism. Our ancestors invented the most precious and timeless vehicle: a classical Chinese language, called Wen-Yen-Wen, in order to transmit the ancient culture to future generations and us. With this powerful vehicle, we can read the publications of Confucius or Mencius that were written twenty-five hundred years ago. Because our ancestors realized that language would be changing from time to time, they used this classical Chinese language to pass on their wisdom, thoughts, skills and experiences. It is not difficult to learn Wen-Yen-Wen. Mr. Lee, my teacher, has taught us the secret to reading the classical language; one only has to recite fluently fifty chapters of ancient Chinese literature. In order to write in classical Chinese, one needs to memorize one hundred chapters. With this key, Wen-Yen-Wen, we can have access to and learn Buddhism and ancient Chinese wisdom, for the latest translations of the Buddhist sutras were in this classical language. Along with the pure, non-discriminating and compassionate mind, we can thus unlock our ultimate wisdom.

    I have encouraged practitioners to read the Infinite Life Sutra, which is written in a simpler form of this classical Chinese language. The public should easily understand Eighty percent of its content. There are only forty-

Chương 7

Chìa khóa mở cửa kho tàng lớn nhất

Mới đây chúng ta đã thiết lập một Trung Tâm Tịnh Độ Học ở Hoa Kỳ, mục đích là để giới thiệu văn hóa Trung Hoa truyền thống với người Tây Phương và để giúp họ thực hành Phật Giáo. Tổ tiên của chúng ta đã phát sinh một công cụ vượt thời gian quý báu nhất, đó là cổ ngữ Trung Hoa được gọi là "Wen-Yen-Wen", để di truyền văn hóa cổ cho các thế hệ tương lai và cho chúng ta. Với công cụ mạnh mẽ này, chúng ta có thể đọc được các sách của Khổng Tử hay Mạnh Tử vốn đã được viết từ hai ngàn năm trăm năm trước. Vì biết rằng ngôn ngữ biến đổi theo thời gian nên tổ tiên của chúng ta đã dùng loại cổ ngữ Trung Hoa này để truyền trí huệ, tư tưởng, xảo năng, và kinh nghiệm của các ngài. Việc học Wen-Yen-Wen không phải là khó. Thầy của tôi là ông Lee đã dạy chúng tôi bí quyết đọc loại cổ ngữ này, chỉ cần đọc thành thạo năm mươi chương cổ văn Trung Hoa. Để có thể viết cổ ngữ Trung Hoa, cần phải ghi nhớ một trăm chương. Với chìa khóa Wen-Yen-Wen này, chúng ta có thể tiếp cận và học Phật giáo cũng như minh triết cổ truyền Trung Hoa, vì những bản dịch mới nhất của các kinh Phật giáo là bằng loại cổ ngữ này. Cùng với tâm thanh tịnh, vô phân biệt, và từ bi, chúng ta có thể mở khoa học tàng trí huệ vô thượng của mình.

Tôi đã khuyến khích các Phật tử đọc kinh Vô Lượng Thọ, được viết với hình thức đơn giản của loại cổ ngữ Trung Hoa này. Mọi người sẽ dễ dàng hiểu tới tám mươi phần trăm nội dung cuốn kinh này. Bản Kinh Vô Lượng

eight chapters in this compilation of the Infinite Life Sutra, which is close to the amount that Mr. Lee required us to memorize. This is a good way to start learning this classical Chinese language. After reading and memorizing this sutra, I believe there will be no more obstacles in reading other Buddhist sutras. I strongly urge not only practitioners but also Westerners who want to learn the Chinese culture and Buddhism to memorize fifty chapters of Wen-Yen-Wen or the Infinite Life Sutra. With two or three years of effort, one can obtain the key to explore the wonders of ancient Chinese wisdom and at the same time, transform the Buddhist sutras into one's own private treasure. Without this key, having all these collections of sutras and ancient Chinese literature would be futile, for there is no entry into the treasury.

Elementary School is the Foundation of Happiness

Ladies and gentlemen, parents and students, elementary school is the foundation for happiness in human life, the root of the country's future and the caretaker of the future society. You have made such contributions to this greatest task in human life and society. It is most meaningful and valuable for society to nurture capable and virtuous youth. I would like to extend my gratitude and highest respect to you. I wish all of you inner peace and happiness. May everyone have great health and prosperity!

Tiếng ngọt ngào nhất trong tất cả các loại âm thanh là tiếng khen *(The sweetest of all sounds is praise).*
XENOPHON

Thọ này chỉ có bốn mươi tám chương, tương đương với số lượng chương mà ông Lee đã yêu cầu chúng ta ghi nhớ. Đây là một phương pháp tốt để học loại cổ ngữ này. Sau khi đọc và ghi nhớ cuốn kinh này, tôi tin rằng sẽ không còn chướng ngại nào trong việc đọc các kinh Phật giáo. Tôi mạnh mẽ khuyến khích không những các tín đồ mà cả những người Tây phương muốn học văn hóa Trung Hoa và Phật giáo hãy học thuộc năm mươi chương Wen-Yen-Wen hay Kinh Vô Lượng Thọ. Với nỗ lực trong hai hay ba năm, hành giả có thể thủ đắc chìa khoá khám phá sự kỳ diệu của minh triết Trung Hoa cổ truyền và đồng thời có thể chuyển hóa kinh sách Phật giáo thành kho tàng trí huệ của mình. Nếu không có chìa khóa này thì dù có tất cả kinh sách và cổ văn Trung Hoa cũng vô ích, vì không có cách nào để bước vào kho tàng này.

Thưa quý vị, các phụ huynh và các em học sinh, trường sơ học là nền móng của hạnh phúc trong đời sống, là gốc rễ tương lai của đất nước, và là cơ sở đảm nhiệm xã hội tương lai. Quý vị đã cống hiến nhiều cho công tác vĩ đại nhất này trong đời sống và trong xã hội. Trưởng dưỡng thế hệ trẻ có năng lực và đức hạnh là việc làm có ý nghĩa nhất và giá trị nhất của xã hội. Tôi xin có lời cảm tạ với sự tôn kính cao nhất tới quý vị. Tôi xin chúc quý vị an lạc và hạnh phúc. Nguyện cầu mọi người an khang và thịnh vượng.

Lời chưa nói ta làm chủ nó, nói ra rồi nó làm chủ ta.
NGẠN NGỮ Ả RẬP

Chỉ có một cách trở thành người chuyện trò
dễ ưa nhất, là biết cách lắng nghe.
C. MOOCLI

Bìa sách "**Pháp Sư Tịnh Không, Người Truyền Bá Giáo Lý Tịnh Độ qua Giáo Dục**" do **Tu Viện Quảng Đức** xuất bản năm 2003
Book cover "**Venerable Master Chin Kung**, propagating the Pureland Teachings through Education" has been printed by Quang Duc Monastery in 2003

NHẬN THỨC PHẬT GIÁO
(Trích trong bài giảng ở Úc, tháng giêng 1996)

Quyển II

"TO UNDERSTAND BUDDHISM"
Excerpts From a Talk by Venerable Master Chin Kung, Australia -January, 1996

Chapter 1

A Virtuous and perfected Education

Today, we see an increasing number of people around the world starting to practice Buddhism. However, not many people truly understand what Buddhism is. Therefore, this becomes a very important topic. What exactly is Buddhism? We need to understand it clearly. Buddhism is a most virtuous and perfect education directed by the Buddha towards all sentient beings in the nine realms. How can we tell that Buddhism is an education? First, we can tell from the way we call Buddha Shakyamuni our "Original Teacher" that he is the founder of Buddhism and that we are his students. From this, it is very apparent that the Buddha and we share a teacher-student relationship. This is only found in education.

If Buddhism is his teaching, who then is the Buddha? Buddha is a Sanskrit word meaning wisdom and enlightenment. However, this wisdom is not the worldly wisdom we think of today. Broadly speaking, the Buddha's wisdom is the ability to ultimately, perfectly and correctly comprehend the true reality of life and the universe in the past, present and future. One who has perceived this wisdom is called a Buddha. Buddha Shakyamuni told us that all sentient beings, including ourselves, possess this innate wisdom and ability. Thus Buddhism regards all beings equally. Although we are equal in origin, presently we cannot see this because everyone's wisdom and abilities differ.

Chương 1

Một nền giáo dục đạo đức và hoàn hảo

Ngày nay chúng ta thấy càng lúc càng có nhiều người trên khắp thế giới tin theo Phật Giáo. Tuy nhiên, không có bao nhiêu người thực sự hiểu Phật giáo có nghĩa là gì. Vì vậy, điều này trở thành một đề tài rất quan trọng. Thật sự Phật giáo có nghĩa là gì? Chúng ta cần phải hiểu rõ về Phật Giáo. Phật giáo được xem là một nền giáo dục đạo đức nhất và hoàn hảo nhất do Đức Phật truyền dạy cho chúng sinh trong chín cõi. Làm sao có thể nói rằng "Phật giáo là một nền giáo dục? Trước hết, chúng ta đã gọi Phật Thích Ca là "Đức Bổn Sư", do đó chúng ta có thể nói rằng ngài là vị sáng lập Phật Giáo, và chúng ta là đệ tử của ngài. Như vậy, Đức Phật và chúng ta có liên hệ thầy trò, mà liên hệ này thì chỉ có ở trong ngành giáo dục.

Nếu Phật giáo là giáo lý của ngài thì Đức Phật là ai? "Phật", tiếng Sanskrit có nghĩa là trí huệ và giác ngộ. Nhưng trí huệ này không phải là trí huệ thế gian mà chúng ta biết ngày nay. Nói một cách đại lược, trí huệ Phật là khả năng biết đúng và trọn vẹn về chân lý của cuộc đời và vũ trụ trong ba thời: quá khứ, hiện tại và vị lai. Người nào đã khai mở trí huệ này thì được gọi là Phật. Phật Thích Ca nói rằng tất cả chúng sinh đều có trí huệ và khả năng tiềm ẩn này. Vậy Phật giáo xem chúng sinh đều bình đẳng. Mọi người bình đẳng với nhau từ khởi thủy, nhưng hiện tại chúng ta không thấy như vậy, vì trí huệ và khả năng của mỗi người đều khác nhau.

In our society, there are those who are intelligent and those who are not, those with great ability and those with less. How do these things come about? The Buddha told us that they are due to our varying degrees of delusion. Our innate wisdom and abilities are temporarily lost due to this delusion, but are not truly or permanently lost. If we can break through this delusion, then we will be able to recover these abilities. Therefore, the Buddha's teachings show us how to rid ourselves of delusion and to uncover our innate abilities.

It is often stated in Mahayana sutras that the Buddha did not directly help sentient beings. Then how do sentient beings become Buddhas? By themselves. The Buddha only assists from the side by explaining the true reality of how we delude ourselves. After realizing this, we diligently put his teachings into practice to attain enlightenment of true reality. We then become Buddhas. Buddha Shakyamuni clearly explained that becoming a Buddha is attainable by all sentient beings.

From this, we can see that Buddhism is a teaching. However, a teacher can only educate us about the principles, tell us of his/her experiences in practice and attainment, and suggest various methods for our attainment. The rest ultimately depends upon us. We are the ones who need to be enthusiastic and diligent in order to attain achievement. Once we understand that Buddhism is an education, we will logically regard the Buddha as our teacher. From this, we understand that in proper Way Places, we do not regard the Buddha or Bodhisattva images as gods to be worshipped. We make offerings to these images for two reasons. First, to remember and

Trong xã hội, có người thông minh, có người kém thông minh, người thì có nhiều khả năng, người thì không. Tại sao lại như vậy? Đức Phật nói rằng đó là do người ta khác nhau ở mức độ vô minh. Vì vô minh mà chúng ta tạm thời mất trí huệ và khả năng nội tại của mình, nhưng không thực sự bị mất vĩnh viễn. Nếu thoát khỏi vô minh thì chúng ta sẽ có thể lấy lại được những khả năng này. Giáo lý của Đức Phật dạy chúng ta cách giải trừ vô minh và tìm lại những khả năng tiềm ẩn của mình.

Kinh sách Đại Thừa thường nói rằng Đức Phật không trực tiếp cứu độ chúng sinh. Như vậy làm sao chúng sinh có thể trở thành Phật? Chúng sinh thành Phật bằng tự lực. Đức Phật chỉ giúp đỡ bằng cách khai thị cho chúng ta thấy nguồn gốc của sự vô minh. Khi đã biết như vậy, chúng ta sẽ tinh tấn thực hành giáo lý của ngài để tảo trừ vô minh, để đạt đến giác ngộ và thành Phật. Đức Phật đã nói rằng tất cả chúng sinh đều có Phật tính và đều có khả năng thành Phật là như vậy đó.

Vì thế, chúng ta có thể thấy Phật giáo là một nền giáo dục. Tuy nhiên, một vị thầy chỉ có thể dạy chúng ta về những nguyên tắc, cho chúng ta biết về những kinh nghiệm tu tập và chứng đắc của ngài, còn việc ứng dụng và thực hành là tùy thuộc vào chính mình, vì vậy chúng ta cần phải có sự nhiệt thành và tinh tấn để đưa đến thành tựu. Khi hiểu rằng Phật giáo là một nền giáo dục, tự nhiên chúng ta sẽ xem Đức Phật là thầy của mình. Từ đó chúng ta cũng hiểu rằng ở trong những ngôi chùa chúng ta không coi tranh, tượng Phật, Bồ Tát là những vị thần cần phải thờ phụng. Nhưng chúng ta vẫn dâng cúng những tranh, tượng Phật, Bồ Tát với hai lý do. Lý do thứ nhất là để nhớ ơn các Ngài đã ban cho mình một nền giáo dục vĩ đại mà mình

repay our gratitude for this truly great education, which we have so fortunately encountered and accepted in this lifetime.

The opening verse to sutras says it very well; "It is extremely difficult to encounter this teaching in infinite eons." The debt of gratitude we owe the Buddha is similar to the remembrance, which some Chinese have toward their ancestors. We reflect on our origins for without these ancestors we would not exist. The second reason we make offerings to the Buddha is to follow the examples of the virtuous. Buddha Shakyamuni was an ordinary person like us; yet, he was able to be awakened and become a Buddha. What is there to stop us from achieving this as well? Therefore, the pictures or statues of the Buddha serve to remind us every moment to advance diligently towards this goal. The images are not to be regarded as gods or objects of superstition.

In Buddhist Way Places, the images of Buddhas and Bodhisattvas have many appearances. This has often led to the misconception that not only is Buddhism a religion but one that worships multi-deities as well. Indeed Buddhas and Bodhisattvas have many names. For example, in the Tripitaka there is the Ten Thousand-Buddha Names Sutra, which gives us over twelve thousand Buddha's names and even more names for Bodhisattvas. Why are there so many Buddhas and Bodhisattvas? Within our original-nature there exists infinite wisdom, virtuous and artistic abilities that cannot be completely represented by merely one name. It is similar to a highly accomplished person in a prominent position; his or her business card could have numerous titles.

đã may mắn được thọ nhận trong kiếp này. Câu mở đầu trong kinh điển là: "Phật Pháp cao siêu rất thậm sâu, trăm ngàn muôn kiếp khó tìm cầu". Chúng ta nhớ ơn Đức Phật cũng giống như người Trung Hoa nhớ ơn tổ tiên. Chúng ta nghĩ về nguồn gốc của mình và thấy rằng nếu không có tổ tiên thì cũng không có mình. Lý do thứ hai là chúng ta dâng cúng Đức Phật để làm theo gương đạo đức. Phật Thích Ca cũng là một người bình thường giống như chúng ta, vậy mà ngài đã đạt giác ngộ, thành Phật, tại sao chúng ta lại không thể làm được như ngài. Vì vậy, tranh và tượng Đức Phật nhắc nhở chúng ta cố gắng đạt mục tiêu này. Không nên coi tranh tượng là những vị thần thánh có tính cách mê tín dị đoan.

Trong ngôi chùa Phật Giáo, các vị Phật và Bồ Tát có nhiều hình dạng khác nhau. Điều này thường làm cho người ta hiểu lầm Phật giáo là một tôn giáo, mà lại là một tôn giáo thờ đa thần. Sự thật là chư Phật, Bồ Tát có nhiều danh hiệu khác nhau. Thí dụ, trong Tam Tạng Kinh Điển có cuốn " Kinh Vạn Phật" (Ten Thousand Buddha Names Sutra), kể ra mười ngàn danh hiệu của các vị Phật và nhiều danh hiệu khác nữa của các vị Bồ Tát. Tại sao lại có nhiều Phật và Bồ Tát như vậy? Trong chân tính của chúng ta có vô số những khác nhau về trí huệ, đạo đức, và nghệ thuật mà nếu chỉ dùng một danh hiệu thì không thể nói lên hết được, cũng giống như một người có nhiều tài năng và ở địa vị quan trọng thì trên danh thiếp của người đó có ghi nhiều danh hiệu và chức vụ. Danh hiệu của các vị Phật nói lên những đức tính hoàn hảo ở bên trong chân tâm của chúng ta. Tên của các vị Bồ Tát nói lên sự tu luyện những đức tính khác nhau. Bên trong chân tính của chúng ta có vô số khả năng nguyên thủy, nhưng chúng ta

The names of the Buddhas represent the complete, innate and virtuous abilities within our self-nature. All the Bodhisattva names represent cultivation of different virtues. The original abilities within our self-nature are infinite, but temporarily lost. Without genuine cultivation, we will not be able to uncover any of them. All the Buddha and Bodhisattva names are none other than ourselves. Once we understand this, we will realize that a high level of artistry represents the styles of the Buddha's teachings. For example, sculptures and pictures can express the Dharma. Understanding the true meaning of these images will help one to gain the true benefits of the Buddha's teachings.

If Buddhism is not a religion, why is it not then a philosophy? In philosophy, there is both a subject and an object. In Mahayana Buddhism, there is no difference between subject and object; they are one. This meaning is very profound and difficult to understand. For example, a great master said, "Utilizing gold to form utensils, all utensils are of gold." Are the gold and the utensil the same thing or different? From their appearances they look like two different things. However, from their composition we realize that they are the same. One needs a profound intuitive comprehension to truly understand the reality of life and the universe. All of the Mahayana Sutras try to explain this concept and truth. One will share the same viewpoints with the Buddha when one truly understands and clearly recognizes this truth. Ordinary people, like we are deluded. In what way? Because we see everything in opposition to the other, not knowing that in reality that everything is actually one and not two.

đã tạm thời bị mất những khả năng đó. Nếu không biết tu tập đúng cách thì chúng ta sẽ không thể tìm lại được. Danh hiệu của chư Phật, Bồ Tát không có gì khác với chính chúng ta. Khi hiểu điều này, chúng ta sẽ nhận thấy rằng giáo lý của Đức Phật được tượng trưng bằng một nền nghệ thuật cao cấp. Thí dụ, những bức tranh và những bức tượng Phật có thể biểu lộ Giáo Pháp. Khi hiểu ý nghĩa của những hình ảnh này chúng ta sẽ đạt được những lợi ích trong giáo lý của Đức Phật.

Nếu Phật giáo không phải là một tôn giáo thì tại sao Phật giáo cũng không phải là một triết lý. Trong triết học có chủ thể và đối tượng. Trong Phật giáo Đại Thừa không có sự khác biệt giữa chủ thể và đối tượng, tâm và vật, mà hai thứ chỉ là một. Điều này rất thâm diệu và khó hiểu. Một vị thầy nói: "Lấy vàng để chế tạo một vật dụng thì vật dụng là vàng". Vàng và vật dụng là một hay là hai thứ khác nhau? Nhìn bề ngoài thì chúng có vẻ là hai vật khác nhau, nhưng khi xét tính chất của chúng, chúng ta sẽ thấy chúng là một.

Chúng ta cần phải có trực giác sâu xa để hiểu đúng như thật của đời sống và vũ trụ vạn vật. Tất cả các kinh Đại Thừa đều có ý định giải thích sự thật này. Khi chứng ngộ sự thật này chúng ta sẽ có cùng tri kiến với Đức Phật. Phàm phu như chúng ta đều vô minh, nhưng chúng ta vô minh như thế nào? Chúng ta vô minh ở chỗ chỉ nhìn thấy sự khác biệt nhau của vạn vật mà không biết rằng thực thể của vạn vật là một chứ không phải là khác..

Cái đẹp là chân lý, chân lý là cái đẹp
(Beauty is truth, truth is beauty)
JOHN KEATS

Chapter 2

The goal of the Buddha's teaching

From the intrinsic nature of Buddhism, we proceed to the goal of the Buddha's teachings. This goal is to break through delusion and achieve enlightenment. The Buddha pointed out to us why we are leading lives of suffering and why the six realms of reincarnation exist. It is so, because the wisdom and virtuous abilities in our original nature have yet to be uncovered. Thus, all our viewpoints and ways of interacting with life and the universe are incorrect. The erroneous acts committed due to these incorrect viewpoints and ways have resulted in the suffering of reincarnation within the six realms.

The goal of the Buddha's teachings is to help and guide us to break through our delusion, to be awakened and escape this suffering and to obtain happiness. What do we seek in Buddhism? We seek Annuttara-Samyak-Sambodhi, the Perfect Complete Enlightenment. The Buddha teaches and hopes that all of us will attain this ultimate enlightenment, in other words, will become a Buddha.

The Perfect Complete Enlightenment can be explained as three levels: Arhats, Bodhisattvas and Buddhas. The first is "Proper Enlightenment." In our world, there are some very intelligent and wise people, such as scientists, philosophers and religious leaders. They have reached higher realization than most people have. However, although they may have reached a certain level of realization, the Buddha would not recognize their knowledge as the proper enlightenment, because they have not severed their afflictions. They still dwell on the rights and wrongs of others, on greed, anger, ignorance

Chương 2

Mục đích của Phật Giáo

Sau khi tìm hiểu tính chất thật của Phật Giáo, chúng ta tiếp tục xét mục tiêu của Phật Giáo. Mục đích của Phật giáo là giải trừ vô minh, đạt giác ngộ. Đức Phật nói cho chúng ta biết về nguyên nhân của sự khổ và lý do có sự hiện hữu của sáu cõi luân hồi. Chúng ta lăn trôi lăn trong vòng sinh tử luân hồi là vì chưa khám phá ra những khả năng trí huệ và đức hạnh vốn có của mình. Như vậy chúng ta đã có quan niệm và cách hành xử sai lầm với cuộc đời và vũ trụ, và những sự sai lầm này gây ra mọi đau khổ trong vòng luân hồi.

Mục đích của những lời dạy của Đức Phật là hướng dẫn chúng ta phá trừ vô minh đạt đến giác ngộ và thoát khổ. Chúng ta tìm cái gì trong Phật Giáo? Chúng ta đang tìm về quả vị "Chánh Đẳng Chánh Giác" tức sự giác ngộ viên mãn. Đức Phật truyền dạy Giáo Pháp để chúng ta cũng đạt giác ngộ vô thượng và thành Phật.

Có thể xem Giác Ngộ Viên Mãn có ba cấp là La Hán, Bồ Tát, và Phật (Arhats, Bodhisattvas and Buddhas). Thứ nhất là "Giác Ngộ Chân Chính". Trên thế giới có những người rất thông minh và khôn ngoan, như những nhà khoa học, những triết gia và những nhà lãnh đạo tôn giáo. Họ đã đạt mức tri thức cao hơn những người khác. Tuy nhiên, dù họ có thể đạt một mức giác ngộ nào đó, Đức Phật cũng không xem tri kiến của họ là sự giác ngộ đích thực vì họ chưa giải trừ được phiền não. Họ vẫn còn chấp vào điều phải và điều trái của người khác, vẫn còn tham, sân, si, và kiêu ngạo. Họ vẫn còn những tư tưởng

and arrogance. They still harbor wandering, discriminatory thoughts and attachments. In other words, their minds are not pure. Without the pure mind, no matter how high the level of realization one reaches, it is still not the proper enlightenment.

In Buddhism, the standard for proper enlightenment is the pure mind from which wisdom arises. It is the wish of all Buddhas that we attain this proper enlightenment. This is the level or degree of an Arhat and is similar to attending a university to earn an undergraduate degree. Therefore, Arhat, Bodhisattva and Buddha are titles similar to degrees of enlightenment attained in Buddhism. Those who achieve proper enlightenment are called Arhats. Arhats do not have illusory or misleading thoughts and viewpoints. They do not dwell on the rights and wrongs of others, or on thoughts of greed, anger, ignorance or arrogance.

From this, we can comprehend intuitively the difference between Buddhism and worldly education. From the Buddha, we learn the true teachings and proper enlightenment. Only with this proper enlightenment can one escape all sufferings to obtain true happiness. As human beings, we undergo the sufferings of birth, old age, sickness and death. We do not attain what we seek, are parted with our loved ones and find ourselves in the presence of those whom we resent or even hate. We are surrounded by all these sufferings with no apparent way of being truly free. Only after learning Buddhism will we be able to reach genuine liberation.

The Flower Adornment Sutra explains to us, "All sentient beings possess the same wisdom and virtuous capabilities as the Buddha, but these qualities are unattainable due to wandering thoughts and attachments." This clearly explains the root cause of our problems. Practicing Buddhism is to accord with the teachings of the Buddha,

tán loạn, phân biệt, và chấp thủ. Nói cách khác, tâm của họ xao động, không thanh tịnh. Nếu tâm không thanh tịnh thì dù đạt được tri kiến cao bao nhiêu cũng không phải là giác ngộ chân chính.

Trong Phật Giáo, tiêu chuẩn của sự giác ngộ chân chính là tâm thanh tịnh, từ đó trí huệ phát khởi. Chư Phật đều muốn chúng ta đạt sự giác ngộ chân chính này. Các La Hán không còn những ảo tưởng, những ý nghĩ sai lầm hay tà kiến. Các vị này không chấp vào điều phải hay điều trái của người khác, cũng không có những ý nghĩ tham, sân, si, hay kiêu ngạo.

Xét như vậy, chúng ta có thể cảm nhận được sự khác biệt giữa Phật giáo và nền giáo dục thông thường. Nhờ Phật giáo mà chúng ta được biết những giáo lý thâm diệu và sự giác ngộ chân chính. Chỉ khi nào đạt được sự giác ngộ đích thực này thì chúng ta mới thoát mọi đau khổ và hưởng hạnh phúc thực sự. Là con người, chúng ta đều phải chịu những nỗi khổ sinh, lão, bệnh, và tử. Chúng ta không có được những gì mình muốn có, phải sống xa cách những người mình thương yêu, và phải sống chung đụng với những người mình ghét. Chúng ta vị bủa vây bởi tất cả những sự đau khổ này mà không có cách nào để thoát khỏi chúng. Chỉ khi nào đã học Phật Pháp, chúng ta mới có thể đạt giải thoát thực sự.

Kinh Hoa Nghiêm có dạy rằng: "Tất cả chúng sinh đều có những khả năng về trí huệ và đức hạnh giống như Đức Phật, nhưng do vọng niệm và chấp thủ mà đã mất những khả năng này". Đó là nguyên nhân của mọi vấn đề của chúng ta. Tu tập theo Phật giáo là áp dụng lời dạy của Đức Phật để giải trừ mọi vọng niệm, mọi ý nghĩ phân biệt và chấp thủ. Chúng ta sẽ giữ cho tâm ta thanh tịnh để trí

to rid us of wandering, discriminating thoughts and attachments. Thus, we uncover our pure mind, in turn giving rise to true wisdom, which is proper enlightenment. Therefore, Buddhas and Bodhisattvas would not recognize the intelligent and worldly wisdom, as it lacks the pure mind, the proper enlightenment. Upon attaining proper enlightenment, one has the ability to transcend the endless cycles of birth and death, not to mention the ability to solve everyday problems.

Whether talking about the Buddha's education or worldly education, it is essential to understand the concept of delving deeply into one method in order to attain achievement. This is especially so in Buddhism. One who truly wishes to learn effectively needs to follow only one teacher and practice only one path to ensure a smooth journey. When following two teachers with two different paths, one is bound to become confused as to which path to take. Even worse, following three teachers catches one at a T street. With four teachers one is caught at a cross street. Today's young people like to learn a lot, but fail to attain a good result. The problem lies with being caught at those cross streets, confused as to which way to take. For one to succeed and attain achievement in practicing Buddhism, one needs to follow just one teacher and concentrate on just one method.

What is this achievement? True achievement is attaining a pure mind. Upon achieving some degree of pure mind, one will have fewer afflictions and thus an increase in true wisdom, enabling one to solve problems in this world and beyond. Without this true wisdom, there is no way to truly solve problems. Therefore, true wisdom is essential in leading a happy and fulfilling life. On a broader scale, it can help us to solve society's problems.

Today there are many intelligent politicians who

huệ phát sinh. Đó là sự giác ngộ chân chính. Vì vậy, chư Phật, Bồ Tát không nói đến sự thông minh và trí khôn của thế gian, vốn nó không phát xuất từ tâm thanh tịnh. Khi đạt được giác ngộ chân chính chúng ta sẽ có khả năng giải quyết những vấn đề hằng ngày cũng như khả năng vượt thoát luân hồi.

Trong nền giáo dục thông thường của thế gian, để có thể đạt đến thành tựu, người học phải theo đuổi riêng một ngành học nào đó. Trong nền giáo dục Phật giáo cũng vậy, người có ý nguyện đạt thành tựu phải theo học với một vị thầy và thực hành một pháp môn duy nhất. Nếu theo học hai vị thầy với hai pháp môn khác nhau, chúng ta sẽ lưỡng lự giữa hai ngã đường. Tệ hại hơn nữa, nếu theo học ba vị thầy một lúc, chúng ta sẽ đứng lại ở ngã ba đường. Với bốn vị thầy, chúng ta sẽ hoang mang ở giữa ngã tư. Ngày nay, giới trẻ muốn học nhiều nhưng lại không đạt được kết quả tốt, vì họ đang bị kẹt ở giữa những ngã đường này, không biết phải đi theo hướng nào. Để thành công và đạt thành tựu trong quá trình tu học Phật, chúng ta cần phải nhất tâm theo học một vị thầy và tập trung tâm trí vào một pháp môn mà thôi.

Nhưng chúng ta sẽ thành tựu cái gì? Thành tựu thực sự là đạt được tâm thanh tịnh. Khi đã đạt được một mức độ thanh tịnh nào đó, chúng ta sẽ giảm bớt phiền não và trí huệ đích thực được gia tăng, có khả năng giải quyết mọi vấn đề trong thế gian này cũng như ngoài thế gian. Nếu không có trí huệ đích thực này thì không thể thực sự giải quyết được những vấn đề.

Vậy, trí huệ chân thực là điều thiết yếu để đạt đời sống hạnh phúc và mãn nguyện. Ở tầm mức lớn hơn, trí huệ này có thể giúp chúng ta giải quyết những vấn đề của xã hội.

thought they were very smart but have ended up bringing their countries to the brink of disaster, as well as putting their citizens through much misery. What is the reason for this? These leaders have not severed their afflictions, discriminating and wandering thoughts, and attachments. Consequently, their first consideration is their own benefit, their self-attachment.

The Buddha taught us to attain true wisdom by first breaking free of our own viewpoints. Without this wisdom, one could misinterpret the meanings within the Mahayana sutras. If one is able to part from the selfish mind, then true benefits will definitely be received. With proper enlightenment, only when one has no ego or self-attachment, will one be able to differentiate true from false, proper from deviated, right from wrong and beneficial from harmful. Without breaking through one's own viewpoints, one will not have these abilities. From this, we understand there is a standard to the proper enlightenment.

One level above the proper enlightenment is the "Equal and Proper Enlightenment." Equal means equal to the Buddha, but not yet having become a Buddha. This level is higher than that of an Arhat. The equal and proper enlightenment requires one to break through one degree of ignorance, to attain one degree of Dharma body. At this point, the way one views the reality of life and the universe is very close to that of the Buddhas. One who achieves the equal and proper enlightenment would be called a Bodhisattva.

The Flower Adornment Sutra explains the forty-one levels of Bodhisattvas, all of which have these levels of enlightenment. After breaking through the very last degree of ignorance, perfecting wisdom and enlightenment, one achieves the "Perfect, Complete Enlightenment" that is Buddhahood. Therefore, Buddha,

Trong thời đại này, có nhiều nhà chính trị cho rằng mình rất khôn ngoan, nhưng họ đã đưa đất nước của họ tới bờ vực tai họa, làm cho nhân dân của họ chịu nhiều khốn khổ. Tại sao lại như vậy? Tại vì những nhà lãnh đạo này đã không trừ bỏ những phiền não, những vọng niệm, những phân biệt và chấp thủ của mình. Họ chỉ nghĩ tới quyền lợi bản thân một cách vị kỷ, ngã chấp.

Đức Phật dạy chúng ta đạt trí huệ đích thực bằng cách trước hết thoát ra khỏi những tà kiến của mình. Nếu không có trí huệ này, chúng ta sẽ không hiểu đúng ý nghĩa trong kinh sách Đại Thừa. Nếu có thể buông bỏ tâm vị kỷ thì chắc chắn chúng ta sẽ đạt được ích lợi thực sự. Chỉ khi nào không còn tâm ngã chấp thì chúng ta mới có khả năng nhận xét sự thật và sự giả, điều đúng và điều sai, phải và trái, điều lợi ích và điều độc hại. Nếu không phá bỏ những tà kiến của mình thì sẽ không có khả năng đó, Đó là sự giác ngộ đích thực.

Ở mức cao hơn giác ngộ chân chính là "Chánh Đẳng Chánh Giác". Chánh Đẳng là bằng với Phật nhưng chưa thành Phật. Cấp này cao hơn cấp La Hán. Chánh đẳng giác đòi hỏi chúng ta giải trừ một mức độ vô minh và đạt được một mức độ Pháp thân. Ở mức này, tri kiến của chúng ta về cuộc đời và vũ trụ rất gần với tri kiến của chư Phật. Người đạt được chánh đẳng giác thì được gọi là Bồ Tát.

Kinh Hoa Nghiêm nói về bốn mươi mốt cấp Bồ Tát, tất cả đều có những mức giác ngộ này. Sau khi đã giải trừ trọn vẹn vô minh, hoàn thiện hóa trí huệ và giác ngộ, hành giả đạt giác ngộ viên mãn tức Phật

Khi hiểu ý nghĩa của Phật Giáo, chúng ta sẽ thấy rằng mục đích của thực hành tu tập là đạt trí huệ. Trong

Bodhisattva and Arhat are common titles, not a specific name for a specific person. They are titles similar to those of Doctorate, Master or Graduate degrees. For example, in the name Guan Yin Bodhisattva, Guan Yin represents great compassion and kindness. The title of Bodhisattva is similar to a Masters Degree. Presently, people have misconceptions about Buddhas and Bodhisattvas, thinking these names are specific beings. They do not understand that these titles refer to any being who possesses those characteristics. Buddha or Bodhisattva, when added to a name is simply referring to a specialty.

From the intrinsic nature of Buddhism, we realize that our purpose of practice is to seek wisdom. In Zen, this goal is called, "In pursuit of clarity of mind to see into one's self-nature." In other words "Complete Enlightenment." In the Pure Land School, this is called "One Mind Undisturbed." The Pure Land School is unique in that not only does one seek to have One Mind Undisturbed but also seeks birth into the Western Pure Land. This is unlike other schools, which rely on one's own strength of cultivation in seeking solely one goal. The Pure Land method has two goals that can be achieved in one lifetime.

One who is very familiar with the Infinite Life Sutra and understood its teachings would be free of doubt. The full title of this sutra reveals the goals of our practice: The Buddha Speaks of the Infinite Life Sutra of Adornment, Purity, Equality and Enlightenment of the Mahayana School. Infinite life and adornment are what Pure Land practitioners seek. Infinite life refers to the merits and virtues of one's perfect self-nature. Adornment refers to perfect complete wisdom with great ease and fulfillment. Purity, equality and enlightenment are the methods, the three ways of practice. Upon attaining any one, all three

Thiền Tông, mục tiêu này được gọi là "minh tâm kiến tánh"(in pursuit of clarity of mind to see into one's self-nature), tức "giác ngộ viên mãn" (Complete Enlightenment). Trong Tịnh Độ Tông, điều này được gọi là "Nhất tâm bất loạn" (One Mind Undisturbed). Tịnh Độ Tông độc đáo ở chỗ chúng ta không chỉ tu tập để đạt nhất tâm bất loạn mà còn để được vãng sinh Tịnh Độ. Các tông phái khác thì dựa vào tự lực để đạt một mục tiêu mà thôi. Pháp môn Tịnh Độ có hai mục tiêu để đạt ngay trong kiếp này.

Người nào quen thuộc với Kinh Vô Lượng Thọ và hiểu ý nghĩa của kinh này sẽ thoát khỏi mọi nghi ngờ. Tên đầy đủ của cuốn kinh này nói lên những mục tiêu của việc tu tập. "Phật nói Kinh Đại Thừa Vô Lượng Thọ Trang nghiêm, Thanh Tịnh, Bình Đẳng, và Giác Ngộ. Thọ mạng vô lượng và sự trang nghiêm là mục tiêu của các hành giả Tịnh Độ. "Vô lượng thọ" hàm ý đức hạnh của chân tính của hành giả. "Trang nghiêm" là trí huệ viên mãn với sự tự tại và mãn nguyện. "Thanh tịnh", "Bình đẳng", và "Giác ngộ" là ba phương tiện thực hành. Khi đạt được một điều thì đạt được cả ba điều này. Trong tất cả các tông phái Phật Giáo, không có phương tiện nào vượt qua ba phương tiện này.

Thiền Tông dùng pháp thức tỉnh để đạt đại giác ngộ, và sự trong sáng nhìn thấy chân tính của mình. Các tông phái khác chú trọng sự hiểu biết chân chánh cho tới khi đạt tri kiến hoàn hảo. Tịnh Độ Tông thì tập trung vào việc tịnh hóa tâm trí. Người có tâm thanh tịnh thì sẽ tự nhiên vô phân biệt và thức tỉnh. Người thức tỉnh thì sẽ tự nhiên có tâm thanh tịnh và vô phân biệt. Những con đường này có thể khác nhau nhưng đều dẫn tới cùng một mục tiêu.

are attained. Of all the schools of Buddhism, none surpass these three ways of practice.

The Zen School uses the awakening path to reach the great enlightenment and attain the clarity to see into one's true nature. Buddhist schools other than Zen stress the practice of understanding or proper viewpoints, until reaching great complete understanding. The Pure Land School, on the other hand, concentrates on the pure mind. A person with purity of mind will naturally be non-discriminating and awakened. An awakened person will naturally have a pure and non-discriminating mind. The route chosen may be different but all reach the same goal. In Zen practice it is expressed as "obtaining clarity of mind and seeing into one's true nature."

Different schools may use different names but the results or the level of the state of mind are the same. Therefore, to criticize any other schools would be to slander both the Buddha and the Dharma. All these methods were passed down to us from Buddha Shakyamuni. Choosing any path will enable one to attain achievement. How can we say that one method is better than another? From all these different methods we just need to know how to choose the one method that is most suitable for us and our level.

First, if the level of the method we chose were beyond us, making it difficult to practice, we would not succeed easily with that method. Second, it needs to be suitable and convenient for our manner of living. Third, it needs to be compatible with modern society, because we cannot separate ourselves from society or other human beings. Therefore, we need to consider these factors to choose our method of cultivation.

However, no matter which method one practices, it is essential to be rid of self-viewpoint and attachment in

Trong Thiền Tông, mục tiêu này được gọi là "minh tâm kiến tánh". Các tông phái dùng những ngôn từ khác nhau nhưng kết quả hai mức trạng thái tâm đạt được là một. Vì vậy, chỉ trích tông phái khác là phỉ báng Đức Phật cũng như giáo pháp của Ngài. Tất cả những pháp môn này đều do Đức Phật truyền dạy cho chúng ta. Chúng ta hãy chọn một pháp môn nào thích hợp với mình để tu tập và thành tựu. Làm sao chúng ta có thể nói pháp môn này tốt hơn pháp môn kia? Nếu pháp môn mình chọn quá cao sẽ khó thực hành. Một pháp môn cần phải thích hợp và thuận tiện cho lối sống của chúng ta. Pháp môn đó cũng cần phải khế hợp với xã hội ngày nay, vì chúng ta không thể xa rời xã hội hay người khác. Vậy chúng ta cần phải xét những điều này khi chọn một pháp môn để tu tập.

Tuy nhiên, dù áp dụng pháp môn nào chúng ta cũng cần phải giải trừ ngã chấp và pháp chấp để có thể đạt được lợi ích trong tu tập. Nếu không như vậy thì dù có đặt hết sức lực vào việc hành trì cũng vô ích, giống như nhiều người đã kinh nghiệm. Có những hành giả cảm thấy sau nhiều năm tu tập mình vẫn gần như không thành tựu gì cả. Có khi họ còn cảm thấy mình thua kém hơn lúc chưa tu tập. Hình như càng tu tập họ càng cảm thấy tệ hơn. Tất cả những điều này là do họ đã chọn một pháp môn không thích hợp với mình, cũng giống như ở trường học người ta chọn một môn học không thích hợp với căn cơ hay khả năng của mình, và như vậy sẽ rất khó thành công trong việc học. Chọn đúng môn học thì việc học sẽ dễ dàng hơn và có nhiều cơ hội thành đạt hơn. Tu tập theo Phật giáo cũng vậy, nếu không biết khả năng của mình, chúng ta có thể tự trắc nghiệm. Lấy trường hợp của chính tôi làm thí dụ. Sau khi đọc nhiều kinh điển Đại Thừa tôi đã nghĩ là

order to obtain the benefits from practice. Or else, like so many have experienced, the great efforts put into the practice will have been in vain. Some practitioners have felt that even after years of practice they have achieved virtually nothing, even to the point of feeling that they were better off before they practiced. It seemed as if the more they practiced, the worse they felt. All this comes from having chosen a method that was unsuitable for them. This is similar to choosing an unsuitable major in school. When one chooses a major that is not suited to one's foundation and ability, one has an extremely difficult time trying to succeed. Choosing the right major makes studying much easier, so one will have a much better chance of success. The same thing goes for practicing Buddhism. If one does not know one's own capacity, one can test oneself.

Like myself, for example. After reading many Mahayana sutras, I thought myself incapable of any achievement. I wanted very much to sever my wandering, discriminating thoughts and attachments, but was unable to. Finally, I chose the Pure Land method to attain achievement. It does not require one to be completely rid of but rather to suppress these hindrances. As long as one is able to suppress all afflictions, one can still be born into the Western Pure Land carrying over one's existing karma.

This method suits me very well and thus is how I chose it. Previously, I had tried Zen, the Teaching Schools, the Esoteric School and the practice of following the precepts, but could not reach achievement with them. Thus, I came back to the Pure Land method and wholeheartedly delved deeply into the Buddha Name Chanting Method while concentrating solely on lecturing on the Pure Land sutras. These are my experiences from decades of practice.

mình không khả năng thành tựu một chút nào cả. Tôi rất muốn đoạn lìa những ý nghĩ tán loạn, phân biệt và những sự chấp thủ của mình, nhưng tôi không thể thực hiện được việc này. Sau cùng tôi đã chọn pháp môn Tịnh Độ để cố gắng thành tựu. Pháp môn này không đòi hỏi hành giả phải giải trừ hoàn toàn những chướng ngại, chỉ đè nén chúng. Chừng nào có thể đè nén tất cả những phiền não chúng ta vẫn có thể sinh vào Tịnh Độ Tây Phương mang theo những nghiệp quả xấu còn sót lại của mình và nơi đó chúng ta vẫn tiếp tục tu tập và giải trừ cho đến ngày giác ngộ hoàn toàn.

Tôi chọn pháp môn này vì thấy nó rất thích hợp với mình. Trước đó, tôi đã thử Thiền Tông, Mật Tông, và các tông phái khác cũng như thực hành trì giới, nhưng đã không đạt được kết quả nào cả. Vì vậy tôi trở lại với pháp môn Tịnh Độ, toàn tâm thâm nhập pháp môn Niệm Phật trong khi tập trung vào việc giảng thuyết về các kinh Tịnh Độ. Đó là những kinh nghiệm của tôi trong mấy chục năm tu tập.

Toàn cảnh Tu Viện Quảng Đức, Melbourne, Australia
Whole view of Quang Duc Monastery, Melbourne, Australia

Chapter 3

Symbolism and the arts

After we understand clearly the goal of the Buddha's teachings, we will view the sutras differently. These sutras are one of the world's largest literary collections. I believe that when considering the range of all academia, none of them surpass Buddhism. To obtain the benefits from this vast collection, it is necessary for us to know and understand the essence of it's content, which is the true reality of all Dharma, the true reality of life and the universe. Life refers to ourselves. Universe refers to the living environment that surrounds us. It would be incorrect to treat Buddhism as an abstract and obscure learning that had nothing to do with our daily lives. Every word in the sutra closely relates to our daily living. Furthermore, it is definitely not superstition.

How and where do we start? For convenience, the perfection in the methods of the Buddha's teaching, uses a high level of creativity. Buddhism of two thousand years ago had already taken an artistic path. For example, all the Buddha's names and sculptures represent our virtuous nature, innate qualities of wisdom, virtuous abilities and artistic talents. All of the Bodhisattva's names and forms represent our cultivation of virtue. They instruct us how to apply the teachings in our daily lives to bring out our virtuous nature so that we may receive Buddhism's benefits.

In Chinese Mahayana Buddhism, four great Bodhisattvas represent our order of practice and level of achievement. The first is Earth Store Bodhisattva. Whether we are thinking of worldly teachings, the dharma or Buddhism; nothing can be accomplished without the earth or a place of existence. The existence of humans

Chương 3

Biểu tượng học và mỹ học

Sau khi đã hiểu rõ mục đích của Phật giáo, chúng ta sẽ nhìn kinh điển với một nhãn quan khác trước. Kinh điển Phật giáo là một trong những bộ sưu tập văn học lớn nhất thế giới. Tôi tin rằng khi xét tất cả những học thuật, chúng ta sẽ thấy không có học thuật nào vượt qua Phật Giáo. Để có thể thọ nhận lợi ích từ kinh điển Phật giáo, chúng ta cần phải biết và hiểu ý nghĩa nội dung của những cuốn kinh này, vốn là chân lý của Giáo Pháp. Chân lý của cuộc đời và vũ trụ vạn vật. Cuộc đời, hay nhân sinh, là con người chúng ta. Vũ trụ là môi trường sống xung quanh chúng ta. Nếu cho rằng Phật giáo là những giáo lý trừu tượng, khó hiểu, không ăn nhằm gì tới đời sống hằng ngày thì như vậy là không đúng. Mỗi lời kinh đều liên quan mật thiết tới đời sống hằng ngày của chúng ta. Thêm nữa, kinh điển Phật giáo chắc chắn không phổ biến những điều mê tín dị đoan.

Chúng ta sẽ bắt đầu ở đâu, và như thế nào? Phương tiện truyền dạy giáo lý của Phật giáo có tính cách sáng tạo ở mức độ cao. Từ hai ngàn năm trước Phật giáo đã dùng biểu tượng học và mỹ học để truyền bá giáo lý. Thí dụ, tất cả những danh hiệu và hình tượng Phật đều tượng trưng những đức tính và những tài năng mỹ thuật của con người chúng ta. Tất cả các danh hiệu và hình tượng Bồ Tát đều tượng trưng sự tu luyện của chúng ta, nói lên cho chúng ta biết cách ứng dụng giáo lý trong đời sống hằng ngày và làm hiển lộ những tự tánh của mình.

Theo Phật giáo Đại Thừa Trung Hoa, bốn vị Đại Bồ

cannot be separated from our great earth as we rely upon it for survival. Whether clothing, food, living or working, all rely on the production of the land, thus the infinite treasures t1hat the great earth encompasses are seemingly endless for us to use. The word "earth" in the name Earth Store Bodhisattva represents the mind and the word "store" means treasure.

The Buddha's teachings guide us to first start the practice from our mind, as our true nature encompasses the infinite wisdom and virtuous abilities that are no different from those of Buddhas or Bodhisattvas. However, today it seems as if we have lost our innate wisdom and virtuous abilities. The Buddha told us that all these qualities are not truly lost, just not yet uncovered. In the present moment, we endlessly immerse ourselves in wandering, discriminating thoughts and attachments, which have resulted in this temporary loss of abilities. However, inside the true mind, no wandering thoughts exist. If a mind has wandering thoughts then that mind is a false one. We originally possessed this true mind, so practicing Buddhism is simply recovering it. Therefore, our first goal in practice is to uncover and look for the treasure in our mind. In other words, the Buddha's teachings do not seek from the outside but rather they seek from within our self-nature.

Earth Store Bodhisattva represents filial piety; thus, the Earth Store Sutra is about filial piety, a basic concept that everyone would do well to start from. The kindness that our parents have shown by giving us life and nurturing us is beyond description. To be filial and take care of our parents is naturally our basic responsibility. Not only do we need to take care of their material needs but of their spiritual life as well. Moreover, we need to nurture their aspirations for us and for us, this is the hardest of all. Parents wish their children to have successful careers,

Tát tượng trưng cho trình tự tu tập và chứng đắc. Thứ nhất là Bồ Tát Địa Tạng. Dù là giáo lý thế gian, hay Phật Pháp, không có gì có thể được thành tựu nếu không có đất sống hay một nơi để cư ngụ. Sự hiện hữu của con người sống không thể tách rời khỏi đất lớn, vì chúng ta nương tựa vào trái đất để tồn tại. Thực phẩm, y phục, đời sống hay công việc, tất cả dựa vào sự sản sinh của đất. Vậy, những kho tàng vô tận ở trong đất là dành cho chúng ta sử dụng. Chữ "địa" trong danh hiệu Bồ Tát Địa Tạng có nghĩa là tâm trí, và chữ "tạng" có nghĩa là kho tàng.

Giáo lý của Đức Phật dạy chúng ta bắt đầu việc thực hành tu tập ở tâm, vốn là chân tánh bao gồm trí huệ vô lượng và những khả năng đạo đức không khác trí huệ và đức hạnh của chư Phật, Bồ Tát. Tuy nhiên, ngày nay hình như chúng ta đã mất trí huệ và đức hạnh vốn có của mình. Nhưng Đức Phật nói rằng những phẩm tính đó không mất thực sự mà chưa được chúng ta khám phá. Hiện tại, chúng ta đang chìm đắm trong những ý nghĩ tán loạn, phân biệt, và những tham muốn, vì vậy mà chúng ta tạm thời bị mất những khả năng nguyên thủy đó. Bên trong chân tâm thì không có những ý nghĩ xao động nào cả. Nếu tâm trí có những vọng niệm thì đó là giả tâm chứ không phải là chân tâm. Chúng ta vốn đã có chân tâm, vì vậy thực hành tu tập là chỉ để làm hiển lộ chân tâm này. Vậy, mục tiêu đích thực của việc tu tập là tìm kiếm và khai mở kho tàng trong tâm của mình. Phật giáo không tìm cái gì ở bên ngoài mà chỉ tìm cái ở bên trong chân tánh của mình.

Bồ Tát Địa Tạng tượng trưng cho sự hiếu kính, và Kinh Địa Tạng là một bản kinh nói về đạo hiếu, một ý niệm căn bản mà mọi người nên bắt đầu ở chỗ này. Cha mẹ đã hết sức yêu thương chúng ta qua việc các ngài ban

behave well, and to be respected by current and future generations. In other words, we would do well to act in a manner, which will make them proud of us. Therefore, the ultimate and perfect achievement of filial piety is to become Buddha. We begin our practice from here and expand our filial piety and respect to include all sentient beings.

The second Bodhisattva, Guan Yin, represents the cultivation of great compassion and kindness. What is the meaning of making offerings to Guan Yin Bodhisattva? It is to remind us that we would do well to treat all people with great compassion and kindness, to use unconditional love and care to help all sentient beings.

The third Bodhisattva, Manjusri, represents wisdom and rationale, reminding us that when we practice and interact with others we need to fulfill our filial duty, to rely upon wisdom and rationale, not on emotion. The fourth Bodhisattva, the Great Samantabhadra (Universal Worthy) represents carrying out the cultivation truthfully, applying filial piety, compassion, kindness and rationale in our daily lives. When one perfectly achieves the way of Universal Worthy Bodhisattva, one becomes a Buddha. Buddhism teaches us how to live in harmony with the true reality of life and the universe. In other words, we would live perfect and wonderful lives similar to those of Buddhas and Bodhisattvas. This is the true, ultimate and perfect Mahayana teaching.

To practice Buddhism, we start by:

(1) Being filial and respectful toward parents, teachers and elders,

(2) Having the great compassionate mind,

(3) Nurturing one's thinking and wisdom and

(4) Broadening one's mind.

Although in sequence, they also can be practiced simultaneously, as each encompasses the others. For

cho chúng ta đời sống và nuôi dưỡng chúng ta. Có hiếu và phụng dưỡng cha mẹ tất nhiên là bổn phận căn bản của mỗi người. Chúng ta cần phải chăm lo cho nhu cầu vật chất cũng như đời sống tinh thần của cha mẹ. Thêm nữa, chúng ta cần phải nuôi dưỡng ý nguyện của các vị đối với chúng ta, và đây là bổn phận khó khăn nhất. Cha mẹ muốn con cái của mình thành công trên đường sự nghiệp, có đạo đức, và được thế hệ này cũng như thế hệ sau kính trọng, vì vậy chúng ta phải làm sao để cho cha mẹ hãnh diện về mình, và sự thành tựu vô thượng viên mãn của đạo hiếu là đắc Phật Quả. Chúng ta bắt đầu công trình tu tập ở đạo hiếu và mở rộng lòng hiếu kính của mình để bao gồm toàn thể chúng sinh.

Vị Đại Bồ Tát thứ hai là Quan Âm, tượng trưng cho sự trưởng dưỡng đại bi tâm. Việc dâng cúng Bồ Tát Quan Âm có nghĩa gì? Chúng ta dâng cúng Bồ Tát Quan Âm là để tự nhắc nhở mình phát tâm đại từ bi với tất cả mọi người, giúp đỡ chúng sinh một cách vô điều kiện.

Thứ ba là Bồ Tát Văn Thù, tượng trưng trí huệ và lý trí, nhắc nhở chúng ta rằng trong thực hành tu tập cũng như trong việc cư xử với người khác, chúng ta cần phải thực hiện bổn phận hiếu kính, phải dựa vào trí huệ và lý trí chứ không dựa trên những cảm xúc nhất thời.

Vị Bồ Tát thứ tư là Phổ Hiền, tượng trưng sự thành tâm tu tập, ứng dụng đạo hiếu, từ bi, và lý trí trong đời sống hằng ngày. Khi thành tựu viên mãn đạo pháp của Bồ Tát Phổ Hiền, chúng ta sẽ thành Phật.

Phật giáo dạy chúng ta cách sống hợp với chân lý của cuộc đời và vũ trụ vạn vật, tức là sống một đời sống hoàn hảo và siêu diện giống như đời sống của chư Phật, Bồ Tát. Đó là giáo lý Đại Thừa đích thực, vô thượng và hoàn hảo.

example, being filial to parents includes compassion and kindness, reasoning and wisdom. Wisdom includes being filial, compassionate and kind.

Once we have a general understanding of Buddhism, how do we apply it to our daily living? First we need to know what each Buddha and Bodhisattva represents. If we do not, then Buddhism would be reduced to superstition and we would not receive its true benefits. All Buddhist sutras contain these qualities, characteristics and the ways of practice; therefore, learning only one sutra will be enough. One needs to know how to understand and apply the teachings effectively.

Usually in the center of the main hall of a way place, there are statues of one Buddha and two Bodhisattvas, which represent our self-nature and original entity. The two Bodhisattvas represent our virtuous abilities within our self-nature; one is understanding and the other is practice. If the Buddha in the middle is Buddha Shakyamuni, then the two figures on either side of him will be Manjusri and Universal Worthy Bodhisattvas, representing wisdom and application respectively. Thus, understanding and practice are combined into one. If the hall has the three sages of the Western Pure Land, with Buddha Amitabha in the middle, representing self-nature, then the two figures on either side of him will be Guan Yin and Great Strength Bodhisattvas. They respectively represent compassion and wisdom, completely symbolizing the infinite wisdom and virtuous capabilities. Therefore, we again see that Buddhism is a teaching.

There are profound teachings within the names of the Buddhas and Bodhisattvas, for example the name of Buddha Shakyamuni tells us the principles of the Buddha's education. "Shakya" means humanity and kind-

Tu theo Phật Giáo, hành giả phải bắt đầu bằng: 1.- Hiếu kính với cha mẹ, các vị thầy và những bậc trưởng thượng, 2.- Phát tâm đại từ bi, 3.- Trưởng dưỡng tư duy và trí huệ, 4.- Mở rộng tâm trí.

Tuy được xếp theo thứ tự trước sau những những điều này có thể được thực hành cùng một lúc, vì điều này bổ túc cho điều kia. Thí dụ, có hiếu với cha mẹ, bao gồm từ bi, lý trí và trí huệ. Trí huệ bao gồm hiếu kính và từ bi.

Khi đã hiểu tổng quát về Phật Giáo, làm sao để ứng dụng sự hiểu biết này trong sinh hoạt hằng ngày? Trước hết chúng ta cần phải biết mỗi vị Phật và mỗi vị Bồ Tát tượng trưng cho điều gì. Nếu không biết như vậy thì Phật giáo của chúng ta chỉ là một sự mê tín, không mang lại một lợi ích nào cả. Tất cả những bộ kinh Phật giáo đều chứa đựng những phẩm tính, những đặc điểm và những cách tu tập này, vì vậy chỉ cần học một bộ kinh là đủ. Chúng ta cần phải hiểu và biết cách ứng dụng những giáo lý một cách hiệu quả.

Thông thường, ở giữa chánh điện của một ngôi chùa là một pho tượng Phật và hai tượng Bồ Tát, tượng trưng chân tánh và bản thể của mỗi chúng ta. Nếu pho tượng ở giữa là Phật Thích Ca thì hai tượng ở hai bên là Bồ Tát Văn Thù và Bồ Tát Phổ Hiền, tượng trưng trí huệ và phương tiện ứng dụng, sự hiểu biết và sự thực hành, và như vậy là tri và hành hợp nhất. Nếu pho tượng Phật trong chánh điện là Phật A Di Đà tượng trưng chân tánh, hai tượng hai bên là Bồ Tát Quan Âm và Bồ Tát Đại Thế Chí. Bồ Tát Quan Âm tượng trưng đại từ bi. Bồ Tát Đại Thế Chí tượng trưng đại trí huệ. Hai vị là sự phối hợp trí huệ và từ bi biểu trưng cho phẩm tính trong mỗi chúng ta.

Tên của các vị Phật và Bồ Tát có những ý nghĩa giáo

ness. "Muni" means purity of mind. The teaching of these two qualities are advocated because people in our world lack compassion and kindness, and are often selfish. Moreover, all sentient beings lack purity of mind, constantly dwelling in wandering thoughts, greed, anger, ignorance and arrogance. Any Bodhisattva who becomes a Buddha in this world will be named Shakyamuni to teach us the remedy for our problems. Once the representations of Buddha and Bodhisattva statues are understood intuitively just by looking at them, one will perfectly comprehend the goal of the Buddha's teachings.

When we enter the first hall of a way place, the Hall of Heavenly Guardians, we will see the statue of Maitreya Bodhisattva surrounded by the four Heavenly Guardians in the middle of the hall. Maitreya Bodhisattva, known in the west as the Happy Buddha, has a huge smile representing joyfulness. His great stomach represents enormous tolerance and broad-mindedness, teaching us to interact with others and matters with joy, to be non-discriminating and tolerant. Next to him are four Heavenly Guardians or Dharma Protectors who teach us how to protect ourselves.

The Eastern Dharma Protector, symbolizes fulfilling one's duty and responsibility, teaching us that regardless of position, one needs to fulfill one's duties. He is holding a lute in his hand. The strings of the instrument should not be too tight, or else they will break; nor should they be too loose or they will not play well. When properly adjusted and balanced, the instrument will play beautifully, clearly symbolizing that we need to take the middle path when interacting with matters, people and objects. When each of us fulfills our responsibilities and obligations, how could the nation not prosper?

The Southern Dharma Protector symbolizes improve-

dục thâm diệu. Thí dụ, tên của Phật Thích Ca Mâu Ni tức là "Shakyamuni" nói lên những nguyên lý của nền giáo dục Phật Giáo. Thích Ca (Sakya) nghĩa là "năng nhơn", "năng" tức là " năng lực" và "nhơn" nghĩa là "từ bi"; " Mâu Ni" (Muni) nghĩa là " tịch mặc, vắng lặng và thanh tịnh". Hai phẩm tính này được đề cao vì thế gian này thiếu từ bi và thường vị kỷ, tâm thường không vắng lặng, thanh tịnh, luôn luôn xao động với những tham, sân, si, và ganh tị. bất cứ vị Bồ Tát nào đắc Phật quả trong thế gian này cũng được gọi là Sakyamuni để dạy chúng sinh phương cách giải quyết những vấn đề của mình. Khi ý nghĩa của những bức tượng Phật và Bồ Tát được trực nhận bằng cách ngắm những pho tượng này, chúng ta sẽ hiểu trọn vẹn mục đích của Phật Giáo.

Khi bước vào điện thứ nhất của một đạo đường, được gọi là Điện Hộ Pháp, chúng ta sẽ thấy tượng Bồ Tát Di Lặc với bốn vị Hộ Pháp ở giữa điện. Bồ Tát Di Lặc mà ở các nước Tây Phương thường gọi là Phật Phúc Lạc, có nụ cười lớn biểu lộ sự hoan hỷ. Cái bụng lớn của ngài tượng trưng sự bao dung và sự rộng lượng, khuyên dạy chúng ta nên cư xử với người và sự việc một cách hoan hỷ, vô phân biệt, và khoan dung. Bốn vị Hộ Pháp dạy chúng ta cách tự bảo hộ mình.

Hộ pháp Đông Phương tượng trưng sự thi hành bổn phận và nhiệm vụ, dạy chúng ta rằng dù ở địa vị nào chúng ta cũng phải thực hiện nhiệm vụ của mình. Ngài cầm một cây đàn trong tay. Những sợi dây đàn không quá căng, dễ đứt, cũng không quá chùng, tiếng đàn sẽ không hay. Khi đàn được điều chỉnh đúng, tiếng nhạc sẽ du dương. Điều này muốn nói chúng ta cần phải đi theo trung đạo trong việc đối nhân xử thế. Nếu người nào cũng làm

ment and daily advancement. Not only do matters need to be taken care of appropriately; continuous improvement also needs to be sought. In his right hand, the Southern Dharma Protector holds the sword of wisdom and in his left hand a ring symbolizing the perfection of wisdom, showing us that one needs to use wisdom in seeking improvement. The sword symbolizes how one needs to sever afflictions before they are out of control.

The third and fourth Heavenly Guardians are the Western and the Northern Dharma Protectors, representing comprehensive vision and listening respectively. Both teach us to observe and listen more carefully as well as to read numerous books and travel to many places for comprehensive learning. They teach us to do well in our job, toadopt the good qualities as well as to disregard the shortcomings of others.

The Western Dharma Protector represents far-sighted observation and holds a dragon or snake. The dragon or snake symbolizes constant change. In his other hand, he holds a bead, symbolizing principles. People, matters and objects in society undergo changes constantly. One needs to observe very carefully and thoroughly, to have a firm grasp on the principles within in order to be able to control this "dragon or snake." The Northern Dharma Protector holds an umbrella to prevent one from being contaminated. This reminds us that within a complex society, one needs to know how to protect one's body and mind from pollution and corruption. From these examples, we can see that the artistic aspects of the Buddha's education are truly beautiful. Unfortunately, many people regard these Dharma protectors as gods to be worshipped, which is totally wrong.

tròn nhiệm vụ và bổn phận của mình thì làm sao quốc gia có thể không thịnh vượng được?

Vị Hộ Pháp Nam Phương tượng trưng sự phát triển và sự tiến bộ hằng này. Không những mọi việc cần phải được làm đúng mà lại còn phải có sự phát triển liên tục. Tay phải của vị Hộ Pháp này cầm thanh gươm trí huệ, tay trái cầm một cái vòng tượng trưng trí huệ hoàn hảo, cho thấy rằng chúng ta cần phải dùng trí huệ trong việc tu tiến. Thanh gươm muốn nói rằng cần phải đoạn lìa phiền não để tâm trí được an lạc.

Vị Hộ Pháp Tây Phương tượng trưng sự nhìn bao quát, và vị Hộ Pháp thứ tư, Bắc Phương tượng trưng sự nghe bao quát. Hai vị này dạy chúng ta thấy và nghe cẩn thận hơn, cũng như đọc nhiều kinh sách và đi nhiều nơi để có cái học bao quát, làm công việc hoàn hảo, đạt được những đức tính, và không bới móc những khuyết điểm của người khác. Vị Hộ Pháp Tây Phương tượng trưng sự quan sát bao quát, một tay cầm "Naga", tức là rồng hay rắn thần. Naga là biểu tượng của sự biến dịch, tay kia cầm chuỗi hạt tượng trưng những nguyên lý. Người và sự vật trong trời đất luôn luôn biến đổi. Chúng ta cần phải quan sát rất cẩn thận và kỹ lưỡng những nguyên lý trong nội tâm để có thể kiểm soát "Naga" này. Vị Hộ Pháp Bắc Phương cầm một cái lọng để che cho chúng ta không bị nhiễm ô. Điều này nhắc nhở cho chúng ta rằng trong một xã hội phức tạp chúng ta cần phải biết cách bảo hộ thân tâm của mình chống lại sự ô nhiễm và hư hoại.

Từ những điều trên chúng ta có thể thấy phương diện mỹ thuật của nền giáo dục Phật giáo quả là tuyệt đẹp. Có điều đáng tiếc là nhiều người coi các vị Hộ Pháp này là những vị thần để thờ phụng, như vậy là hoàn toàn sai lầm.

Chapter 4

The five guidelines of practice

After establishing Pure Land Learning Centers in several countries, we set five guidelines for Pure Land practitioners to follow. These five guidelines were extracted from the five Pure Land sutras to be applied in daily living. The first guideline is the Three Conditions, extracted from the Visualization Sutra, which provides a very important foundation for cultivation. The Buddha stated in the sutra that these Three Conditions are the proper causes of which all the Buddhas from the past, present and future practice their pure karma. In other words, all the people who became Buddhas perfected these as their foundation; thus, we cannot disregard them.

The First Condition concerns the good fortune of heavenly beings and humans. Before one can become a Buddha or a Bodhisattva, one needs to first become a good person. The criteria for this are:

(A) Being filial and respectful toward parents, teachers, and elders,

(B) Being compassionate and not killing any living being and

(C) Practicing the Ten Good Conducts.

With this first step, we begin to practice Buddhism.

The Second Condition includes:

(A) Taking the Three Refuges,

(B) Abiding by laws, customs, and precepts and

(C) Conducting oneself in proper and dignified manner.

The main principle of our practice is awakening, proper thoughts and viewpoints, and purity. A beginning step in learning Buddhism is to Take Refuge in the Triple Jewels. After one generates the heart to Take Refuge in the Triple Jewels by accepting, learning and practicing Buddhism, one finds a Dharma Master to pass on the principle, goal and direction

Chương 4

Năm sự hướng dẫn thực hành

Ba Điều Kiện: Sau khi thiết lập những Trung Tâm Tịnh Độ Học ở một số quốc gia, chúng ta đặt ra năm sự hướng dẫn cho các hành giả Tịnh Độ. Năm sự hướng dẫn này được rút ra từ năm bộ kinh Tịnh Độ để ứng dụng trong đời sống hằng ngày. Sự hướng dẫn thứ nhất là Ba Điều Kiện được rút ra từ Kinh Quán Vô Lượng Thọ, cung cấp những điều rất quan trọng để làm nền móng cho việc thực hành tu tập. Trong cuốn kinh này Đức Phật nói rằng Ba Điều Kiện là những nguyên nhân tốt để chư Phật ba đời quá khứ, hiện tại, và tương lai tạo thiện nghiệp. Nói cách khác, tất cả những người nào muốn đắc quả Phật đều phải thực hành hoàn hảo những điều này để làm nền móng cho việc tu tập của mình. Vậy chúng ta không thể coi thường Ba Điều Kiện này.

Điều kiện thứ nhất liên quan tới việc tu tạo phước báo của người thế gian cũng như các vị thần ở các cõi trời. Muốn đắc quả Phật hay Bồ Tát, một Phật tử chân chánh phải thực hành các điều sau đây:
1.- Có hiếu với cha mẹ, 2.- Tôn kính Thầy Tổ, 3.- Từ bi, không sát sinh. 4.- Tu mười thiệp nghiệp.

Điều Kiện Thứ Hai, bao gồm: 5.- Quy Y Tam Bảo, 6.- Tuân giữ luật pháp, phong tục và các giới điều, 7.- Cư xử đúng đắn và nghiêm chỉnh.

of practicing Buddhism. The Triple Jewels are the Buddha, the Dharma and the Sangha. In appearance, they are pictures or sculptures of Buddhas, Buddhist sutras, and monks and nuns, respectively. Another way of understanding them is that they are the true Triple Jewels within our true mind.

The Buddha taught us to take refuge in the Triple Jewels of our self-nature. To return and rely upon the Buddha is to rely on the awakening in our self-nature. What is this awakening? Currently, we are deluded and not awakened. How did we become deluded? Delusion is due to our discriminating mind and attachments. If we part from this discriminating mind and attachments, can we still see objects clearly? We cannot say we do not see them, but if we see them very clearly without discriminating thoughts and attachments, then we are awakened. When there is the slightest discrimination or attachment, one is deluded.

The same applies to our attaching to the form we are looking at; it is delusion. Initially, objects do not have names but are given them by people. The names, like the object, are not real. Apart from the names and appearances, what we see is the true form. We are deluded about these forms, their physical features and their names. Consequently, when we rid ourselves of these delusions, we will not be attached. This is how we can train ourselves to return and rely upon the Buddha Jewel or Enlightenment.

If someone points to a table and asks what it is, we will naturally say it is a table because that is what everybody calls it. We go along with everybody's attachment but if we are not attached to it ourselves, then we will be awakened. Therefore, the minds of the Buddhas and Bodhisattvas are pure and without the slightest pollution for they are completely without these attachments. When with others, we can go along with them but maintain our purity inside. In this way, we return and rely upon awakening. After taking refuge, when we apply this concept to our daily living, whether interacting with people, matters or objects, we will

Điều Kiện Thứ Ba, gồm những điều sau đây: 8.- Phát Bồ Đề Tâm, 9.- Thâm tín giáo lý nhân quả, 10.- Tụng đọc và đề cao kinh điển Đại Thừa.11.- Khuyến khích người khác đi theo con đường Giác Ngộ.

Trước khi tu theo Phật giáo Đại Thừa, chúng ta cần phải phát Bồ Đề Tâm, tức tâm giác ngộ. Nếu quan sát kỹ xã hội, chúng ta sẽ đi tới những kết luận đáng buồn. Nhìn lại ba mươi năm trước, chúng ta thấy thời đó người ta thường tử tế và hiểu biết hơn, còn người bây giờ thì vị kỷ hơn, chỉ nghĩ tới việc lợi dụng người khác để làm lợi cho riêng mình. Chính tâm ích kỷ đã này tạo ra một thế giới hỗn loạn làm cho cả thời tiết cũng trở nên bất bình thường. Vì vậy, khi phát Bồ Đề Tâm, hành giả nhận thức được rằng thế gian này đầy đau khổ, còn Tịnh Độ Tây Phương là cõi cực lạc. Người ta thức tỉnh thực sự khi tìm cách thoát khỏi và tu tập đạt được an lạc.

Khi thức tỉnh, hành giả cũng phát nguyện giúp đỡ chúng sinh. Quan tâm tới người khác và không ích kỷ nữa. Chúng sinh có nhu cầu cấp thiết nào? Điều quan trọng nhất mà chúng sinh cần phải có là giáo lý của Đức Phật. Vì vậy việc khẩn cấp mà chúng ta phải làm là đào tạo những người có khả năng thuyết giảng để tiếp tục nhiệm vụ truyền bá Phật Giáo. Ngày nay, do sự tiến bộ của ngành in và xuất bản sách, vô số kinh sách đã được phát hành khắp thế giới, nhưng có điều đáng tiếc là ít có người giảng thuyết về kinh điển Phật Giáo. Vì người ta thường hiểu không đúng ý nghĩa của kinh điển nên chúng ta cần những người có khả năng giảng dạy và giải thích kinh

no longer be deluded. Our mind will always be pure, non-discriminating and able to help all sentient beings. This is to return and rely upon awakening or the Buddha Jewel.

The Dharma that we return to and rely upon refers to proper thoughts and viewpoints, which is hard to accomplish. Only when we are truly enlightened, will our thoughts and viewpoints be correct. Before we reach enlightenment, we can adopt the proper thoughts and viewpoints of Buddha Shakyamuni as ours. All the thoughts and viewpoints within the sutras are correct. We can at first rely on Buddha Shakyamuni, but only for a while, as he does not want us to rely upon him forever. This is like a student relying on teachers in school but becoming independent after graduation. Likewise, before we attain great enlightenment, we need to rely on Buddha Shakyamuni and Buddha Amitabha as our teachers.

Where is the Buddha? The Buddha is within the sutras, as Buddha Shakyamuni stated in the Infinite Life Sutra and Buddha Amitabha relayed to us through the Forty-eight Great Vows. Relying on the teachings within the sutra is relying on the Buddha. We would do well to practice earnestly what the Buddha taught us to do or refrain from doing. In this way we will be true and good students. Applying this concept in our daily living is to return and rely upon the Dharma Jewel.

The Sangha of the Sangha Jewel represents purity and harmony as in the Six Principles of Harmony. Consequently, whenever we see a monk and nun, we do not want to dwell on whether this person is a great cultivator or a violator of precepts. Whether they are or are not is not our concern. Seeing a monk or a nun reminds us to see whether we ourselves have lived by the Six Principles of Harmony, or have cultivated purity of mind. To truly take refuge is to know how to reflect on ourselves, since we still have all the same bad habits and are committing the same offenses, having been deluded for infinite eons.

It would be helpful for Buddhists to set up the Triple Jewels in their home. When we make offerings to the Buddha

sách. Ngày nay, cách tốt nhất làm lợi ích cho người khác là đào tạo giảng sư, giảng viên để dạy giáo lý. Chúng ta hãy thực hiện điều này với tâm bao dung, không chỉ cho riêng một đạo tràng, một khu vực, hay một quốc gia, mà cho toàn thế giới. Nếu chỉ có một nước thịnh vượng, còn những nước khác nghèo nàn, thì họ sẽ ganh tị và thù ghét nước giàu, gây ra tranh chấp. Khi suy nghĩ như vậy làm sao chúng ta có thể sống một cách bình thản được? Nếu mọi người đều thịnh vượng thì tất cả sẽ có hòa bình và hạnh phúc.

Khi có nhiều giảng viên giúp người khác hiểu rõ những nguyên tắc trong giáo lý của Đức Phật, đến lượt những người đó sẽ dần dần giúp những người khác xuyên phá màn vô minh, thoát khổ và đạt hạnh phúc. Đây là cách ích lợi nhất để chúng ta thực thi Bồ Đề Tâm và Bồ Tát hạnh.

Thâm tín luật nhân quả không chỉ là sự tin rằng "cái gì phải tới sẽ tới". Ý nghĩa sâu xa ở đây là: "Ghi nhớ rằng Phật A Di Đà là nhân, và thành Phật là "quả". Đối với hành giả Tịnh Độ thì việc tụng đọc và đề cao kinh điển Đại Thừa có thể được thành tựu chỉ bằng cách tụng Kinh Vô Lượng Thọ. Một hành giả có thể đạt sự thuần thục một pháp môn bằng cách tập trung tâm trí vào một cuốn kinh độc nhất. Nếu thấy một bộ Kinh Vô Lượng Thọ không đủ, chúng ta có thể tụng đọc thêm bốn bộ kinh khác và một bộ chú giải của Tịnh Độ Tông. Sáu cuốn này là quá đủ. Chỉ cần để cho ý tưởng này bám rễ và lớn mạnh. Sau cùng, chúng ta khuyến khích người khác cùng thực hành

statue or picture, we will be reminded that we need to be awakened. How? When our six senses encounter the external environment, we would not discriminate or attach, or give rise to any thoughts. For example, meditation is not giving rise to any discriminating thoughts or attachments. Thus one achieves a high level of wisdom and is able to see all situations clearly. However, ordinary people like us, use the false mind and constantly give rise to wandering and discriminating thoughts and attachments in these situations. The appearance of everything we see is false. Once we have understood these principles and learned how to not have wandering thoughts and attachments, we can also become a Bodhisattva or Buddha.

Taking the Three Refuges is a beginning step in practicing Buddhism. From there, we proceed on to the foundation of Theravada Buddhism then to Mahayana Buddhism for the Third Condition, which is comprised of:

(A) Generating the Bodhi mind,

(B) Deeply believing in the Law of Cause and Effect,

(C) Reciting and upholding Mahayana sutras and

(D) Encouraging others on the path to Enlightenment.

Before practicing Mahayana Buddhism, we need to generate the Bodhi mind. Bodhi means awakening, thus, the Bodhi mind is an awakened mind. How will one be awakened? When one first realizes and understands that this world is full of sufferings.

Upon careful and rational observation of society, we may find our conclusions frightening. Looking back over the last thirty years, we see that people used to be kinder and more considerate. Whereas, people nowadays are more selfish and usually only think of benefiting oneself at the expense of others. This selfishness has created a chaotic world making even the climate abnormal. Therefore, the first thing in generating the Bodhi mind is to realize that this world is filled with suffering and that the Western Pure Land is filled with bliss. True awakening is when one seeks to escape these sufferings then to attain happiness.

để đạt giác ngộ. Vậy, ba phần đầu của Điều Kiện Thứ Ba là làm lợi ích cho bản thân, còn phần thứ tư là dành những lợi ích mà mình đã đạt được cho mọi người khác, giúp họ hiểu, thực hành, và đạt thành tựu trên đường đạo tu tập theo Phật Giáo.

Lục Hòa: Ba Điều Kiện nói ở trên là phần thứ nhất của Năm Sự Hướng Dẫn căn bản cho việc thực hành pháp môn Tịnh Độ. Chúng ta chưa thành Phật và cũng chưa rời bỏ thế gian này. Ngay cả khi thành Phật chúng ta cũng không bỏ lại tất cả ở phía sau, vì chư Phật đều muốn cứu độ chúng sinh khắp mười phương.

Làm sao để sống hòa hợp với mọi người? Đức Phật đặt ra sáu nguyên tắc sống hòa hợp, tức Lục Hòa, cho chúng ta làm theo. Lục Hòa không những có thể được ứng dụng trong cộng đồng Phật giáo mà còn có thể được ứng dụng trong tất cả những tổ chức khác.

Điều thứ nhất trong Lục Hòa là có cùng ý kiến, hay Kiến hòa. Mọi người trong nhóm có cùng ý kiến với nhau, làm nền móng vững chắc cho việc sống hòa hợp với nhau. Nếu có sự bất đồng ý kiến trong nhóm thì chắc chắn sẽ có sự tranh chấp, không còn sự hòa hợp nữa. Vậy, có ý kiến hòa hợp là điều rất quan trọng.

Điều thứ nhì trong Lục Hòa là cùng nhau tuân theo những giới điều chung, hay Giới Hòa. "Giới" có nghĩa hẹp và nghĩa rộng. Nghĩa hẹp là năm giới hay mười giới của Phật tử tại gia, những giới điều của các Tỳ kheo, Tỳ kheo

Second, awakening is the aspiration to benefit and help all sentient beings, to think of others and not of oneself. What are the urgent needs of sentient beings? There is nothing more important than the Buddha's teachings. Thus, our most pressing need is nurturing and training lecturers to continue to pass on Buddhism. Today due to our advanced printing skills, numerous sutras have been distributed throughout the world, but regretfully, few people lecture on them. Since people have the tendency to misunderstand the meanings within the sutras, we need qualified people to lecture and explain them. Today the best way to benefit others is to train lecturers and at the same time gain innumerable merits. We work toward this goal with a great tolerant mind, not just for one Way Place, area or country but for the whole world. If only one country prospers and the others are poor, the poor will envy and resent the prosperous, leading to conflicts or worse. How could one pass the days peacefully knowing this? If everyone is prosperous, then all will be happy and peaceful.

Once there is a good number of lecturers to help others clearly understand the principles of the Buddha's teachings, they will in turn gradually help others in reaching awakening to break through delusion and escape suffering thus attaining happiness. This is the most beneficial way for one to put the Bodhi mind into practice.

To believe deeply in the Law of Cause and Effect does not simply refer to "What goes around comes around." The profound meaning is, "Being mindful of Buddha Amitabha is the cause and becoming Buddha is the consequence."

For the Pure Land practitioner, reciting and upholding Mahayana Sutras can be accomplished by reciting the Infinite Life Sutra. Delving deeply into one method can be achieved by concentrating on one sutra. If one does not think this is sufficient, the four other sutras and one commentary of the Pure Land School could also be recited. These six are more than enough. Simply allow them to take root and flourish. Finally, one encourages others on the path to enlighten-

ni, giới điều của bậc Bồ Tát và giáo lý của Đức Phật. "Trì Giới" theo nghĩa rộng là làm theo phép lịch sự, phong tục, và pháp luật của mọi xứ trên thế giới.

Ngày nay, do sự tiến bộ kỹ thuật trong ngành truyền thông, tầm hoạt động của chúng ta không chỉ giới hạn trong một quốc gia mà đã mở rộng ra những nước khác. Khi đi tới xứ khác để du lịch, công tác hay thăm viếng người thân, chúng ta cần phải tôn trọng tập quán và luật pháp địa phương để sống hòa hợp với người ở xứ đó. Vậy, tuân theo giới điều Phật giáo thì cũng làm theo tập quán và luật pháp quốc gia. Chính phủ nào cũng hoan nghênh những người dân biết trọng pháp luật, vì vậy tuân theo giới luật là một cách biểu dương và làm lợi ích cho Phật Giáo. Với Giới Hòa làm căn bản, người ta có thể sống hòa hợp và cùng thực hành tu tập với nhau. Khi sống cùng với nhau và lại có cùng ý kiến thì tự nhiên mọi người trong nhóm sẽ không có một sự tranh chấp nào cả? Một cộng đồng tu tập với cùng một mục tiêu, cùng nhau đạt thành tựu mỗi ngày thì chắc chắn cộng đồng đó sẽ được an lạc.

Điều cuối cùng trong Lục Hòa là chia xẻ lợi ích một cách hòa hợp với nhau, hay Lợi Hòa. Tăng Đoàn không chỉ có nghĩa là một cộng đồng tăng sĩ. Đối với Phật tử tại gia, một gia đình cũng có thể thực hành tu tập cùng với nhau theo Lục Hòa để làm thành một tăng đoàn. Cả trong một công ty, mọi người từ chủ nhân cho tới nhân viên cũng có thể thực hành Phật Pháp và làm thành một tăng đoàn. Vậy, tăng đoàn có ý nghĩa rất rộng. Ở trong một tăng đoàn, chúng ta cùng chia xẻ lợi ích với nhau. Đối với

ment. The first three parts of the Third Condition benefit the self. The last one teaches us to dedicate the benefits we have received to all others; to help them to understand, practice and succeed in their cultivation of Buddhism. When attaining achievement in the Buddha's teachings, one succeeds in attaining infinite wisdom.

The Six Harmonies

The Three Conditions are the first of The Five Guidelines of the foundation for Pure Land practice. We have yet to become Buddhas or to depart from this world. Even when one becomes a Buddha, one does not leave all behind as Buddhas want to help all sentient beings in the ten directions.

How does one get along with others harmoniously? The Buddha set six principles for us to follow. Not only are these applicable within a Buddhist community but also in all organizations or groups. When we take refuge in the Triple Jewels, there is a saying, "To return and rely upon the Sangha, the most worthy of respect of all groups." Group means a gathering of people. In our society, the smallest group of people is a family, a larger one is a nation and the largest is the union of many nations. Actually, the whole world is a group of which we all are a part. Why is a Buddhist community the most precious of all groups? The six rules that the Buddha set for Buddhist communities are something all its members follow, making this group the most worthy of respect and of being a role model for all.

The first of the Six Principles of Harmony is to share the same goals and viewpoints, in other words to establish a common consensus. Everyone within this group shares similar thoughts and viewpoints, providing the foundation for living in harmony. If everyone has different viewpoints and ideas, then conflicts would be unavoidable, making the group discordant. Therefore, sharing the same goals and viewpoints is very important, making this the first of the Six Principles.

người xuất gia thì điều này có nghĩa là mọi người trong đoàn thể có cùng một lối sống, từ vị sư trưởng cho đến người không có trách vụ chính thức trong cộng đồng, và không có đặc quyền đặc lợi nào cả.

Chúng ta nên sống theo Lục Hòa để có thể sống hòa hợp với mọi người. Khi ở cùng với những tổ chức hay những đoàn thể khác, dù họ có sống theo Lục Hòa hay không, bản thân chúng ta cũng cần phải cư xử theo tinh thần của Lục Hòa để tuân theo những lời dạy của Đức Phật.

Chư Phật, Bồ Tát là những khuôn mẫu tốt nhất của chúng ta, và chúng ta cũng phải trở thành những khuôn mẫu tốt cho những người ở ngoài Phật Giáo. Đây là tinh thần của Phật Giáo, tức là dùng hành vi của chính mình để gây ảnh hưởng và làm lợi ích cho người khác, và do đó, biểu dương Phật Giáo. Chúng ta không dạy bảo người khác, mà chỉ để cho họ quan sát chúng ta. Như vậy hành vi và lối sống hằng ngày của chúng ta có thể tự nhiên gây ảnh hưởng và làm lợi ích cho người khác, cũng giống như chư Phật, Bồ Tát thị hiện ở thế gian này để giáo hóa chúng sinh.

Tam học: Sự hướng dẫn thứ ba là Tam Học tức ba môn học: giới luật, thiền định, và trí huệ. Tam học bao gồm tất cả những giáo lý của Phật Thích Ca và chư Phật quá khứ, hiện tại, và tương lai. Đại Tạng Kinh gồm ba phần: kinh, luật, và luận. Kinh bao gồm những giáo lý về thiền định. Luật bao gồm những nguyên tắc về giới luật.

The second of the Principles is to observe the same precepts and rules. There are both broad and narrow meanings within the word "Precept." The narrow meaning includes upholding the five or ten layperson precepts, monk's or nun's precepts, or Bodhisattva precepts and the Buddha's teachings. In a broader sense, "Observing precepts" includes abiding by etiquette, customs, rules and laws of the entire world.

Today, through the advancement of technology in travel and communication, our sphere of activity is not limited to our country but expands to other countries as well. Whether sightseeing, on business, or visiting others, it is essential to observe the local customs and laws, to live in harmony, thus being welcomed and respected by others. This principle is practical and brings joy to others; therefore, upholding Buddhist precepts also includes following the customs and laws of the country. All governments welcome law-abiding citizens, so to truly promote and be a benefactor of Buddhism is to uphold the precepts. With this as a base, people could then harmoniously live without arguments and share the joy of practicing together. When living together and sharing a common consensus, a group would naturally not have any conflicts. To practice with the same goal and to achieve improvement daily would ensure that the community would experience joy and inner peace.

The last of the Six Principles is to share benefits equally. Benefits refer to our daily necessities. A Sangha does not merely represent a community of monks and nuns. At home, the family can also practice Buddhism and accord with the Six Principles of Harmony to make up a sangha. Even within a company, everyone, from the employer to the workers, can practice Buddhism to make up a sangha. Therefore, sangha has a very broad meaning. Within a Sangha, one strives to share benefits. For left-home people it means having the same manner of living, from the abbot to one with no formal responsibilities within the community, everyone shares the same manner of living, with no special treatment.

Luận bao gồm những giáo lý về trí huệ. Tam Học giới, định, huệ là cốt tủy của Phật Giáo.

Giới luật là những luật lệ được quy định cho các Phật tử tại gia và xuất gia. Trái đất có bốn mùa thay đổi là Xuân, Hạ, Thu, Đông. Chúng ta cần phải có những luật lệ để cư xử đúng đắn với người và sự vật, do đó làm cho mọi người trong xã hội được hưởng đời sống an lạc và mãn nguyện. Một thế giới không có luật pháp và trật tự thì đó là một thế giới hỗn loạn. Dù có may mắn và nhiều tiền của, chúng ta vẫn có thể không hạnh phúc, sống trong lo sợ và sự bất an. Tại sao? Tại vì chúng ta đã buông bỏ luật pháp và trật tự. Giới luật trình bày thấu đáo những nguyên tắc, những phương pháp, và mức tâm trí mà chúng ta cần phải có để mang lại trật tự và an lạc. Tam Học trình bày rõ ràng ý niệm này. Chúng ta thực hành giáo lý của Đức Phật là để đạt trí huệ vô thượng. Khi đã khám phá trí huệ nội tâm này, chúng ta sẽ biết chân lý của cuộc đời và vũ trụ, và cũng biết cách khôi phục lại những khả năng vốn có từ khởi thủy của mình.

Đức Phật dạy rằng chúng sinh đều có trí huệ và đức tính của một vị Phật. Tri kiến về hiện tại, quá khứ, và tương lai là một phần quan trọng trong khả năng nguyên thủy của chúng ta, nhưng không may là chúng ta đã bị vô minh che phủ. Vô minh xuất hiện khi tâm trí không an tĩnh, còn tâm giác ngộ thì không chịu một ảnh hưởng nào cả. Khi sáu giác quan tiếp xúc với ngoại cảnh, tâm trí của chúng ta sẽ xao động, phát sinh những ý nghĩ tán loạn.

We would do well to live by the Six Principles of Harmony to learn how to better get along with others. When with other organizations or groups, regardless of whether or not they follow the Six Principles of Harmony, we ourselves need to accord with the spirit of these Principles to truly follow the Buddha's teachings.

Buddhas and Bodhisattvas are our best role models while we are to be good role models for others who are not Buddhists. This is the spirit of Buddhism, using our own behavior to influence and benefit others, thus promoting Buddhism. We do not teach others in the formal sense but simply let them observe us. Thus our daily conduct and practice can unobtrusively and imperceptibly help to influence and change others like Buddhas or Bodhisattvas manifesting in this world to teach sentient beings.

The Three Learnings

The third guideline is the Three Learnings: self-discipline, concentration and wisdom. The Three Learnings summarize all the teachings from Buddha Shakyamuni and all the Buddhas in the past, present and future. The Great Canon of Sutras is divided into three sections: sutras, vinaya or precepts, and sastras or commentaries. Sutras include the teachings of meditation, vinaya includes the teachings of self-discipline or precepts, sastra includes the teachings of wisdom. These Three Learnings of self-discipline, concentration and meditation represent the core of the Buddha's teachings.

The teachings of precepts place most emphasis on rules, regulations and laws. The earth has four seasonal changes: spring, summer, autumn and winter. We need rules and laws to successfully interact with people and matters, thus enabling the members of society to enjoy a wonderful and fulfilling life. A world absent of law and order is a world of chaos. Although one may possess good fortune and wealth, one may still be unhappy, living in fear and insecurity. Why? We have discarded law and order. The precepts

Đức Phật đã dạy vô số pháp môn để thực hành để được an tĩnh trong mọi hoàn cảnh, không sinh ra những vọng niệm phân biệt hay chấp thủ, và do đó tái khám phá những khả năng nguyên thủy của mình. Trạng thái tâm an tĩnh này là thiền định. Tu tập tức là điều chỉnh những ý nghĩ, lời nói, và hành vi sai lầm của mình, nhưng chúng ta tu tập theo những tiêu chuẩn nào? Đó là giới luật và thiền định. Giới luật là tiêu chuẩn bên ngoài, trì giới là tiêu chuẩn bên trong, còn thiền định thì là tiêu chuẩn để đạt tâm thanh tịnh. Tiêu chuẩn bên ngoài là quan trọng, nhưng tiêu chuẩn bên trong còn quan trọng hơn nhiều, vì nó giúp chúng ta thành tựu trong việc thực hành tu tập đạt trí huệ.

Với sự trì giới, chúng ta sẽ đạt trạng thái thiền định phát sinh trí huệ. Trí huệ hoàn hảo tối hậu này được gọi là "Vô Thượng Chánh Đẳng Chánh Giác". Làm sao để đạt tri kiến đúng, rồi tri kiến đúng và bình đẳng và sau cùng là tri kiến hoàn hảo? Ba mức thành tựu này tùy thuộc vào lực thiền định, hay trình độ thanh tịnh của tâm trí. Là Phật tử, chúng ta thực hành tu tập là để đạt Giác Ngộ Viên Mãn.

Nếu xa rời giới luật và sự thanh tịnh, sẽ không bao giờ đạt được kết quả. Dù hành trì bất cứ pháp môn nào, như Niệm Phật A Di Đà, trì giới, trì chú hay thiền định, nếu không làm theo những điều hướng dẫn này thì chúng ta không thể đạt được sự định tâm, nếu có cũng chỉ là những món trang trí bên ngoài mà thôi.

thoroughly explain the principles, methods and the level of mind we need to bring about law and order. The Three Learnings clearly explain this concept. We practice the Buddha's teachings in order to attain the ultimate, perfect wisdom. Once we uncover this inner wisdom, we will know the true reality of life and the universe, including how to restore our original abilities.

The Buddha told us that all sentient beings possess a Buddha's wisdom and virtuous abilities. While the knowledge of the past, present and future is part of our original ability, they are unfortunately covered and hidden by our delusion. Delusion occurs when the mind/heart is not still, while an enlightened one remains unaffected. When our six senses encounter the environment, our mind/heart moves, giving rise to wandering thoughts.

The Buddha taught numerous ways to practice so we can remain unaffected in all situations, not giving rise to any wandering, discriminating thoughts or attachments, thus recovering our original capabilities. This state of mind is deep concentration. Cultivation is correcting one's erroneous thoughts, speech and behavior. What are the standards for these? They are discipline and concentration. Discipline is the external standard and precept observation is the internal standard; concentration is the standard for the pure mind. The external standard is very important, but much more important is the internal standard, because it helps us to achieve our goal in the practice to attain wisdom.

With self-discipline, we attain the concentration that gives rise to wisdom. This ultimate, perfect wisdom is "Annuttara-Samyak-Sambodhi." How does one first attain proper realization, then equal and proper realization, and finally perfect, complete realization? These levels of attainment depend on the strength of concentration, the extent of the purity of mind. As Buddhists, the goal of our practice is Perfect, Complete Enlightenment. If one departs from rules of order and purity of mind, one is not practicing Buddhism.

Sáu Ba La Mật: Sự hướng dẫn thứ tư là Sáu Ba La Mật tức sáu hạnh hoàn hảo của bậc Bồ Tát. Mỗi hạnh bao gồm tất cả lối sống của chúng ta. Thí dụ, Ba La Mật thứ nhất là Bố Thí. Người ta thường cho rằng bố thí chỉ có nghĩa là cho tiền bạc. Thực ra cho tiền bạc chỉ là một trong vô số loại bố thí. Nhìn bên ngoài thì bố thí là sự hy sinh vì người khác, nhưng tính chất thật của bố thí là sự xả ly, hay buông bỏ.

Chúng ta có thể bố thí của cải hay sức khỏe của mình. Thí dụ, một người nội trợ giữ cho ngôi nhà của mình là chỗ ở tiện nghi cho gia đình. Nếu không hiểu biết đúng thì người nội trợ có thể cảm thấy những công việc hằng ngày như giặt quần áo, nấu ăn là nhàm chán. Nhưng nếu người nội trợ hiểu ra rằng mình đang tu tập Bồ Tát đạo bằng việc thực hành Sáu Ba La Mật thì người đó sẽ vui mừng ngay. Làm một việc gì đó cho người khác với tâm xả ly, không chấp thủ thì đó là thực hành hạnh bố thí hoàn hảo. Một người nội trợ giỏi không những phục vụ gia đình của mình mà còn làm gương cho tất cả những người trong gia tộc cũng như những người láng giềng, và như vậy mọi người đều được lợi ích. Một gia đình như vậy là gia đình kiểu mẫu cho mọi gia đình. Dù trông coi một tiệm tạp hóa hay quản lý một doanh nghiệp, làm khuôn mẫu cho người khác noi theo chính là thực hành Bồ Tát Đạo vì lợi ích của chúng sinh. Hạnh Bố Thí Ba La Mật có thể được mở rộng để bao trùm toàn thể vũ trụ và các cõi. Với tâm quảng đại này người ta sẽ là một vị Bồ Tát Đại Thừa.

Bố thí có ba loại: tài thí, pháp thí và vô úy thí

No matter which method one practices, whether Buddha Name Chanting, precept observing, mantra chanting, or Zen meditation; if one does not follow the guidelines, one cannot attain the pure mind. All would be just window dressing. With one degree of pure mind, we attain one degree of wisdom. With two degrees of pure mind, we attain two degrees of wisdom, etc. Therefore, practicing accordingly and maintaining and protecting the pure mind, which gives rise to true wisdom, is exceptionally important.

The Six Paramitas or Principles

The fourth guideline is the Six Principles or Paramitas that are the primary living principles of Bodhisattvas. Each principle encompasses our whole way of living; for example, the first of the Six Principles is "Giving." Some people think of giving as simply donating money. Actually, this is only one of the infinite kinds of giving. From the appearance, giving is sacrificing oneself to give to others. However, from its intrinsic nature, giving is letting go.

We can practice giving of our wealth or physical strength. For example, a homemaker keeps house daily providing a comfortable environment for the family. Without proper understanding, this homemaker may feel these daily chores are repetitive; that washing clothes and cooking meals are boring. If however, the homemaker clearly understands that he or she is cultivating the Bodhisattva Way by practicing the Six Principles, then he or she will be filled with joy. Changing one's perception of doing the same chores with a giving, non-attaching heart is practicing the principle of giving. Not only does one serve the whole family by keeping the house neat, but one also serves as a role model for all relatives and neighbors. In this way, not just one but all beings benefit. One is thus a family role model for all families. Whether managing a store or business, being a role model for others is practicing the Bodhisattva Way in guiding sentient beings. The principle of giving can be expanded to the infinite universe and

(wealth, teaching and fearlessness). Bố thí tài vật gồm bố thí bên trong và bố thí bên ngoài. Bố thí bên trong là dùng công sức tâm trí và thể xác của mình làm lợi ích cho người khác. Bố thí bên ngoài là hiến tặng những thứ như tiền bạc, thực phẩm, v.v...

Bố thí tài vật sẽ có kết quả tốt là được hưởng tài vật về sau. Bố thí pháp là sẵn lòng truyền đạt những kiến thức của mình cho người khác, và không giấu giếm một chút nào cả. Bố thí pháp là làm hết sức để truyền dạy cho những người muốn học với mình. Kết quả tốt của việc bố thí pháp là chúng ta sẽ đạt được sự thông minh và thông tuệ. Vô úy thí là giải tỏa sự lo sợ của người khác và làm cho họ cảm thấy an tâm. Quả tốt của việc bố thí vô úy là có sức khỏe, trường thọ và thân tâm được tự tại. Đa số người ta đều muốn giàu có, thông minh, trí huệ, sức khỏe, sống lâu và an lạc. Khi người ta tạo nghiệp tốt thì quả báo tốt sẽ tới với mình. Muốn được hưởng quả tốt thì trước hết phải gieo nhân lành. Do thực hành tài thí, pháp thí, và vô úy thí chúng ta sẽ được hưởng tất cả những nghiệp quả tốt này.

Khi quan sát cẩn thận chúng ta sẽ thấy rằng không có bao nhiêu người đạt được tất cả những điều mình mong ước. Có những người chủ giàu có nhưng không thông minh, tuy nhiên lại có những nhân viên thông minh và khôn ngoan ở dưới quyền họ, làm theo lệnh của họ. Những nhân viên thông minh và khôn ngoan này đã gây dựng trí huệ trong những kiếp trước, nhưng đã không tu tạo phước báo. Ngược lại, các chủ nhân thì vun bồi phước

beyond. With this extensive broadmindedness, one is a Mahayana Bodhisattva.

Giving is comprised of three categories: wealth, teaching and fearlessness. The giving of wealth includes internal and external wealth. Internal wealth involves all of our mental and physical labors that benefit others. External wealth is the giving of all other things, e.g. money, food, etc. Gaining wealth is the result of giving wealth. The giving of teaching is the willingness to instruct others while not selfishly holding back any knowledge. It is to do one's best in educating willing students. As a result, one gains intelligence and wisdom. The giving of fearlessness includes soothing away other's fears and providing a feeling of security. As a result, one gains health and long life. Most people wish for wealth, intelligence, wisdom, health and long life. When there is a good cause, a good reward will follow. One does not receive a reward without first planting the good cause. By practicing all three kinds of giving, one perfectly attains all these rewards.

Observing carefully, we will see that there are not many who have all they wish for. Some wealthy employers do not possess great intelligence or wisdom, but have intelligent and wise employees working under them, following their instructions. These intelligent and wise employees have cultivated wisdom in their past lives but did not cultivate good fortune. On the other hand, these employers cultivated good fortune but did not cultivate wisdom. Cause and effect may be complex, but not hard to distinguish. Thus, using Buddhist principles to observe society enables one to know how to conduct oneself in the future.

In reality, true wisdom is more important than good fortune. Wealth is good fortune, but how one uses and allocates wealth requires a high level of wisdom. Without wisdom, possessing wealth may lead one to create infinite bad karma from bad deeds, thinking one is doing good. Without wisdom, one is unable to distinguish true from false, proper from deviated, right from wrong or beneficial from harmful.

báo nhưng không tu tạo trí huệ. Nhân và quả rất phức tạp và rất khó phân biệt. Vậy, khi dùng những nguyên tắc của Phật giáo để quan sát xã hội, chúng ta sẽ biết cách hành xử trong tương lai.

Thật ra, trí huệ đích thực quan trọng hơn là phước báo. Của cải là phước báo, nhưng chúng ta phải có trình độ trí huệ cao để biết dùng và phân phối tài sản của mình đúng cách. Nếu không có trí huệ, sự sở hữu của cải có thể đưa chúng ta tới chỗ tạo nghiệp xấu mà lại tưởng là mình đang làm những việc tốt. Nếu không có trí huệ, chúng ta sẽ không thể phân biệt thật giả, đúng sai, phải trái, lợi và hại. Chúng ta vẫn thường không biết đến những sai lầm của mình.

Tất cả những nguyên tắc này được trình bày rất rõ ràng trong "Liễu Phàm Tứ Huấn". Trong điều tốt và điều xấu có sự thật và giả dối, một nửa và trọn vẹn, đúng và sai. Nhìn bên ngoài, một việc có vẻ là nghiệp tốt nhưng do có sự biến đổi tính chất sau đó, có thể là một nghiệp xấu. Ngược lại, một việc có vẻ là nghiệp xấu nhưng đó lại là một thiện nghiệp. Vì vậy, chúng ta cần phải có sự tinh tế để hiểu hệ quả của tất cả những việc làm tốt hay xấu, chứ không xét theo vẻ bên ngoài ban đầu của chúng. Chúng ta cần phải có mức trí huệ cao để có thể hiểu sâu xa và có khả năng nhận ra chân lý.

Ba La Mật thứ nhì là Trì Giới, vốn có nghĩa rộng. Chúng ta làm theo lời dạy của Đức Phật, và tuân hành luật pháp của một quốc gia, Mọi luật lệ cần phải được làm theo trong tinh thần cũng như trong văn tự.

Often one is ignorant of having conducted oneself in an erroneous manner.

All these principles are explained very clearly in Liao Fan's Four Lessons. Within good and bad there exists true and false, half and full, right and wrong. From its appearance, what may appear to be a true good deed, due to changes in its nature some time later, can turn out to have been a bad one. On the other hand, what may initially appear to be a bad deed can turn out to have been a good one. Therefore, one needs insight to understand the outcome of all good and bad deeds and not to judge them by their initial appearance. One needs a high level of wisdom to understand deeply and to be far-sighted enough to distinguish correctly the truth.

The second principle is "Precept Observation," which also has a broad meaning. One follows the Buddha's teachings, accords with the customs of society, and abides by the rules and laws of a country. In both the spirit of the law as well as the letter, all rules and laws need to be followed.

The third principle is "Patience." Patience includes long-term patience whether interacting with people, matters or objects. As the Buddha explained in the Diamond Sutra, all dharma is attained from patience and endurance. To succeed in either worldly or spiritual dharma, one must have patience. Without it one cannot attain achievement. Having this patience to endure what others cannot, one achieves what others cannot. Only then will one accomplish great deeds.

The fourth principle is "Diligence." Diligence is seeking focused improvement daily, not trying to advance in many different directions. Advancing with diligence to a certain level, one attains concentration. This concentration does not simply mean cultivating while sitting in a lotus position facing a wall. It is to have a firm hold of one's mind and not to be influenced by external conditions. This accords with the Diamond Sutra, to remain unmoved by and unattached to any phenomenon. Not attaching to any phenomenon is to not

Ba La Mật thứ ba là Nhẫn Nhục, là sự kiên nhẫn lâu bền trong hành xử với người và sự việc. Như Đức Phật đã giảng giải trong Kinh Kim Cương, vạn pháp đều có thể đạt được do nhẫn nhục và chịu đựng. Để thành công trong pháp thế gian hay pháp xuất thế gian, chúng ta phải có nhẫn nhục, nếu không thì khó thể đạt thành tựu. Có sự nhẫn nhục để chịu đựng những gì người khác không thể chịu đựng, chúng ta sẽ đạt được những gì người khác không thể đạt được. Chỉ khi đó chúng ta mới thành tựu được những việc lớn.

Ba La Mật thứ tư là Tinh Tấn. Tinh tấn là tập trung vào sự tu tập hằng ngày, không tìm cách tiến theo nhiều hướng khác nhau. Tu tiến với sự tinh tấn một mức nào đó, chúng ta sẽ đạt được trạng thái thiền định.

Ba La Mật thứ năm là Thiền Định, thiền ở đây có nghĩa là tham thiền với thế ngồi hoa sen, quay mặt vào vách. Thiền định là nhiếp phục được tâm trí của mình, không chịu ảnh hưởng bởi ngoại cảnh. Điều này phù hợp với Kinh Kim Cương, tức là không xao động và không bị tác động bởi bất cứ một hiện tượng nào. Không chấp thủ một hiện tượng nào có nghĩa là không chịu sự cám dỗ từ những ảnh hưởng bên ngoài. Chúng ta đạt sự định tâm khi không bị lay động bởi tất cả những hiện tượng, thí dụ như sự tiến bộ của khoa học kỹ thuật, phức tạp mà sáng chói đối với mắt nhìn của chúng ta. Trông thấy rõ tất cả và biết tất cả thì đó là trí huệ trực giác tức trí huệ Bát Nhã (Ba La Mật thứ sáu là Trí Tuệ) Như vậy, chúng ta sẽ sống một cách an lạc và giải thoát.

be enticed by temptations from external influences. One achieves concentration when one is unmoved by all phenomena, such as the advancement of scientific technology, so confusing yet dazzling to our eyes. It is seeing everything clearly and knowing that all is intuitive wisdom, the prajna wisdom. In this way, one will then live happily.

For example, when we buy a refrigerator, use and maintain it nicely, it can last at least ten years. During these ten years, there will be improvements and changes in refrigerator manufacturing. Will we want to exchange it for a new one? When there is no need for a new one and we continue to use it, we have concentration. When we are moved upon seeing a new model in the store and want to buy it to replace the old one, afraid that guests will laugh at the latter's appearance; we have neither concentration nor wisdom. Living in this way, one would not be happy because one's income would slip through one's fingers just trying to keep up with new products. Buddhism calls this Mara, what comes to make one suffer, in this case, to tempt one to spend all their hard-earned money. A truly wise person would be unmoved and live a happy fulfilling life without worries or afflictions, unlike ordinary people.

The Ten Great Vows of Universal Worthy Bodhisattva

The fifth and last of the guidelines is the Ten Great Vows of Universal Worthy Bodhisattva. Universal Worthy Bodhisattva is unlike any other Bodhisattva due to his great broadmindedness, where his every thought is of helping all sentient beings. He does not think of himself, his family, country or world but of the infinite universe and beyond, reaching true perfection. With this great broad mind, all that he practices is great.

The order in practicing Buddhism is belief, understanding, practice and attainment. First, one needs to have unwavering belief, for without it one is unable to accept the Buddha's teachings. It is not that easy to instill this belief, as

Mười Đại Nguyện Của Bồ Tát Phổ Hiền: Sự hướng dẫn thứ năm và cuối cùng là Mười Đại Nguyện của Bồ Tát Phổ Hiền. Bồ Tát Phổ Hiền không giống bất cứ một vị Bồ Tát nào khác, vì tâm trí quảng đại của ngài. Mọi ý nghĩ của ngài đều hướng về sự cứu độ chúng sinh. Ngài không nghĩ đến bản thân, gia đình, xứ sở, hay thế giới, mà nghĩ đến vũ trụ các cõi, đạt tới sự hoàn hảo đích thực. Với tâm quảng đại này, tất cả những gì ngài làm đều vĩ đại. Tu theo Phật giáo có nghĩa là tin tưởng, thông hiểu, tu tập, và chứng đắc. Trước hết, chúng ta cần phải có niềm tin kiên cố, nếu không chúng ta sẽ không thể tiếp nhận những giáo lý của Đức Phật. Không dễ gì có niềm tin vững chắc, vì nó tùy thuộc vào nhân duyên. Trong Phật Giáo, nhân duyên hay những điều kiện là: căn cơ tốt, phước báo, công đức, đức hạnh, và nguyên nhân. Nếu không có những điều này thì sẽ rất khó được niềm tin không lay chuyển. Thứ hai, chúng ta phải tin tưởng vào Đức Bổn Sư Phật Thích Ca, vì biết rằng ngài không lừa dối chúng ta. Chúng ta cũng cần phải tin rằng những gì các vị thầy tổ truyền dạy đều là sự thật. Tuy nhiên, chỉ tin tưởng không thôi thì chưa đủ.

Một điều cũng quan trọng là chúng ta phải có sự hiểu biết đúng và hoàn hảo. Sau khi hiểu giáo lý, chúng ta cần phải ứng dụng thực hành những nguyên tắc, những pháp môn, và những mức chứng đắc của Phật giáo trong sinh hoạt hằng ngày. Sau cùng, chứng đắc là chứng minh trong đời sống hằng ngày rằng tất cả những giáo lý cũng như sự hiểu biết của chúng ta là đúng.

it depends on affinity or condition. In Buddhism, these conditions include good roots, good fortune, merits, virtues and cause. Without these, it would be extremely difficult to have this unwavering belief. In believing, one needs to first believe that one possesses the Buddha nature and that one can definitely become a Buddha. Second, we need to have confidence in our original teacher, Buddha Shakyamuni, knowing that he would not lie to us. We also need to believe that what the great masters and Patriarchs have passed down to us is truthful. However, simply believing is not enough.

Equally important is that one seeks the correct and perfect understanding. After understanding, one needs to accomplish, to practice, to apply Buddhist principles, methods and levels of attainment into one's daily living. Lastly, the attainment is to prove within our daily lives that all the teachings and understandings are correct.

Lately, I have heard some fellow practitioners mention that lacking a blessing from an Esoteric Master would seem to make one inferior to others. In reality, are these kinds of blessing all that effective? In America, many fellow practitioners were so enthusiastic about this ritual that they would even drive ten hours or more just to find a Master to obtain a consecration. After they came back, I asked them if they had uncovered their wisdom and had fewer afflictions. They honestly shook their heads and said no. I said, if a consecration is achieved by sprinkling a few drops of water on the head, then one might as well go take a shower to receive a great consecration.

Not understanding the true characteristics and meanings behind all the rituals reveals a very sad phenomenon in Buddhism. Mr. Nian-Chu Huang who was an Esoteric master, stated very clearly in his commentary of the Infinite Life Sutra, "The consecration is a blessing of compassion and kindness; one's head symbolizes the act of instilling in the person the outstanding teachings of the Buddha."

Một hiện tượng đáng buồn trong Phật giáo là người ta không hiểu tính chất thật và ý nghĩa của những nghi thức. Một đạo sư Mật Giáo là Ông Nian Chu Huang đã nói rất rõ ràng trong bộ sớ giải Kinh Vô Lượng Thọ rằng: "Lễ quán đảnh là một sự gia hộ từ bi. Nghi thức quán đảnh tượng trưng sự truyền vào hành giả những giáo lý thâm diệu của Đức Phật".

Phật Đài Di Lặc Lộ Thiên tại Tu Viện Quảng Đức, Melbourne, Australia
Maitreya Buddha Monument Statue at Quang Duc Monastery

Chapter 5

The pure land school

Today, as we practice the Pure Land method, we know that the Infinite Life Sutra is a very important sutra, thus is a supreme Dharma. Passing on the Infinite Life Sutra and the Amitabha Sutra to others brings them a great consecration. Reciting the sutra once is to receive consecration once from all the Buddhas in the ten directions. Reciting the sutra twice is to receive consecration twice from all the Buddhas. Therefore, one needs to understand the method in practicing, to start from the foundation of the Three Conditions.

As I said earlier, the first condition is to be filial and respectful toward parents and teachers; to be compassionate and not kill any living being; and to cultivate the Ten Good Conducts. Cultivation begins from here. If one thinks that one cannot accomplish the above, then no matter how one practices, it is only superficial. It is important for one to practice earnestly to accomplish these conditions or one may not attain the true benefits from the Buddha's teachings.

Ultimately, we return to the Pure Land method. Why? To return to the Pure Land method is what all Buddhas recommend we do. In the Amitabha Sutra, all the Buddhas in the six directions praise the Pure Land. In the Infinite Life Sutra, Buddha Shakyamuni was very clear in praising Buddha Amitabha as the most respected, with the brightest of light, the king of all Buddhas. When returning to and relying upon a Buddha, who would be better than the

Chương 5

Tịnh Độ Tông

Ngày nay, khi tu tập theo pháp môn Tịnh Độ, chúng ta có ý thức rằng Kinh Vô Lượng Thọ là một bộ kinh rất quan trọng, và là Pháp vô thượng. Truyền bá Kinh Vô Lượng Thọ và Kinh A Di Đà cho người khác là mang lại cho họ một lễ quán đảnh lớn. Một lần tụng kinh này là một lần nhận được sự gia hộ của chư Phật mười phương. Hai lần tụng là hai lần được gia hộ. Vì vậy, chúng ta cần phải hiểu phương pháp thực hành bắt đầu từ căn bản Ba Điều Kiện.

Như đã nói, điều kiện thứ nhất là hiếu kính với cha mẹ và các vị thầy của mình, từ bi không sát sinh, và làm mười điều lành. Việc tu tập bắt đầu từ đây. Nếu chúng ta nghĩ rằng mình không thể làm tròn những điều này thì dù có tu tập bao nhiêu chúng ta cũng không đạt được một kết quả nào cả. Chúng ta cần phải thành tâm thi hành và thành tựu những điều kiện này, nếu không thì không thể đạt những lợi ích của Phật Giáo.

Cuối cùng chúng ta quy y pháp môn Tịnh Độ. Tại sao? vì chư Phật khuyên chúng ta làm như vậy. Trong Kinh A Di Đà, chư Phật sáu phương đều ca tụng Tịnh Độ. Trong Kinh Vô Lượng Thọ, Phật Thích Ca tán tụng Phật A Di Đà, vị Phật đáng tôn kính nhất, có hào quang sáng nhất và là vua của chư Phật. Khi quy y một vị Phật, chúng ta sẽ chọn vị Phật nào? Phật Thích Ca không bảo chúng ta quy y ngài mà hãy quy y Phật A Di Đà vì ngài là Phật Vô Thượng của chư Phật.

best? Buddha Shakyamuni did not ask us to return and rely upon himself but rather upon Buddha Amitabha, for he is the ultimate Buddha of all Buddhas.

In the Flower Adornment Sutra, we see that Manjusri and Universal Worthy Bodhisattvas sought birth into the Western Pure Land. If the Western Pure Land were not so remarkable, why would these two Bodhisattvas of the Hwa Dzan world want to go to this particular Pure Land? The Infinite Life Sutra explains why one would want to chant Buddha Amitabha's name and be born into the Pure Land. If one would recite the Infinite Life Sutra more often and listen to lectures on it, one would come to a deeper and more meaningful understanding and cultivation.

If we do not wish to spend more time and energy to seek the truth of life and the universe, then following the teachings within this sutra would be sufficient and perfect. Why? In the future, after we are born into the Pure Land, our wisdom, virtuous abilities and enjoyments will be equal to those of Buddha Amitabha. We will then clearly understand the truth of life and the universe. Thus, as ancient wise people often said, the Pure Land method is a short cut to the ultimate Enlightenment.

Using other methods, we take a long circuitous route to achieve Enlightenment. Seeking birth into the Pure Land is the short cut that ensures us of attaining Enlightenment in one lifetime. From this, we know that this method is outstanding and beyond comparison. All Buddhas, Bodhisattvas and past Patriarchs praised this method. It is a rare opportunity for us to encounter it in this lifetime. As is said in the opening verse of the sutras,

Trong Kinh Hoa Nghiêm, cả hai Bồ Tát Văn Thù và Phổ Hiền đều muốn được sinh vào Tịnh Độ Tây Phương. Nếu Tịnh Độ Tây Phương không có gì đặc biệt thì tại sao hai vị Bồ Tát của cõi Hoa Tạng này lại muốn tái sanh vào đó? Kinh Vô Lượng Thọ giải thích lý do chúng ta muốn niệm Phật A Di Đà và sinh vào Tịnh Độ. Nếu chúng ta tụng Kinh Vô Lượng Thọ thường xuyên và nghe thuyết pháp về kinh này chúng ta sẽ hiểu và tu tập sâu xa hơn.

Nếu chúng ta không muốn mất nhiều thời giờ và sức lực để tìm hiểu chân lý sự sống và vũ trụ thì làm theo những giáo lý trong kinh này cũng đủ và cũng có kết quả. Tại sao? Vì trong tương lai, sau khi sinh vào Tịnh Độ, trí huệ, đức năng, và phước báo của chúng ta sẽ bằng với phẩm tính này của Phật A Di Đà. Lúc đó chúng ta sẽ thông hiểu chân lý của cuộc đời và vũ trụ. Vậy như các Thầy Tổ thường nhắc, pháp môn Tịnh Độ là con đường tắt dẫn tới Giác Ngộ Vô Thượng - Với những pháp môn khác, chúng ta sẽ phải đi đường vòng để đạt giác ngộ. Tái sinh vào Tịnh Độ là con đường tắt giúp chúng ta đạt Giác Ngộ ngay trong kiếp này. Vậy, chúng ta biết rằng pháp môn này là độc đáo và siêu thắng hơn hết. Chư Phật, Bồ Tát và chư Tổ ca tụng pháp môn này. Đây là một cơ hội hiếm có cho chúng ta gặp được trong kiếp này. Như câu mở đầu trong các kinh đã nói: "Khó gặp trong vô số đại kiếp". Đã gặp trong kiếp này mà lại bỏ qua thật là đáng buồn và đáng tiếc cho chúng ta. Một pháp môn tốt và hiếm có như vậy trong vô số đại kiếp thì chúng ta cần phải nắm chặt, không buông bỏ, phải học và thực hành một cách chân thành. Nếu làm được như vậy, kết quả giác ngộ và giải thoát đang nằm trong tầm tay của chúng ta.

"Difficult to encounter in infinite eons." Having encountered it in this lifetime, it would be unbearably sad to let this rarest of opportunities pass us by. It occurs so infrequently in infinite eons, we need to hold on tight, to not let go, to learn and practice it as earnestly and sincerely as we can.

**Toàn cảnh Tu Viện Quảng Đức,
Melbourne, Australia**
*Whole view of Quang Duc Monastery,
Melbourne, Australia*

QUY Y TAM BẢO
(Giảng tại Singapore 1992)

Quyển III

**TAKING REFUGE
IN THE TRIPLE JEWELS**

TAKING REFUGE IN THE TRIPLE JEWELS

Dear fellow practitioners, today we are going to conduct the Initiation Ceremony of the Triple Jewels, which are the Buddha, the Dharma and the Sangha. I would like to clarify what taking refuge in the Triple Jewels means since there have been growing misunderstandings in modern times. In order to reap the true benefits, we must first settle these misunderstandings.

What is Buddhism? Is it a religion? Buddhism is not a religion but rather the most profound and wholesome education based on forty-nine years of Buddha Shakyamuni's teachings for all sentient beings. As I recall, in 1923, Mr. Chin-wu O-Yung spoke at the University of Zhong-Shan. The title of his lecture was "Buddhism is Neither a Religion, nor a Philosophy, but the Essential of the Modern World." This lecture was an insightful breakthrough that shook the contemporary Chinese Buddhist world.

Since Buddhism is an education, what exactly are its objectives, methods and principles? Its educational objective is to help sentient beings understand the truth of the Dharma which is defined as (1) the teachings of the Buddhas (2) duties, laws and doctrines or (3) things, events, phenomena, everything. Simply put, the truth of the Dharma addresses the causes that initiate all the phenomena of life and the universe. Life refers to ourselves while the universe refers to our living environment. Therefore, the educational content of Buddhism directs us to gain clear understanding of our living environment and ourselves.

Nowadays, the formal educational system only subscribes to a partial understanding of the universe, which has yet to be proven. Moreover, we are still discussing and

QUY Y TAM BẢO

(Giảng tại Singapore 1992)

Các bạn đồng tu thân mến, hôm nay chúng ta sẽ làm lễ quy y Tam bảo Phật, Pháp, Tăng. Tôi muốn làm sáng tỏ ý nghĩa của quy y Tam bảo, vì đã có nhiều hiểu lầm trong thời đại này. Để đạt lợi ích thực sự, chúng ta phải giải quyết những sự hiểu lầm này.

Phật Giáo là gì? Phật Giáo có phải là một tôn giáo hay không? Phật Giáo không phải là một tôn giáo, mà là một nền giáo dục thâm diệu và tốt nhất, dựa trên bốn mươi chín năm giáo hóa chúng sinh của Đức Phật. Tôi nhớ là vào năm 1923, Ông Jing-Wu-Ou-Yang đã diễn thuyết ở Đại Học Trung Sơn với đề tài "Phật Giáo không phải là một Tôn giáo hay Triết lý mà là một sự thiết yếu cho thế giới ngày nay" (Buddhism is Neither a Religion, nor a Philosophy, but the Essential of the Modern World). Bài diễn thuyết này là một sự xuyên phá đầy ý nghĩa làm chấn động giới Phật Giáo Trung Hoa lúc ấy.

Phật Giáo là một nền giáo dục, nhưng mục tiêu, phương pháp, và nguyên tắc của nền giáo dục này chính xác là gì? Mục tiêu giáo dục của Phật Giáo là giúp chúng sinh hiểu sự thật của Pháp, tức Dharma, vốn được định nghĩa là (1) lời dạy của chư Phật, (2) nhiệm vụ, quy luật và chủ thuyết, hay (3) sự vật hiện tượng, vạn vật. Nói một cách đơn giản, Pháp là chỉ cho những nguyên nhân tạo ra mọi hiện tượng của đời sống và vũ trụ. Đời sống là nói về bản thân chúng ta, còn vũ trụ là môi trường sống của chúng ta. Vậy, nội dung giáo dục của Phật Giáo hướng dẫn chúng ta hiểu rõ chính mình và môi trường sống của mình.

investigating this limited part, not yet knowing enough to draw the correct conclusions. Unfortunately, even religions cannot provide comprehensive and satisfactory explanations of life as a whole, and are only confined to a limited area of the truth. Therefore, the profound and extensive educational content of Buddhism is essential for every sentient being.

The boundary of our living space is not restricted to a city, a region or even just the planet earth. There are galaxies in outer space, comprised of innumerable planets, on which exist advanced life forms that are much more intelligent than human beings. All these galaxies are also our living environment. Furthermore, apart from the space dimension, there is also a time dimension, which extends from the past through the present and into the future. Thus, the environment in which we live consists of an infinite magnitude of space and time.

Our current formal education does not cover such an extensive discussion of this infinite living space and time. Even the well-respected Confucianism only involves a single lifetime, ranging from birth to death and ultimately to a strong relationship that links us to our ancestors. The teachings of Confucius barely touch on the heavenly beings or ghosts but instead focus on how to behave as an honorable person. In contrast, Buddha Shakyamuni clearly and precisely described the Four Sage Realms, which are Buddha, Bodhisattva, Pratyekabuddha and Sound-hearer. Apart from the Four Sage Realms are the Six Realms of Reincarnation of heavenly beings, Asuras, humans, animals, hungry ghosts and hells. Levels of awakening rank these Four Sage Realms and the Six Realms. For example, Buddhas have the most awakened minds while beings in the hells have the most deluded minds. By combining the Six Realms and the Four Sage Realms, we have the Ten Realms. These comprise our existing living space and it is essential for us to clearly understand them.

Ngày nay, hệ thống giáo dục phổ thông chỉ tạo một sự hiểu biết không trọn vẹn về vũ trụ, vốn vẫn là một bí mật. Hơn nữa chúng ta vẫn còn thảo luận và nghiên cứu phần được hiểu biết giới hạn này, chưa thể rút ra những kết luận chính xác. Có điều không may mắn là các tôn giáo cũng không thể cung cấp những lời giải thích bao quát và thỏa đáng về cuộc đời như một toàn thể, mà chỉ giới hạn vào một phần của chân lý. Vì vậy, nội dung giáo dục thâm diệu và rộng lớn của Phật giáo là điều thiết yếu cho toàn thể chúng sinh.

Không gian sống của chúng ta không giới hạn trong một thành phố, một xứ sở, hay cả trái đất. Ở ngoài không gian vũ trụ là những thiên hà bao gồm vô số những hành tinh có những sinh vật cao cấp thông minh hơn loài người rất nhiều. Tất cả những thiên hà này cũng là môi trường sống của chúng ta. Thêm nữa, ngoài chiều không gian còn có chiều thời gian, kéo dài từ quá khứ, qua hiện tại, tới tương lai. Vậy, môi trường mà chúng ta sống bao gồm một cấp không gian và thời gian bất tận.

Nền giáo dục phổ thông hiện tại không xét tới không gian và thời gian sống bất tận này. Triết lý Khổng giáo đáng kính trọng cũng chỉ nói về đời sống trong một kiếp, từ lúc sinh ra cho đến lúc từ giã cõi đời và sau cùng đến liên hệ giữa cá nhân và tổ tiên. Giáo lý Khổng giáo rất ít nói đến quỷ thần tức sinh linh thuộc những cõi khác mà chỉ chú trọng cách hành xử của người có danh dự. Tương phản với Khổng giáo, Phật Thích Ca trình bày một cách rõ ràng và chính xác về bốn cõi thánh: Phật, Bồ Tát, Duyên Giác, và Thanh Văn, và sáu cõi phàm: Thiên,

After we understand the truth of life and the universe, our thoughts, viewpoints, speech and behavior would naturally differ from before. In the past, our deluded mind and erroneous viewpoints led to incorrect actions, thereby creating bad karma, which is the future retribution resulting from one's thoughts, speech and action. According to the fundamental Law of Cause and Effect, unavoidable consequences will result from creating karma, as good results come from good karma and bad results come from bad karma. One creates one's own destiny; no one can step in to bear the consequences of our actions.

As we can see, thoroughly understanding the truth of life and the universe will bring us infinite benefits. Once we understand and deeply believe in the Law of Cause and Effect, we will not create any more bad karma. If we do not create any more karma, then we will not have to bear the consequences or fruits, thus achieving what the Buddha frequently referred to in the sutras as surpassing the Ten Realms. From the Cause and Effect point of view, the Four Sage Realms are the results of diligent cultivation and attainment, while the Six Realms are the consequences of good or bad deeds. The Six Realms can be further categorized into the Three Good Realms of humans, Asuras and heavenly beings and the Three Bad Realms of hells, hungry ghosts and animals.

After understanding karma and its consequences, we will refrain from creating any more karma or at least not any bad ones. By applying the above concepts to our daily lives, we will obtain what everyone wishes for: a happy life, pleasant family, successful career, harmonious society, prosperous nation and peaceful world. Only the Buddha's education completely provides the solution to humanity's search for true happiness. Clearly understanding this, we realize that this education is essential for everyone. Since this education

Nhơn, Atula, Địa ngục, Ngạ quỷ và Súc sanh. Mười cõi này là những mức độ giác ngộ khác nhau. Thí dụ, các vị Phật có tâm giác ngộ tối thượng, còn chúng sinh trong địa ngục thì vô minh tận cùng. Mười cõi này là không gian sống của chúng ta nên ta cần phải hiểu rõ.

Khi đã hiểu sự thật của đời sống và vũ trụ, thì ý nghĩ, quan điểm, lời nói và hành vi của chúng ta sẽ tự nhiên khác trước. Trước kia tâm vô minh và tà kiến đã làm cho chúng ta hành động sai lầm, tạo nghiệp ác qua thân, khẩu, ý, và sẽ chịu quả xấu trong tương lai. Theo luật nhân quả thì sự tạo nghiệp sẽ sinh ra hệ quả tất yếu, nghiệp tốt sinh ra quả tốt, nghiệp xấu sinh ra quả xấu. Không phải bất cứ một thần linh nào, mà mỗi cá nhân đã tạo ra phần số của chính mình; không có ai khác có thể nhận gánh dùm nghiệp quả của mình.

Chúng ta có thể thấy rằng sự thông hiểu chân lý đời sống và vũ trụ sẽ mang lại lợi ích vô tận cho chúng ta. Khi hiểu và tin tưởng vững chắc vào luật nhân quả, chúng ta sẽ không tạo nghiệp xấu nữa. Nếu không tạo thêm nghiệp nào nữa thì chúng ta sẽ không phải chịu nghiệp quả bất hạnh và do đó sẽ chứng đạt được điều mà Đức Phật thường nói trong các kinh là vượt thoát mười cõi. Xét theo luật nhân quả thì bốn cõi thánh là kết quả của quá trình tinh tấn tu tập và thành tựu, còn sáu cõi phàm là hệ quả của quá trình tạo nghiệp thiện và nghiệp ác. Sáu cõi luân hồi có thể được chia thành ba cõi tốt là các cõi của Trời, Người và Atula, ba cõi xấu của chúng sinh là ở địa ngục, quỷ đói và súc sinh.

encompasses infinite space and time, it surpasses differences in nationality, race, political affiliation and religion. In other words, it is for all sentient beings in the Nine Realms below that of Buddhas.

There are several examples in the sutras about different religious followers who learned the Buddha's teachings during Buddha Shakyamuni's time. The Flower Adornment Sutra and the Earth Store Sutra, tell respectively of a Hindu priest and a daughter of a Hindu priest who, by adhering to the Buddha's teaching have attained the level of Bodhisattva. From these examples, we understand that the Buddha's education indeed transcends religious beliefs and that any religious followers can benefit from it.

The educational system founded by the Buddha is similar to our contemporary educational system. For example, becoming an Arhat is equivalent to earning a University Bachelor's degree and becoming a Bodhisattva is equivalent to earning a Master's degree. Buddhahood, the highest degree, is equivalent to a Ph.D. Followers of any religion can attain these stages of enlightenment. Is it necessary to abandon one's religion and learn the Buddha's education to obtain enlightenment? Definitely not. If one were to go to school or study abroad to pursue knowledge and advancement, one need not change nationality or religion. In other words, the purpose of studying does not conflict with nationality, religion, etc.

Therefore, Buddhism is an education. Titles such as Arhat, Bodhisattva and Buddha are nothing but "degree" names. Regardless of our differences, we shall achieve these degrees equally as long as we diligently follow the teachings. Thus, the Initiation Ceremony of the Triple Jewels is to formally enroll one into a school where Buddha Shakyamuni teaches the objective, methods and principles of attaining enlightenment.

Khi hiểu về nghiệp và nghiệp quả, chúng ta sẽ không tạo nghiệp nữa, hay ít nhất thì cũng không tạo những nghiệp xấu. Do ứng dụng những ý niệm nói trên, trong đời sống hằng ngày, chúng ta sẽ đạt được những gì mà mọi người hằng mong ước: đời sống hạnh phúc, gia đình hòa thuận, sự nghiệp thành công, xã hội yên ổn, quốc gia thịnh vượng, và thế giới hòa bình. Chỉ có nền giáo dục của Đức Phật mới có thể cung cấp trọn vẹn giải pháp cho việc mưu cầu chân hạnh phúc của loài người. Khi hiểu rõ điều này, chúng ta sẽ nhận thấy rằng nền giáo dục Phật giáo là thiết yếu cho tất cả mọi người, vì nền giáo dục này bao gồm không gian và thời gian vô tận nên nó vượt lên trên những sự dị biệt giữa quốc gia, chủng tộc, tôn giáo, và quan điểm chính trị. Nói cách khác, nền giáo dục này dành cho chúng sinh trong chín cõi ở dưới cõi Phật.

Trong kinh điển có một số thí dụ về những tín đồ của các tôn giáo khác nhau học giáo lý của Đức Phật trong thời của ngài. Kinh Hoa Nghiêm và Kinh Địa Tạng kể về một người Bà La Môn và con gái của một người Ba La Môn do tin theo Phật Giáo đã đắc quả Bồ Tát. Từ những thí dụ này chúng ta thấy rằng quả nhiên nền giáo dục của Đức Phật vượt lên trên những tín ngưỡng tôn giáo và bất cứ tín đồ của tôn giáo nào cũng có thể thọ hưởng lợi ích của Phật Giáo.

Hệ thống giáo dục do Đức Phật thiết lập tương tự nền giáo dục của chúng ta ngày nay. Thí dụ, quả La Hán tương đương với bằng cấp cử nhân, Bồ Tát tương đương với tiến sĩ.... Tín đồ của bất cứ tôn giáo nào cũng có thể đạt được những cấp độ giác ngộ này. Có cần phải bỏ tôn giáo của

Since Buddha Shakyamuni established Buddhism, we acknowledge him as our original teacher. Actually, there is only one teacher, Buddha Shakyamuni, for all Buddhists. Bodhisattvas such as Manjusri (symbolizing wisdom), Samantabhadra (symbolizing great vows) and Avalokiteshvara (symbolizing compassion) were all the Buddha's earlier students. Today, we too are the Buddha's students. These Bodhisattvas are our schoolmates, seniors who studied before us while we are freshmen. As they are seniors and have the ability to teach us, Buddhas, Bodhisattvas and Arhats are not objects for worship but rather someone we can respect and learn from.

What is the ultimate goal of the Buddha's education? The sutras teach us that it is Anuttara-Samyak-Sambodhi. This very important and well-respected phrase is transliterated from Sanskrit in order to keep its original pronunciation. It means the highest, proper and complete enlightenment. Simply said, it can be interpreted as the ultimate, perfect wisdom. Whoever obtains it will be able to intuitively know and sense every aspect of the true reality of life and the universe. Obtaining this wisdom and ability is the ultimate goal of all the Buddha's students.

The Buddha teaches us that the ultimate perfect wisdom is innate. The Avatamsaka (Flower Adornment) Sutra states, "Every being possesses the same wisdom and virtuous capabilities as Buddhas." Why do we not have this wisdom now? It is because of "wandering thoughts and attachments." This statement clearly reveals the two causes of how we temporarily have lost our original capabilities. Wandering thoughts and attachments are not within our basic nature; therefore, they can be discarded. Like dispersing the clouds to let the sun shine through, we remove wandering thoughts and attachments from our mind and cultivate virtue to restore our Buddha Nature, thus completely recovering our innate abilities.

mình để học Phật Học và đạt giác ngộ hay không? Chắc chắn không cần, vì cũng giống như một người đi tới trường học hay học ở nước ngoài để theo đuổi kiến thức và thăng tiến không cần phải thay đổi quốc tịch hay tôn giáo. Nói cách khác, mục đích của sự học không tương tranh với quốc tịch, tôn giáo, v.v...

Vậy Phật Giáo là một nền giáo dục. Những danh hiệu như La Hán, Bồ Tát, không là gì khác hơn những danh hiệu "bằng cấp". Không xét tới những khác biệt giữa mọi người, chúng ta sẽ đều đạt được những đẳng cấp này nếu tinh tấn thực hành giáo lý. Vậy, lễ quy y Tam Bảo là sự ghi danh chính học ở một trường học nơi Đức Phật dạy mục tiêu, phương pháp, và nguyên tắc đạt giác ngộ.

Vì Đức Phật là người thiết lập Phật giáo nên chúng ta công nhận ngài là Thầy Bổn Sư của mình. Sự thật là tất cả Phật tử chỉ có một vị thầy là Đức Phật. Các vị Bồ Tát như Văn Thù (tượng trưng trí huệ), Phổ Hiền (tượng trưng đại nguyện), và Quan Âm (tượng trưng từ bi) đều là những đệ tử lúc ban đầu của Đức Phật. Các vị Bồ Tát này là bạn đồng môn của chúng ta, là những huynh trưởng đã theo học trước chúng ta, còn chúng ta thì là những người mới theo học. Các vị Phật, Bồ Tát, và La Hán là những huynh trưởng có khả năng dạy chúng ta. Các ngài không phải là những đối tượng để thờ phụng mà là những người đáng kính trọng và xứng đáng cho chúng ta noi gương.

Mục tiêu tối hậu của nền giáo dục Phật Giáo là gì? Kinh điển dạy rằng đó là Anutara-Samyah-Sambodhi, được phiên âm là A nậu đa la Tam miệu Tam Bồ Đề, một

In practice, how do we cultivate? Formally taking refuge in the Triple Jewels is the initial step as it symbolizes asking Venerables, monks or nuns, to pass on ways of Buddhist cultivation. Taking Refuge means to find a shelter that we can return to and rely on or what Buddhists call "Return to the other shore." In practice, from where do we return and upon what do we rely? We return to and rely upon the Triple Jewels of the Buddha, the Dharma and the Sangha.

In the first step, we return to and rely on the Buddha. "Buddha" is a Sanskrit word meaning awareness and understanding. When we take refuge in the Buddha, we are returning from our deluded state of mind and relying upon an awakened, understanding mind. Participating in the Initiation Ceremony and accepting the Buddha's teachings are the first steps of the awakening in becoming aware of the importance of learning his education.

The Sixth Patriarch of Zen, Master Hui-Neng, used a different approach in explaining the Triple Jewels. He did not use the words "Buddha, Dharma and Sangha" for fear of promoting misconceptions in the Triple Jewels for future generations. He was afraid that as Buddhism was passed from generation to generation, if he used these words, people would form erroneous views, automatically thinking of a statue for the Buddha Jewel, a sutra for the Dharma Jewel and a Buddhist monk or nun for the Sangha Jewel. These are not what we should return to. Actually, we should take refuge in our Self-Nature Buddha. A Bodhisattva stated, "The Self-Nature Awareness is innate." Therefore, what Buddha Shakyamuni meant in taking refuge in the Buddha is not to seek protection under his wing, but to return from our delusive mind and rely upon the innate Self-Nature Buddha. It is essential for one tounderstand the importance of returning to one's Self-Nature.

từ ngữ Sanskrit có nghĩa là Vô Thượng Chánh Đẳng Chánh Giác, hay sự giác ngộ trọn vẹn và cao nhất. Nói một cách đơn giản thì đây là trí huệ hoàn hảo tối hậu. Ai đạt được trí huệ này có thể nhận biết mọi phương diện của chân lý đời sống và vũ trụ vạn vật. Mục tiêu tối hậu của tất cả những đệ tử của Đức Phật là đạt trí huệ và khả năng này.

Đức Phật dạy rằng trí huệ hoàn hảo tối thượng là cái sẵn có ở bên trong mỗi người. Kinh Hoa Nghiêm nói: "Chúng sinh đều có trí huệ và đức năng như chư Phật" (Every being possesses the same wisdom and virtuous capabilities as Buddha). Nhưng tại sao hiện tại chúng ta không có trí huệ này? Đó là vì chúng ta có nhiều vọng niệm và chấp thủ. Chúng ta tạm thời mất khả năng nguyên thủy của mình vì vọng niệm và chấp thủ, vốn là những điều không có ở trong chân tính của chúng ta, và cũng vì vậy mà chúng ta có thể giải trừ được chúng. Giống như phá tan những đám mây để cho ánh sáng mặt trời chiếu qua, chúng ta loại bỏ những vọng niệm và chấp thủ ra khỏi tâm trí và trưởng dưỡng đức hạnh để làm hiển lộ Phật Tánh (Buddha nature), khôi phục trọn vẹn những khả năng vốn có của mình.

Chúng ta bắt đầu tu tập như thế nào? Một cách chính thức, ta phải Quy y Tam Bảo (Taking refuge in the Triple Jewels) là bước đầu tiên và tượng trưng cho việc thỉnh cầu chư Đại Đức Tăng Ni truyền dạy Phật Pháp cho mình. Quy y nghĩa là trở về và nương tựa, nhưng chúng ta trở về đâu và nương tựa cái gì? Chúng ta trở về với Phật giáo và nương tựa vào Tam Bảo, Phật, Pháp, và Tăng. Tham dự lễ

In the second step, we take refuge in the Dharma, returning from deviant views by relying upon proper views and understanding. Dharma is the proper comprehension and viewpoint of life and the universe. The Dharma Jewel is the infinite, innate wisdom of Self-Nature also referred to as the Prajna Wisdom. Relying upon our Prajna Wisdom to correct our erroneous thoughts, speech and behavior is the meaning of taking refuge in the Dharma Jewel. Among the Three Jewels, the Dharma is the primary one we should rely on. In this day and age, Prajna Wisdom will be our primary concern.

However, our innate wisdom cannot be restored in a short time. Then what should we follow? Sutras are records of the Buddha's teachings that describe the truth of the universe. Before our Prajna Wisdom has been fully recovered, we follow the teachings in the sutras and use them as a guideline. If our thinking coincides with the sutras, then our comprehension is correct. For example, the Buddha teaches us to respect and take care of our parents and teachers, to be compassionate by not killing and to practice the Ten Good Conducts. People may wonder in this modern age why we should be following what the Buddha taught three thousand years ago. We do so because the Self-Nature Prajna Wisdom is everlasting and unchanged; those who obtain it have the capability to know everything in the past, present and future within the infinite universe.

However, we must beware of fraudulent sutras. It is easy for us to encounter fake sutras, especially in a modern world that promotes freedom of publication. Essentially anyone can publish books. In ancient times when sutras first came to China, each sutra had to undergo a strict examination by experts, followed by the emperor's official seal to prove its authenticity. Even the sutra commentaries of ancient patriarchs underwent scrutiny from highly accom-

quy y và thọ nhận lời dạy của Đức Phật là những bước đầu tiên của sự thức tỉnh vì chúng ta được biết đến sự quan trọng của nền giáo dục Phật giáo.

Lục Tổ Huệ Năng có một cách giải thích khác về Tam Bảo. Ngài không dùng những từ ngữ "Phật", "Pháp" và "Tăng" để tránh gây hiểu lầm về Tam Bảo cho những thế hệ tương lai. Ngài sợ rằng khi Phật giáo được truyền từ thế hệ này tới thế hệ khác, nếu ngài dùng những từ ngữ này, người ta sẽ nghĩ rằng Phật Bảo là tranh tượng Phật; Pháp Bảo là kinh sách; và Tăng Bảo là các tăng sĩ. Đó là những đối tượng mà chúng ta quy y trên mặt sự, còn trên khía cạnh lý, chúng ta quy y Phật, có nghĩa là ta quay về với Phật tánh của chính mình. Một vị Bồ Tát nói: "Tự tính Giác Ngộ là cái vốn có". Vì vậy, khi Đức Phật nói "quy y Phật", không có nghĩa là đến an trú nơi ngài, mà là từ bỏ tâm vô minh mà quay về nương tựa Tự Tánh Phật vốn có của mình. Chúng ta cần phải hiểu sự quan trọng của việc quy y tự tánh này.

Bước đầu tiên này, chúng ta Quy y Phật Bảo, "Phật" là tiếng Sanskrit, có nghĩa là Bậc đã giác ngộ. Khi quy y Phật, chúng ta quay lưng với trạng thái tâm vô minh và nương tựa vào tâm giác ngộ. Chúng ta không nương tựa những bức tranh hay những bức tượng Phật, mà nương tựa tinh thần giác ngộ vốn là ý nghĩa đích thực của những tranh tượng đó. Là những người tu theo pháp môn Tịnh Độ, chúng ta phải biết nương tựa vào những bài học về từ bi và trí huệ của Phật A Di Đà: Danh hiệu "A Di Đà" có nghĩa là Ánh Sáng Vô Lượng và Tuổi Thọ Vô Lượng. Khi thực hành giáo lý của ngài, chúng ta sẽ đạt được trí huệ, phúc lạc, và trường thọ. Đó là quy y Phật.

plished monks and scholars of that time before receiving the Emperor's approval for distribution. Nowadays, no one regulates or enforces this process. Therefore, we need to be careful in verifying the authenticity of a sutra by checking for its listing in the Dragon (Chien-Long) Canon of the Sutras. This Canon of thirty-eight volumes was compiled under the decree of Emperor Chien-Long in 1738. Previous canons were meticulously certified by the most accomplished monks and scholars of their time and thus also serve as reliable references.

In the third step, we take refuge in the Sangha Jewel. Used here, Sangha does not mean a group of monks or nuns. There are two representations, purity of mind and harmony in life. First, Sangha refers to living in a way that keeps our minds far away from temptations while maintaining the purity of our six senses of sight, sound, taste, smell, touch and mind object. In the modern world, people suffer from pollution of mind, spirit and body. Even the earth's ecological system is off-balance. There are holes in the ozone layers that are "pollution" of the skies. Almost everything from the skies and the earth to their inhabitants are contaminated in one way or another. Today, everyone is aware of environmental pollution. Governments are also promoting environmental protection to ensure better living conditions. However, how effective are these protection programs? It is questionable. The problem comes back to what the Buddha revealed, that the environment, the dependent variable, changes with our minds, the independent variable. If the impurities in our mind cannot be eradicated, our environment will never reach a state of purity. Therefore, if we want to improve the external environment, we first start internally by purifying our mind. Taking refuge in the third Jewel, the Sangha, thus means returning from pollution and relying upon purity of mind.

Bước thứ hai, chúng ta Quy y Pháp Bảo, từ tà kiến quay lại quy y chánh kiến. Pháp Bảo là sự hiểu biết đúng về cuộc đời và vũ trụ, là trí huệ nội tại, vô hạn của tự tánh, cũng được gọi là trí Bát Nhã. Quy y Pháp Bảo có nghĩa là nương tựa trí Bát Nhã để sửa đổi những hành vi thân, khẩu, ý sai lầm. Trong Tam Bảo, Pháp Bảo là đối tượng chính yếu mà chúng ta nên quy y. Trong thời đại này, trí Bát Nhã sẽ là điều quan tâm chính yếu của chúng ta.

Tuy nhiên, chúng ta không thể khôi phục trí huệ vốn có của mình trong một thời gian ngắn. Nếu vậy chúng ta phải làm sao? Kinh điển là những cuốn sách ghi lại lời dạy của Đức Phật nói về sự thật của vũ trụ vạn vật. Trước khi trí Bát Nhã của mình được khôi phục trọn vẹn, chúng ta làm theo những lời dạy trong kinh sách. Nếu lối nghĩ của chúng ta phù hợp với kinh sách thì như vậy có nghĩa là chúng ta đã hiểu đúng giáo lý. Thí dụ, Đức Phật dạy chúng ta tôn kính và phụng dưỡng cha mẹ và các vị thầy của mình, từ bi không sát sinh, và thực thi mười điều thiện. Có thể người ta sẽ thắc mắc là tại sao trong thời đại này chúng ta lại phải làm theo những lời dạy dã có từ mấy ngàn năm trước. Chúng ta làm theo những giáo lý của ngài vì Tự tánh Bát Nhã Trí là trường tồn bất biến. Người nào đạt được trí huệ này sẽ có khả năng biết tất cả mọi sự vật trong quá khứ, hiện tại, và tương lai ở trong vũ trụ.

Tuy nhiên, chúng ta phải cảnh giác với những kinh sách giả mạo. Chúng ta rất dễ gặp loại kinh sách này, đặc biệt là trong thế giới ngày nay đề cao quyền tự do xuất bản sách báo. Bất cứ người nào cũng có thể in và xuất bản sách. Ngày xưa, khi kinh sách mới được du nhập vào

Second, the Sangha represents harmony in living. Having observed the sufferings resulting from the disharmony between peoples, countries and even religions, the Buddha taught us the Six Principles of Harmony. The Six Principles are the essential guidelines that all Buddhists need to observe. When we take refuge in the Sangha, we are returning from pollution and disharmony and relying upon Purity of Mind and the Six Principles of Harmony. Thus, the guidelines for cultivation are:

(1) Taking refuge in the Buddha - awareness without delusion,

(2) Taking refuge in the Dharma - proper viewpoints without deviation,

(3) Taking refuge in the Sangha - purity without pollution.

These are the primary disciplines in practicing Buddhism from the beginning of cultivation to the attainment of Buddhahood.

The main purpose behind taking the Three Refuges is to cultivate practicing awakening, proper thoughts and viewpoints, and purity. From now on, if people ask us what we are cultivating, we can answer that we are cultivating the Three Refuges. What are we learning? We are learning to achieve the ultimate, perfect wisdom that comes from perfecting these Three Refuges. What are the methods we use for cultivation? There are innumerable methods available depending on the ability and condition of each individual practitioner. Methods are not fixed, but flexible. However, we must remember that our learning objective always remains the same; awakening, proper thoughts and viewpoints, and purity.

For Pure Land practitioners, the main cultivation method we use is chanting Buddha Amitabha's name. This method is advocated by Mahasthamaprapta (Great Strength)

Trung Quốc, mỗi cuốn kinh phải được các nhà chuyên môn, kiểm soát kỹ, sau đó phải được chứng thực bằng ấn ký của hoàng đế rồi mới được xem là kinh điển đích thực. Ngay cả những tác phẩm của các vị luận sư nổi tiếng cũng phải chịu sự kiểm soát của các tu sĩ và các học giả thời đó trước khi được hoàng đế chấp thuận cho phát hành. Ngày nay, không có ai quy định hay thi hành những việc kiểm soát đó. Vì vậy, chúng ta cần phải cẩn thận kiểm chứng sự xác thực của một cuốn kinh, bằng cách tìm tên của cuốn kinh đó trong danh sách kinh điển của Đại Tạng Kinh Càn Long (Chien-Long Tipitaka) hay là không. Đại Tạng Kinh này có ba mươi tám bộ kinh và được in xong vào năm 1738, theo lệnh của Hoàng Đế Càn Long. Những tạng kinh có trước đó đã được kiểm nhận kỹ càng bởi các tăng sĩ và học giả đương thời, do đó cũng được dùng làm nguồn tham khảo đáng tin cậy.

Là hành giả tu học theo pháp môn Tịnh Độ, chúng ta nên nương tựa năm bộ kinh và một bộ luận của Tịnh Độ Tông để được hướng dẫn thực hành: 1.- Phật Nói Kinh Vô Lượng Thọ Trang Nghiêm, Thanh Tịnh, Bình Đẳng, Và Giác Ngộ Của Đại Thừa; 2.- Kinh A Di Đà; 3.- Kinh Quán Vô Lượng Thọ; 4.- Phẩm "Hạnh Nguyện Của Bồ Tát Phổ Hiền" trong Kinh Hoa Nghiêm; 5.- Phẩm "Bồ Tát Đại Thế Chí Đắc Quả Bằng Pháp Niệm Phật" trong Kinh Lăng Nghiêm; 6. Tịnh Độ Luận của Bồ Tát Thế Thân (Vasubandhu). Đó là quy y Pháp.

Bước thứ ba là Quy y Tăng Bảo. Ở đây, Tăng Bảo có nghĩa là một đoàn thể tăng già. Tăng Bảo tượng trưng hai điều: sự thanh tịnh tâm trí và sự hòa hợp trong đời sống.

Bodhisattva in the Surangama Sutra and by Samantabhadra (Universal Worthy) Bodhisattva in the Avatamsaka (Flower Adornment) Sutra.

In addition to chanting Buddha Amitabha's name, we follow the Five Guidelines to help us in our daily cultivation. First, we advocate Confucius' Five Virtues of Gentility, Kindness, Respectfulness, Thriftiness and Humility. We use these Five Virtues to cultivate our body and mind. Practicing them provides the foundation for our cultivation. The first level is comprised of the Three Conditions that are described in the Visualization Sutra. The First Condition includes (a) being filial and respectful to one's parents and teachers, (b) being compassionate and not killing any living beings and (c) practicing the Ten Good Conducts. The second Condition includes (a) following the Three Refuges, (b) observing precepts, laws and customs and (c) behaving in a proper and dignified manner. The Third Condition includes (a) generating our Bodhi-Mind, (b) deeply believing in the Law of Cause and Effect, (c) reciting and upholding Mahayana Sutras and (d) encouraging others to advance on the path to Enlightenment. The Buddha told us that the Three Conditions are the causes that brought all the Buddhas of the three times and the ten directions to Enlightenment. Therefore, we cannot do without this important step in our practice.

Proceeding upward from the Three Conditions, we advance to the second level which is the Six Principles of Harmony. The First Principle of Harmony is to share the same viewpoints or goals. There will be no conflict in the world if we all share the same thoughts and viewpoints. This principle tries to create a common understanding for all sentient beings. This common understanding is based on our Self-Nature and not on Buddha Shakyamuni's opinion. He taught us how to cultivate and explore our own innate wis-

trước hết Tăng Bảo hàm ý lối sống với tâm trí xa cách những sự cám dỗ, giữa sự thanh tịnh của sáu căn mắt, tai, mũi, lưỡi, thân, ý đối với sáu trần. Trong thế giới hiện đại, người ta chịu sự ô nhiễm tâm trí, tinh thần, và thể xác. Ngay cả hệ thống sinh thái của trái đất cũng mất cân bằng. Tầng ozone có lỗ thủng, khí quyển bị "ô nhiễm". Hầu như mọi vật từ bầu trời, trái đất cho tới các sinh vật đều bị ô nhiễm cách này hoặc cách khác. Ngày nay, mọi người đều có ý thức về sự ô nhiễm môi trường. Chính phủ các nước cũng đang hô hào việc bảo vệ môi trường để đời sống được bảo đảm tốt đẹp hơn. Nhưng những chương trình bảo vệ môi trường này có hiệu quả tới mức độ nào thì không ai biết. Điều này rất đáng thắc mắc. Vấn đề này đưa chúng ta trở lại với những gì Đức Phật đã nói, rằng môi trường hay ngoại vật biến đổi theo tâm trí, còn tâm trí thì tự thay đổi. Nếu những ô trược trong tâm trí không được thanh lọc thì môi trường cũng không thể đạt được sự trong sạch. Vì vậy, nếu muốn phát triển môi trường bên ngoài thì chúng ta phải trước hết bắt đầu từ bên trong, thanh lọc tâm trí của mình. Vậy, quy y Tăng Bảo có nghĩa là quay khỏi tâm ô nhiễm, nương tựa vào tâm thanh tịnh. Thứ hai là Tăng Bảo tượng trưng sự hòa hợp trong đời sống. Do quan sát những đau khổ, hậu quả của những bất hòa giữa các dân tộc, các quốc gia, và cả các tôn giáo, Đức Phật dạy sáu điều hòa hợp tức lục hòa (six principles of harmony). Sáu nguyên tắc sống hòa hợp này là những điều hướng dẫn thiết yếu mà mỗi Phật tử đều cần phải tuân theo. Khi quy y Tăng Bảo, chúng ta thoát ra khỏi nhiễm ô và bất hòa để nương tựa tâm thanh tịnh và lục hòa.

Là những đệ tử của tu theo Tịnh Độ, chúng ta dựa

dom, virtues and capabilities. We are not imitating him; rather we are rediscovering our inborn potential. His education is truly extraordinary.

The second principle is to observe the same precepts. Practicing the precepts includes cultivating an attitude of following society's laws and customs. Once everyone shares the common viewpoints and is able to follow the law, society will be peaceful and prosperous and world peace will naturally ensue.

Another important principle is to share benefits equally. In modern society, it is beneficial not to have a big difference in wealth between people but to try to close the gap between the "have's" and the "have-nots." Equal sharing of wealth consequently settles the conflicts over wealth. Sharing benefits equally with others is a deed of wisdom and a real cultivation of good fortune. The reason people do not have equal wealth comes from the different seeds that they have previously planted. If people did not plant the same seeds, how can they expect to harvest the same fruits? The Buddha taught that those who harvest more should share with those who harvest less. Then, the sharing behavior becomes the seeds that will benefit one more later. According to the Law of Cause and Effect, poor people need to cultivate more good fortune to receive better harvests in the future. In addition, the wealthy need to share their possessions in order to remain wealthy in the future. Only by doing so will the world become peaceful. This true merit comes from learning the Buddha's teachings.

Pure Land practitioners, as a foundation, cultivate the Confucian Five Virtues that are basic for all humanity. From here, we advance to the Three Conditions and the Six Principles of Harmony that are the important basis before practicing Buddhism. Then the Three Learnings are the foundation before practicing Mahayana Buddhism that

vào trí huệ và từ bi làm phương cách đối nhân xử thế. Bồ Tát Đại Thế Chí tượng trưng cho trí huệ. Do có trí huệ mà ngài đã chọn pháp môn niệm Phật làm pháp tu tập. Bồ Tát Quan Âm tượng trưng từ bi, là phẩm tính mà chúng ta thi triển khi giới thiệu cho người khác biết về Tịnh Độ Học. Đó là quy y Tăng.

Đó là những giới điều chính yếu trong việc thực hành Phật giáo từ lúc bắt đầu tu tập cho đến khi đắc Phật Quả. Mục đích chính của việc quy y Tam Bảo là để tu tập đạt sự thức tỉnh ý kiến chân chính, và sự thanh tịnh. Từ nay trở đi, nếu người hỏi chúng ta tu tập cái gì, chúng ta có thể trả lời là mình đang tu theo pháp Quy Y Tam Bảo. Nhưng chúng ta học cái gì? Chúng ta học cách đạt đến trí huệ vô thượng do hoàn thiện ba sự quy y này. Chúng ta dùng những phương pháp nào để tu tập? Có vô số pháp môn hợp với khả năng và điều kiện của mỗi hành giả. Phương pháp thực hành không cố định mà mềm dẻo, nhưng chúng ta phải nhớ là mục tiêu ta học luôn luôn là giác ngộ, chánh tri kiến và sự thanh tịnh.

Đối với các hành giả Tịnh Độ thì pháp tu tập chính yếu là niệm danh hiệu Phật A Di Đà. Pháp môn này được Bồ Tát Đại Thế Chí tuyên dương trong Kinh Lăng Nghiêm và Bồ Tát Phổ Hiền trong kinh Hoa Nghiêm.

Thêm vào với pháp niệm Phật A Di Đà, chúng ta làm theo Năm Sự Hướng Dẫn trong việc tu tập hằng ngày. Trước hết chúng ta thực hành năm đức hạnh do Đức Khổng Tử đề ra: hiền từ, tử tế, cung kính, tiết kiệm, và khiêm tốn. Chúng ta dùng năm đức hạnh này để tu tập

includes the Six Paramitas. Finally, we practice the Ten Great Vows of Samantabhadra *(Universal Worthy)* Bodhisattva to attain Buddhahood. It is not difficult to remember these five guidelines. Combining this solid foundation with chanting Buddha Amitabha's name will assure us of obtaining what people have always pursued, a harmonious family life, a successful career and a peaceful society. Now that we have a clear understanding of what we are learning and sincerely want to follow the teachings, we need to practice diligently toward accomplishing our ideal goal. Consequently, one returns and relies on one's Triple Jewels of Self-Nature.

In addition to the abstract form of the Triple Jewels of Self-Nature, there are the physical forms seen as Buddha's images, sutras, monksand nuns. Making offerings to the Buddha's image serves two purposes. First, it honors our original teacher, Buddha Shakyamuni. Every time we look at the image, we remember the great teachings he passed on to us. Second, it is to remind us to emulate the Buddha. When we see the Buddha's image, we remind ourselves to strive for awakening and not to be deluded. Sutras serve the same purpose by reminding us that we have taken refuge in the Dharma and need to reflect upon our viewpoints and comprehension. Similarly, seeing a monk or nun, representing the Sangha, can remind us of the importance of maintaining purity of the six senses and harmony with others. Therefore, attending the physical form of the Triple Jewels greatly benefits us because they constantly remind us of the path to awakening.

Some practitioners attend the physical forms of the Triple Jewels at home. The Buddha's image symbolizes the Buddha Jewcl while the Bodhisattva's image represents the Sangha Jewel. When we honor the Three Sages of the Western Pure Land, Buddha Amitabha symbolizes the

thân thể và tâm trí, làm nền móng cho việc tu tập chính. Cấp thứ nhất là Ba Điều Kiện được kể trong Kinh Quán Vô Lượng Thọ.

Điều Kiện Thứ Nhất là
(a) có hiếu với cha mẹ và tôn kính các bậc sư trưởng,
(b) từ bi không sát sinh,
(c) thực hành Mười Điều Tốt.

Điều Kiện Thứ hai là
(a) Quy Y Tam Bảo,
(b) trì giới, tuân theo luật pháp và phong tục,
(c) cư xử nghiêm chỉnh đúng đắn.

Điều Kiện Thứ Ba là
(a) phát Bồ Đề Tâm,
(b) thâm tín luật nhân quả,
(c) tụng đọc và đề cao kinh sách Đại Thừa,
(d) khuyến khích người khác tu tiến trên con đường Giác Ngộ.

Đức Phật dạy rằng Ba Điều Kiện này là nguồn gốc mang lại giác ngộ cho chư Phật ba đời ở khắp mười phương. Vậy, chúng ta không thể thiếu những điều quan trọng này trong việc thực hành tu tập.

Từ Ba Điều Kiện trên chúng ta tiến lên cấp thứ hai đó là sáu nguyên tắc sống hòa hợp, tức Lục Hòa. Điều thứ nhất của Lục Hòa là có cùng ý kiến hay mục tiêu tức kiến hòa đồng giải. Nếu mọi người có cùng ý kiến thì thế giới này sẽ không có tranh chấp nào cả. Nguyên tắc này tạo sự hiểu biết chung cho toàn thể chúng sinh. Sự hiểu

Buddha Jewel, and Avalokiteshvara and Mahasthamaprapta Bodhisattvas symbolize the Sangha Jewel. Furthermore, Buddhist sutras symbolize the Dharma Jewel. These three remind us of the treasures of Self-Nature within us.

Of all the Buddhist sutras, the Infinite Life Sutra is what I recommend the most. Although not too lengthy, the text completely encompasses the Buddha's teachings. Thus, it is well suited to modern practitioners. The full title of this sutra is The Buddha Speaks of the Infinite Life Sutra of Adornment, Purity, Equality and Enlightenment of the Mahayana School. This title fully reveals the objectives, principles and methods of cultivation in the Buddha's teachings. "Infinite Life" in this sutra's title embodies the most important of all the other infinities, including infinite wisdom, abilities, virtues, wealth, etc. Without infinite life, one could not enjoy all these other infinities. The infinity of our natural potential is what Pure Land practitioners seek and the virtues and capabilities of our innate Self-Nature are infinite. Furthermore, infinite Dharma originates from Self-Nature. Thus, the immeasurable unbounded existences of the Ten Realms are created by the Self-Nature.

The word "Adornment" in the sutra's title represents truth, goodness, beauty and wisdom, qualities that are not a true reality in this world. They exist within the Self-Nature and will be found when one seeks within.

The principles of cultivation are also expressed by "Purity, Equality and Enlightenment." Purity represents the Buddha Jewel; Equality represents the Dharma Jewel; and Enlightenment represents the Buddha Jewel. These three concepts are also equivalent to the Three Learnings, and cover the Buddha's forty-nine years of teachings. Purity stands for self-discipline and the Vinayas (Precepts); Equality stands for the Concentration and the Sutras; Enlightenment stands for the Wisdom and the Sastras (Commentaries).

biết chung này dựa trên chân tính của chúng ta chứ không phải là ý kiến riêng của Phật Thích Ca. Ngài dạy chúng ta cách tu tập và khám phá, trí huệ, đức tính và khả năng nội tại của mình. Chúng ta không bắt chước ngài, mà tự tái khám phá tiềm năng vốn có của mình. Nền giáo dục của ngài thật là siêu diệu.

Điều thứ hai là cùng tuân theo những giới luật, tức Giới Hòa đồng tu. Việc trì giới bao gồm tạo thói quen chấp hành luật pháp và phong tục của xã hội. Khi mọi người có cùng ý kiến và biết tôn trọng luật pháp, xã hội sẽ ổn định và thịnh vượng, và tự nhiên thế giới sẽ hòa bình.

Nguyên tắc thứ ba là cùng hưởng tài lộc một cách đồng đều, tức Lợi Hòa đồng quân. Trong xã hội hiện đại, sự phân cách lớn giữa người giàu và người nghèo là điều không tốt, vì vậy chúng ta nên lấp hố sâu này giữa mọi người. Sự chia sẻ đồng đều tài sản sẽ giải quyết những tranh chấp về của cải vật chất. Chia sẻ lợi lộc một cách hòa hợp với người khác là việc làm của người có trí huệ và sẽ mang lại phước báo. Giữa mọi người có sự giàu nghèo khác nhau là do những nguyên nhân khác nhau mà họ đã gieo trồng trong quá khứ. Nếu người ta tạo nghiệp khác nhau thì họ cũng hưởng kết quả khác nhau. Đức Phật dạy rằng những người được hưởng nhiều tài lộc nên chia xẻ với những người được hưởng ít. Việc chia xẻ với người khác là thiện nghiệp sẽ mang lại cho mình thêm phước báo. Theo luật nhân quả, nghèo nên tạo dựng nhân duyên tốt để được hưởng quả tốt trong tương lai. Người giàu nên chia xẻ tài sản của mình để vẫn được giàu có ở mai sau.

If we have a busy lifestyle and do not have time to study numerous Buddhist sutras, we can start from this Infinite Life Sutra. Once thoroughly understanding it, not only will one understand Buddha Shakyamuni's teachings but also the teachings of all the Buddhas, because all these teachings come from the Self-Nature.

The Buddha Speaks of the Infinite Life Sutra of Adornment, Purity, Equality, and Enlightenment of the Mahayana School expresses the essence of all sutras. Practicing according to the teachings in this sutra fulfills the requirements of taking refuge in the Triple Jewels!

Today, I have explained to everyone the meaning of taking the Three Refuges. We will begin the Three Refuges Ceremony by sincerely and respectfully repeating the oath three times in front of the Buddha, vowing to be willing to become Buddha's student and to learn from him. I, Venerable Chin-Kung, will be the witness and initiation teacher. Please remember that one does not take refuge in the monk conducting the ceremony, but rather in the Buddha, the Dharma and the Sangha, thus becoming students of the Triple Jewels.

The following is a simple yet solemn initiation ceremony. Everyone will receive a certificate of the initiation with an oath extracted from the Book of the Precepts by Dharma Master Hong-I. We use it for commemoration and simplicity. Let us stand in front of the Buddha's and Bodhisattva's images with our most sincere, pure, compassionate and respectful heart. Repeat after me, "I solemnly pledge to be a student of the Triple Jewels. From now on, I will cultivate according to the Buddha's teachings, will seek rebirth into the Pure Land and will help all other sentient beings to understand the truth of the Dharma."

Khi mọi người làm như vậy thế giới sẽ hòa bình, và do học giáo lý của Đức Phật mà con người tiếp tục tu tạo công đức vô lậu.

Để tạo nền móng cho công trình tu tập của mình, các hành giả Tịnh Độ thực hành năm đức hạnh của Khổng giáo vốn là căn bản cho tất cả mọi người. Sau đó chúng ta tiếp tục với Ba Điều Kiện và Lục Hòa vốn là những việc quan trọng trước khi thực hành Phật Giáo. Kế tiếp, Tam Học giới, định, huệ là căn bản trước khi tu tập theo Phật Giáo Đại Thừa với Sáu Ba La Mật. Sau cùng, chúng ta thực hành Mười Đại nguyện của Bồ Tát Phổ Hiền để đắc Phật quả. Đó là năm sự hướng dẫn mà chúng ta có thể nhớ một cách dễ dàng. Khi phối hợp nền móng vững chắc này với pháp niệm Phật A Di Đà, chắc chắn chúng ta sẽ đạt được tất cả những gì mà mình vẫn tìm kiếm, đó là đời sống gia đình hòa thuận, sự nghiệp thành công, và xã hội an lạc. Bây giờ, khi đã hiểu rõ những điều mình đang học và thực tâm muốn làm theo giáo lý, chúng ta cần phải tinh tấn thực hành để có thể thành tựu mục tiêu cao thượng của mình. Như vậy là chúng ta quy y Tam Bảo chân tánh của mình.

Ngoài pháp Tam Bảo Tự Tánh bên trong còn có Tam Bảo sắc tướng bên ngoài như tranh tượng Phật, kinh sách, và các tăng sĩ. Việc dâng cúng và kính lễ hình tượng Đức Phật có hai mục đích. Thứ nhất là để tỏ lòng tôn kính Phật Thích Ca, Đức Bổn Sư của chúng ta. Mỗi lần ngắm tranh hay tượng của ngài, chúng ta nhớ lại những giáo lý cao siêu mà ngài đã truyền dạy. Thứ hai là để nhắc nhở mình làm theo gương ngài. Khi thấy hình tượng Đức Phật,

What is Taking Refuge ?

Taking Refuge means to return and rely. From where do we return from and upon what do we rely? When we take refuge in the Buddha, we are returning from our deluded state of mind and relying upon an Awakened, Understanding mind. When we take refuge in the Dharma, we are returning from deviant views and relying upon proper views and understanding. When we take refuge in the Sangha, we are returning from pollution and disharmony and relying upon Purity of Mind and the Six Principles of Harmony. Taking refuge in the Triple Jewels restores the complete wisdom and abilities of our Self-Nature. We will attain purity, equality, honesty, contentment, compassion and overall, true happiness.

The Buddha Jewel

Buddha is a Sanskrit word meaning Awareness and Understanding. When we take refuge in the Buddha, we vow to return from blind faith and delusion and rely upon Understanding and Awareness as a way of life. We are not relying upon the statues or Buddha-images, but rather the spirit of understanding and awareness they represent.

As students of the Pure Land Teachings, we learn to rely upon Buddha Amitabha's lessons on wisdom and compassion. The name "Amitabha" stands for Infinite Light and Infinite Life. When we follow his teachings, we will attain wisdom, happiness and longevity.

This is taking refuge in the Buddha.

The Dharma Jewel

chúng ta tự nhắc mình ra sức giải trừ vô minh, đạt giác ngộ. Kinh sách cũng có mục đích nhắc nhở chúng ta rằng mình đã quy y Pháp bảo và cần phải suy ngẫm về quan kiến và mức hiểu biết của mình. Tương tự, khi gặp Tăng Ni, được coi là đại diện của Tăng Bảo, chúng ta sẽ nhớ là mình phải giữ sự thanh tịnh của sáu căn và phải sống hòa hợp với mọi người. Vậy, việc tiếp xúc với hình thức vật chất của Tam Bảo mang lại lợi ích lớn cho chúng ta, vì tranh tượng, kinh sách, và các tăng sĩ luôn luôn làm cho chúng ta nhớ là mình đang đi trên con đường giác ngộ.

Có những hành giả dùng hình thức vật chất của Tam bảo làm phương tiện tu tập ở tại nhà của mình. Tranh tượng Đức Phật tượng trưng Phật Bảo, còn tranh tượng Bồ Tát thì tượng trưng Tăng Bảo. Khi chúng ta tu theo pháp môn Tịnh Độ thì Phật A Di Đà tượng trưng Phật bảo, còn Bồ Tát Quan Âm và Bồ Tát Đại Thế Chí thì tượng trưng Tăng bảo. Kinh sách Phật giáo là biểu tượng của Pháp bảo. Những hình thức này nhắc nhở chúng ta về những điều quý báu của Tự Tính ở bên trong bản thân.

Trong tất cả kinh điển Phật Giáo, Kinh Vô Lượng Thọ là cuốn kinh mà tôi thường đề nghị nhất. Cuốn kinh này không quá dài, nhưng lại hàm chứa tất cả những giáo lý của Đức Phật, vì vậy mà thích hợp cho các hành giả ngày nay. Tên gọi đủ của kinh này là "Phật Nói Kinh Vô Lượng Thọ Trang Nghiêm, Thanh Tịnh, Bình Đẳng, Và Giác Ngộ Của Đại Thừa"(The Buddha Speakers of the Infinite Life Sutra of Adornment, Purity, Equality and Enlightenmnet of the Mahayana School). Tựa đề đầy đủ này cho thấy mục tiêu, nguyên tắc, và phương pháp tu tập của Phật

Dharma means Right Understanding and Views. Delusion has obstructed us from seeing the true face of people and the reality behind matters and objects. This has caused us to look at life and the universe in a distorted and deviant way. When delusion is cleared and our minds are pure to an extent, we give rise to wisdom. With wisdom, we are able to see all people and matters completely and clearly. When our hearts are pure, we can see the past, present and future. Only when we have clearly seen the whole can our viewpoint and understanding be considered right.

The Buddha's mind is pure without the slightest pollution and therefore sees everything clearly and entirely. We can rely upon the sutras, which are the recorded teachings of the Buddha, because they speak entirely of the truths the Buddha has seen. They teach and show us the way to attain Purity of Mind, to see life and the universe most clearly and become just like the Buddhas.

As students of the Pure Land Teachings, we should rely upon the five Sutras and one commentary of the Pure Land as guidelines of practice:

1. The Buddha Speaks of the Infinite Life Sutra of Adornment, Purity, Equality and Enlightenment of the Mahayana School.

2. The Amitabha Sutra

3. The Visualization Sutra

4. "The Chapter of Universal Worthy Bodhisattva's Conduct and Vows," from the Flower Adornment Sutra

5. "The Chapter on the Foremost Attainment of Great Strength Bodhisattva through Buddha Recitation," from the Surangama Sutra

6. "Vasubandhu Bodhisattva's Report on the Way to Reaching the Pure Land."

giáo. "Vô Lượng Thọ" là điều quan trọng nhất trong tất cả những sự vô lượng khác, như trí huệ vô lượng, quyền năng vô lượng, đức hạnh vô lượng, của cải vô lượng, v.v... Nếu không có tuổi thọ vô lượng thì người ta không thể hưởng được tất cả những sự vô lượng khác. Hành giả Tịnh Độ tìm tiềm năng tự nhiên vô lượng của mình, và những khả năng của Tự Tính là vô lượng. Thêm nữa Giáo Pháp vô lượng phát xuất từ Tự Tính. Vì vậy, sự hiện hữu vô lượng, vô biên của Mười Cõi là do Tự Tính tạo ra.

Từ ngữ "Trang Nghiêm" trong tên kinh này hàm ý chân, thiện, mỹ, và trí huệ, là những phẩm tính không tuyệt đối có thật ở thế gian này, mà chỉ có ở trong Tự tính và sẽ được khám phá khi người ta tìm ở bên trong bản thân.

"Thanh Tịnh, Bình Đẳng Và Giác Ngộ" là những nguyên tắc của việc tu tập. Thanh Tịnh tượng trưng Tăng bảo; Bình Đẳng tượng trưng Pháp bảo; và Giác Ngộ tượng trưng Phật bảo. Ba ý niệm này cũng đồng nghĩa với ba môn học giới, định, huệ, và bao trùm bốn mươi chín năm hoằng pháp của Đức Phật. Thanh Tịnh bao hàm sự trì giới và luật tạng; Bình Đẳng bao hàm thiền định và kinh tạng; Giác Ngộ bao hàm trí huệ và luận tạng.

Nếu đời sống bận rộn, không có thì giờ để nghiên cứu kinh sách Phật giáo nhiều vô số, chúng ta có thể bắt đầu với Kinh Vô Lượng Thọ này. Khi đã thông hiểu kinh này, hành giả sẽ hiểu không chỉ lời dạy của Phật Thích Ca mà còn cả giáo lý của chư Phật nữa, vì tất cả những giáo lý này đều phát xuất từ tự tánh.

This is taking refuge in the Dharma.

The Sangha Jewel

Sangha means purity and harmony. Today's world is full of pollution; pollution of mind, spirit, views and body. Even the earth and atmosphere are hazardly polluted. The Buddha taught, "The environment changes according to our state of mind." We would do well to return from all these pollutants and rely upon Purity of Mind, for it is the key to saving our Earth.

There is also great disharmony in our world today, among spouses, families, friends, societies and countries which has brought us much suffering and many disasters. The Buddha taught us to rely upon the Six Principles of Living in Harmony to establish harmonious relationships between others and ourselves.

As students of the Pure Land Teachings, we rely upon wisdom and compassion as our way of treating others and dealing with affairs. Great Strength Bodhisattva represents wisdom. His choice of the Buddha Recitation method of practice is wisdom in its highest form. Guan Yin Bodhisattva represents compassion; when we help introduce the Pure Land Teachings to others, we are practicing the compassion of Guan Yin Bodhisattva.

This is taking refuge in the Sangha.

To the Buddha I return and rely, returning from delusions and relying upon Awareness and Understanding.

To the Dharma I return and rely, returning from erroneous views and relying upon Proper Views and Understanding.

To the Sangha I return and rely, returning from pollution and disharmony and relying upon Purity of Mind and the Six Principles of Harmony.

Tựa đề đầy đủ của Kinh Vô Lượng Thọ biểu lộ cốt tủy của tất cả kinh điển. Thực hành theo những lời dạy của cuốn kinh này tức là đã thực hiện điều kiện quy y Tam Bảo.

Hôm nay, tôi đã trình bày với mọi người về ý nghĩa của việc quy y tam bảo. Chúng ta sẽ bắt đầu lễ quy y bằng cách thành tâm và kính cẩn phát nguyện ba lần trước Đức Phật xin làm đệ tử và học giáo lý của ngài. Tôi, Hòa Thượng Tịnh Không, sẽ là người làm chứng và là vị thầy truyền giới. Xin nhớ rằng hành giả không quy y vị tăng sĩ chủ lễ, mà quy y Phật, Pháp, Tăng, trở thành đệ tử của Tam Bảo.

Sau đây là lễ truyền Tam Quy Ngũ Giới đơn giản mà trang nghiêm. Mọi người sẽ nhận một Chứng Điệp Quy Y với một lời phát nguyệt thọ trì tam quy và năm giới. Chúng ta dùng lời phát nguyện này vì tính cách kỷ niệm và sự đơn giản của nó. Mọi người hãy đứng trước tượng chư Phật, Bồ Tát, với lòng chân thành, thanh tịnh, từ bi, và thành kính nhất của mình. Lập lại theo tôi: "Con xin chí thành phát nguyện làm đệ tử của Tam Bảo Phật Pháp Tăng. Từ nay, con sẽ tu tập theo giáo lý của Đức Phật, nguyện được sinh về Tịnh Độ và sẽ giúp đỡ chúng sinh thông hiểu chân lý của Chánh Pháp".

Không có một quyển sách nào hay đối với người dốt.
Không có tác phẩm nào dở đối với người khôn.
DIDEROT

Lương tâm bằng cả ngàn nhân chứng
Ngạn Ngữ La Tinh

NGHỆ THUẬT SỐNG
(The Art of Living)
Giảng tại Thành phố Houston, Tiểu bang Texas, Hoa Kỳ

Quyển IV

"THE ART OF LIVING'
HOUSTON, TEXAS

Chapter 1

THE EDUCATION OF BUDDHA SHAKYAMUNI, OUR ORIGINAL TEACHER

"Education - The field of study concerned with teaching and learning."
THE AMERICAN HERITAGE DICTIONARY

Buddhism is an education about our living environment and us. The Buddha teaches us to recognise ourselves; our thought, speech, and actions and the consequences they evoke. Most importantly, the Buddha wants us to restore our original and complete wisdom. He teaches that everyone possesses the ability to attain complete understanding of life and the universe, and it is only because of delusion that we are unable to realize it. We are blinded by discrimination, wandering thoughts and attachments, and forget the original pure mind of our self-nature. In this way, we have caused ourselves much unneeded suffering.

The Buddha also teaches us to view our environment clearly. Environment refers to the people, matters, and objects we come across everyday. When our hearts are free from discriminatory thoughts and attachments, we will be able to view everything clearly and deal with them appropriately. Thus, we can live in harmony with others and succeed in all our endeavours.

What did the Buddha mean when he taught us to cultivate? His intent was mainly to rid us of our delusions and attachments. If we drew together the Six Principles of

Chương 1

NỀN GIÁO DỤC CỦA ĐỨC BỔN SƯ PHẬT THÍCH CA

"Giáo dục: lãnh vực nghiên cứu về sự dạy học và sự học".
THE AMERICAN HERITAGE DICTIONARY

Phật giáo là nền giáo dục về môi trường sống và con người. Đức Phật dạy chúng ta biết về chính mình, về những nghiệp thân, khẩu, ý và nghiệp quả. Điều quan trọng nhất là Đức Phật muốn chúng ta khôi phục trí huệ nguyên thủy viên mãn của mình. Ngài dạy rằng mọi người đều có khả năng đạt hiểu biết trọn vẹn về đời sống và vũ trụ, và chỉ vì vô minh mà chúng ta đã không biết về khả năng này. Chúng ta mù quáng vì tâm phân biệt, vì những ý nghĩ tán loạn, vì tham dục, và đã quên chân tánh thanh tịnh của mình. Đó là lý do chúng ta đã gây ra cho mình nhiều đau khổ.

Đức Phật cũng dạy chúng ta phải quan sát khung cảnh hay môi trường của mình một cách rõ rệt. Khung cảnh ở đây là những người và những sự vật mà chúng ta gặp hằng ngày. Khi tâm trí không còn những ý nghĩ phân biệt và những tham muốn thì chúng ta sẽ có thể quan sát mọi vật một cách rõ rệt, và đối xử với chúng một cách đúng đắn. Như vậy chúng ta có thể sống hòa hợp với người khác và đạt thành công trong mọi việc.

Đức Phật đã có ý gì khi ngài dạy chúng ta tu tập? Ý định chính yếu của ngài là giúp chúng ta giải trừ vô minh

practice taught by the Buddha, we would only end p with the practice of giving. Giving simply means to let go. If we can let go of our greed, anger, ignorance and arrogance, then we would always dwell in purity of mind. If we can let go of all discriminations, worries and attachments, then we would attain peace, spiritual liberation, health and longevity. If we can let go of our own views and work together for the benefit of others, then we can achieve harmony with others, harmony in society, and ultimately, world peace. From this, we can see that the main practice of the Buddha's teaching is none other than giving.

When Buddha Shakyamuni was in the world, he not only used words to teach, but made an example of himself for all living beings to follow. He let go of all desires, worldly enjoyments, fame and wealth to lead the life of a left-home person. He lived a life of simplicity, purity of mind and body, and happiness. Ordinary people might see this as bitter and miserable, but this is only due to their lack of understanding. One with wisdom would view things differently. The wise would see the Buddha's life as one of true liberation, happiness and fulfilment. The Buddha does not have useless thoughts, discriminations, attachments, or worries. How at ease he is! He accords with all conditions and emanates wisdom in every thought and action to teach sentient beings in this world.

The Buddha live lives if wisdom, while ordinary people live lives of affliction. Buddha Shakyamuni's teachings show us how to change afflicted lives into ones of great wisdom. From these teachers, we will learn how to restore the ultimate and complete wisdom and abilities of our self-nature; allowing us to attain true happiness and prosperity. This, is the Buddha's Education.

và ái dục. Nếu thu tóm sáu Ba la mật tức sáu hạnh hoàn hảo lại làm một thì chúng ta sẽ chỉ có hạnh bố thí. Bố thí chỉ có nghĩa là buông bỏ. Nếu có thể buông bỏ được tham, sân, si, và kiêu ngạo, chúng ta sẽ luôn luôn an trụ trong tâm thanh tịnh. Nếu có thể buông bỏ được mọi phân biệt, phiền não, và tham muốn, chúng ta sẽ đạt an tĩnh, giải thoát, khỏe mạnh và trường thọ. Nếu có thể buông bỏ mọi quan kiến riêng để cùng nhau làm việc vì lợi ích của mọi người, chúng ta sẽ đạt sự hòa hợp với người khác, sự hòa hợp trong xã hội, và rốt cuộc đạt được hòa bình thế giới. Vậy, chúng ta có thể thấy rằng việc tu tập, chính yếu giáo lý của Đức Phật không là gì khác hơn bố thí, là buông bỏ.

Khi Đức Phật tại thế, ngài không chỉ dùng ngôn từ để dạy đạo mà còn làm gương để chúng sanh noi theo. Ngài buông bỏ mọi ái dục, mọi thú vui trần tục, mọi danh vọng và của cải để sống đời sống của người xuất gia. Ngài sống một đời sống đơn sơ, thân tâm thanh tịnh, và phúc lạc. Phàm nhân có thể cho rằng lối sống như vậy là một sự khổ hạnh, nhưng đó là do họ không hiểu biết. Người hiểu biết sẽ có ý kiến khác, vì với trí huệ họ sẽ thấy rằng cuộc đời của Đức Phật là sự giải thoát, phúc lạc và thành tựu viên mãn thực sự. Đức Phật không còn vọng tưởng, phân biệt, chấp thủ, hay phiền não. Ngài thật là an nhiên, tự tại! Ngài hòa hợp với mọi hoàn cảnh và biểu lộ trí huệ trong mọi ý nghĩ và hành vi để hướng dẫn chúng sanh ở thế gian này.

Chư Phật sống đời sống trí huệ, còn phàm nhân thì sống đời sống phiền não. Giáo lý của Đức Phật cho chúng ta thấy rằng có thể chuyển đời sống phiền não thành đời sống trí huệ lớn, khôi phục trí huệ viên mãn và vô thượng cũng như những khả năng của chân tính, đạt hạnh phúc và thịnh vượng đích thực. Đây chính là nền giáo dục của Đức Phật.

Chapter 2

THE FOUR KINDS OF BUDDHISM TODAY

In our world today, there are at least four different types of Buddhism. The first is the authentic Buddhism, the education of understanding the true reality of life and the universe originally taught by Buddha Shakyamuni. Unfortunately, the authentic education is rare and difficult to encounter nowadays. The remaining types of Buddhism are more or less distortions of the original teachings.

The second type is the religious Buddhism. Originally, Buddhism was not a religion, but now it has become one. We can no longer deny that there is a Buddhist religion because everywhere we look, especially in Asia, it is displayed as a religion. Unlike the monasteries in the past, which held eight-hour classes per day and provided another eight hours for self-cultivation, today's Buddhist temples no longer uphold such a perseverance of the Buddha's Teachings. Today we mainly see people making offerings to the Buddha statues and praying for blessings and fortune. In this way, Buddhism has been wrongly changed into a religion.

The third type of Buddhism is the philosophical study of the Buddha's teachings. Many universities today offer courses on the study of Buddhist Sutras, considering the teaching as a philosophy. The content of the Buddha's education is actually a complete university of knowledge and wisdom. Philosophy is only one of its courses. Just as it is wrong to recognize a university as a single course, it is also inappropriate to think of and limit the Buddha's

Chương 2

BỐN LOẠI PHẬT GIÁO NGÀY NAY

Trong thế giới của chúng ta ngày nay, có ít nhất là bốn loại Phật giáo khác nhau. Thứ nhất là Phật giáo đích thực, nền giáo dục về sự hiểu biết chân lý của đời sống và vũ trụ mà Đức Phật đã truyền dạy. Có điều không may mắn là ngày nay chúng ta khó gặp được nền giáo dục đích thực này. Những loại Phật giáo khác không phải là Phật giáo đích thực mà có phần nào sai lạc giáo lý nguyên thủy của Đức Phật.

Loại thứ nhì là Phật giáo có tính cách tôn giáo. Ban đầu, Phật giáo không phải là một tôn giáo, nhưng bây giờ đã trở thành một tôn giáo. Chúng ta không thể chối cãi rằng không có tôn giáo Phật giáo, vì nhìn ở đâu chúng ta cũng thấy Phật giáo được người ta phô bày như một tôn giáo, đặc biệt là ở Á Châu. Không giống như những tu viện ngày xưa, với tám giờ học giáo lý mỗi ngày, thêm tám giờ tu tập, các chùa Phật giáo ngày nay không còn giữ sự tinh tấn tu học Phật Pháp như vậy. Ngày nay chúng ta chỉ thấy mọi người dâng cúng và lễ bái những bức tượng Phật, cầu nguyện cho mình được phước lộc. Như vậy, Phật giáo đã lầm lạc biến thành một tôn giáo.

Loại Phật Giáo thứ ba là việc nghiên cứu có tính cách triết học về giáo lý của Đức Phật. Nhiều trường đại học ngày nay mở những khóa nghiên cứu kinh điển Phật giáo, xem giáo lý Phật giáo là một triết lý. Nội dung của nền giáo dục của Đức Phật chính là một chương trình đại học hoàn bị về kiến thức và trí huệ. Triết học chỉ là một trong những môn học của Phật giáo. Vì vậy, nếu cho rằng

education to only a philosophy. The Buddha's education can help us resolve our problems - from family difficulties to the great issue of life and death. The Buddha's teachings are profound and vast, and teach us the truths of life and the universe. It should not be mistaken as only a philosophy.

The fourth type of Buddhism we see in our world today is the deviant and externalist Buddhism. This is an extremely unfortunate distortion, which only came to be in the past thirty to forty years. Religious Buddhism persuades people to be decent and philosophical Buddhism pursues truth, neither cause much harm to society. However, if Buddhism is changed into a deviant and externalist path, using the weakness of human nature to cheat and harm living beings, disturbing the peace and safety of society, then this conversion has gone too far. The speech and actions of these deviant and external paths can be very attractive and enticing. One should be very careful as not to be misled by these deviant ways or regretting it would be too late.

These four types of Buddhism exist in our society today, we should recognize them for what they are and think carefully as to which way is most beneficial to us and the one we will ultimately follow.

Đừng mong đợi thấy thế giới sáng sủa ra nếu bạn không tháo đôi kính đen.
S. ENLIOT

Chơi với người trên, chớ nịnh; chơi với người dưới, chớ kiêu
DƯƠNG TỬ

nền giáo dục của Đức Phật chỉ là một triết lý cũng sai lầm như xem chương trình đại học chỉ là một môn học. Nền giáo dục của Đức Phật có thể giúp chúng ta giải quyết những vấn đề của mình, từ những khó khăn trong gia đình cho tới đề tài lớn sự sống và sự chết. Những giáo lý thâm diệu và rộng lớn của Đức Phật dạy chúng ta về đời sống và vũ trụ. Không nên hiểu lầm giáo lý của ngài chỉ là một môn triết học.

Loại Phật giáo thứ tư mà chúng ta thấy ở trên thế giới ngày nay là một thứ Phật giáo đổi khác và có tính cách ngoại nhập. Hình thức Phật giáo biến dạng rất không may mắn này chỉ xuất hiện khoảng bốn mươi năm nay. Loại Phật giáo tôn giáo khuyến khích người ta trở thành người tốt, còn loại Phật giáo triết học thì tìm hiểu chân lý. Hai loại này không có hại nhiều cho xã hội. Nhưng nếu Phật giáo biến thành một thứ pháp môn sai lạc ngoại nhập, dùng sự yếu đuối của nhân tính để đánh lừa và hại chúng sinh, phá rối hòa bình và an ninh xã hội thì sự biến đổi này đã đi quá xa. Ngôn từ và hành vi của những pháp môn sai lạc và bên ngoài này có thể rất hấp dẫn và lôi cuốn. Người ta không để cho những pháp môn này dẫn dắt mình một cách sai lầm để rồi khi hối hận thì đã quá trễ.

Bốn loại Phật giáo này hiện hữu trong xã hội chúng ta ngày nay. Chúng ta nên biết rõ về tính chất của bốn loại này, và cẩn thận chọn con đường nào tốt cho mình nhất để đi theo.

Đừng thương tiếc hôm qua, đừng đợi ngày mai,
đừng lẳng tránh hôm nay.
NGẠN NGỮ PHÁP

Chapter 3

THE ART OF LIVING / SELECTED PASSAGES

Our goal in studying Buddhism is to open up our wisdom; to attain this goal, we cultivate purity of mind. In today's society, our greatest obstacles are TV, radio, newspapers and magazines - these all contain contents that can pollute our minds. I often persuade people not to read or listen to these things. When our hearts are free from these unneeded afflictions, we can live every day in peace and happiness; thus, allowing our minds to return to purity. With an undeluded mind, one will see matters of life clearer, more deeply and farther than others. This is because a settled and concentrated mind is a mind of wisdom. The key in cultivating the Buddha's teachings is having a settled and concentrated mind. In practicing the Pure Land method, purity of mind is a foremost importance.

The Infinite Life Sutra teaches us to cultivate purity, equality and enlightenment. Being mindful of the Buddha is cultivating the above, for Buddha Amitabha is purity, equality, and enlightenment. When we recite the Buddha's name, we are reminded of these qualities.

In China, Buddhism can be divided into ten schools, Aside from the two Small Vehicle schools, which have already declined, the eight remaining schools belong to the Great Vehicle. Two schools (Zen and Shing) enter the Buddha's teachings through the method of "Enlightenment". They seek the great enlightenment, to understand the heart/mind and uncover the self-nature. Usually, those of lesser capabilities to become enlightened on their own have much difficulty in reaching their goals through this method. Thus, to cultivate the Zen School requires a high level of wisdom, ability and a considerably pure mind. Without

Chương 3
NGHỆ THUẬT SỐNG

Mục đích của việc nghiên cứu Phật giáo của chúng ta là khai mở trí huệ. Để đạt mục tiêu này, chúng ta phải tu sửa cho tâm trí được thanh tịnh. Trong xã hội ngày nay, những chướng ngại lớn nhất của chúng ta là truyền hình, truyền thanh, và báo chí. Tất cả những thứ này đều chứa những nội dung có thể gây ô nhiễm cho tâm trí. Tôi thường khuyên mọi người nên thận trọng đối với những phương tiện truyền thông này. Khi tâm trí thoát khỏi những phiền não vô dụng này, chúng ta sẽ sống mỗi ngày trong an lạc và hạnh phúc, và như vậy tâm trí của chúng ta sẽ đạt trở lại trạng thái thanh tịnh. Với tâm trong sáng, người ta sẽ nhìn thấy sự vật rõ ràng hơn và sâu xa hơn người khác, vì tâm ổn định chính là tâm trí huệ. Điều then chốt trong việc tu tập giáo lý của Đức Phật là đạt được tâm ổn định. Trong việc thực hành pháp môn Tịnh Độ, tâm thanh tịnh là điều quan trọng nhất.

Kinh Vô Lượng Thọ dạy chúng ta gây dựng sự thanh tịnh, bình đẳng, và giác ngộ. Nghĩ nhớ tới Phật A Di Đà là việc cần được tu tập trên hết, vì Phật A Di Đà là thanh tịnh, bình đẳng, và giác ngộ. Niệm danh Phật A Di Đà là tự nhắc nhở mình về những phẩm tính này.

Ở Trung Hoa, Phật Giáo được chia thành mười tông phái, gồm hai tông phái Tiểu Thừa đã suy tàn, và tám tông phái Đại Thừa. Hai phái Thiền Tông và Mật Tông nhập vào giáo lý của Đức Phật qua pháp "Giác Ngộ". Họ tìm sự giác ngộ để hiểu biết về tâm trí và chứng ngộ chân tính. Thông thường những người kém khả năng tự giác

these, one would have to start learning from the basis of Buddha Shakyamuni's teachings.

The study of these teachings is to help establish proper understanding and viewpoints; thus, the method of "Proper Views and Knowledge" is used here to enter the Buddha's teachings. There are four schools in this category (Tian Tai, Shian Shou, Fa Shiang and San Lwun) The practitioners of these schools study and follow the teachings of Buddha Shakyamuni to correct their erroneous views, thoughts, and actions. Most people are capable of learning this method, but it is a long journey, such as going to school. One must start from elementary school, then gradually advance grade by grade to junior high, high school, and college. In finishing one grade, one attains, the benefit of that single grade. The final two schools are the Pure Land and the Esoteric. These stress the importance of cultivating purity of mind; thus, their method of practicing the Buddha's teachings is through purity. People of all capabilities, regardless of whether they are intelligent or less able can practice the Pure Land School. All can practice and succeed in cultivating Pure Land method. On the other hand, the Esoteric School requires a high level of purity of mind, making it very difficult to reach attainment.

The difference between the cultivation of purity in the Pure Land School and the Esoteric School is that the Pure Land School teaches us to cultivate purity of mind away from pollution, while the Esoteric School teaches us to cultivate purity of mind in the midst of pollution. The latter involves a state of being immersed in pollution but not being contaminated; naturally, this state is too difficult for most people to attain.

True wisdom arises from purity of mind, thus, the wisdom spoken of in the Buddha's teachings is not attained from reading and studying books; the wisdom we attain from

ngộ rất khó thành tựu pháp môn này. Việc thực hành Thiền Tông đòi hỏi trình độ trí huệ và khả năng cao cùng với tâm trí thanh tịnh. Nếu không có những điều kiện này thì hành giả phải học lại những giáo lý căn bản của Đức Phật.

Việc học những giáo lý này sẽ giúp thiết lập tri kiến đúng đắn. Như vậy, pháp "Chánh Tri Kiến" được dùng để nhập vào giáo lý của Đức Phật. Có bốn tông phái thuộc loại này, đó là Thiên Thai Tông, Mật Tông, Pháp Tướng Tông, và Tam Luận Tông. Các hành giả thuộc những tông phái này học và thực hành giáo lý của Đức Phật để sửa chữa những quan điểm, ý nghĩ, và hành vi sai lầm của mình. Đa số Phật tử có khả năng thực hành phương pháp này, nhưng đây là một hành trình lâu dài, giống như đi tới trường học để học qua các lớp tiểu học, trung học, và đại học. Học xong lớp nào thì chỉ đạt lợi ích của riêng lớp đó.

Sau cùng là hai phái Tịnh Độ Tông và Mật Tông. Hai phái này chú trọng việc gây dựng tâm thanh tịnh, vì vậy phương pháp thực hành giáo lý của họ là qua sự thanh tịnh. Mọi người thuộc mọi khả năng, dù thông minh hay kém thông minh đều có thể thực hành theo Tịnh Độ Tông và đạt thành tựu trong việc tu tập theo phương pháp của phái này. Trong khi đó Mật Tông đòi hỏi mức thanh tịnh tâm trí cao hơn, vì vậy hành giả rất khó thành tựu trong việc tu tập pháp môn này.

Về mặt tu tập, Tịnh Độ Tông và Mật Tông khác nhau ở chỗ Tịnh Độ dạy chúng ta tu luyện sự thanh tịnh tâm trí, tránh xa ô trược, còn Mật Tông thì dạy chúng ta tịnh hóa tâm trí ở giữa ô trược. Hành giả ở trong trạng thái chìm trong ô trược nhưng lại không nhiễm ô. Tất nhiên, đối với đa số người trạng thái này rất khó đạt được.

reading and studying is only worldly knowledge and not true wisdom.

True wisdom is the function of our self-nature. Our self-nature is complete with infinite wisdom, virtues and abilities; qualities that are present in everyone's self-nature and we need to know how to bring them out.

"Buddha" is Purity, Equality and Enlightenment. The Buddha's teachings can be summarized into ten simple phrases:
> True Sincerity
> towards others.
> Purity of mind
> within,
> Equality
> in everything we see.
> Proper Understanding
> of life and the universe,
> Compassion
> in helping others in a wise, unemotional and unconditional way,
> See through
> to the truth of impermanence,
> Let go
> of all wandering thoughts and attachments,
> Attain Freedom
> of mind and spirit,
> Accord With Conditions
> to go along with the situation,
> Be Mindful of Buddha Amitabha
> Following his teachings and vowing to be born into the Pure Land.

The first five represent the Buddha's heart and the virtues of our self-nature. Presently we are unable to completely manifest these qualities due to our lack of cultivating the latter five. Diligent practice is needed to bring out these virtues of the Buddha-nature within us.

Trí huệ đích thực chỉ phát xuất từ sự thanh tịnh của tâm trí, vì vậy, trí huệ mà giáo lý của Đức Phật nói tới thì không thể đạt được chỉ bằng việc đọc và nghiên cứu kinh sách. Trí huệ mà chúng ta đạt được bằng cách đọc sách và nghiên cứu thì chỉ là trí thức thế gian chứ không phải là chân trí huệ.

Trí huệ đích thực là công năng của chân tính. Chân tính của chúng ta bao gồm trí huệ vô lượng, đức hạnh và quyền năng, tức bi, trí và dũng. Những phẩm tính này có ở trong chân tính của mỗi người chúng ta. Chúng ta cần phải biết cách làm cho những phẩm tính này hiển lộ.

"Phật" là Thanh Tịnh, Bình Đẳng, và Giác Ngộ. Giáo lý của Đức Phật có thể được tóm tắt một cách đơn giản như sau: Chân Thành với người khác, Thanh Tịnh trong tâm, Bình Đẳng trong mọi vật, Tri Kiến đúng đắn về cuộc đời và vũ trụ vạn vật, Từ Bi giúp đỡ người khác một cách khôn ngoan, vô tư, và vô điều kiện, Nhìn Thấu lý vô thường, Buông Bỏ mọi vọng niệm và tham dục, Đạt Tự Do tâm trí và tinh thần, Hòa Hợp với mọi hoàn cảnh, Quán Niệm Phật A Di Đà, làm theo lời dạy của ngài và nguyện vãng sanh Tịnh Độ.

Năm điều đầu tiên là tâm của Phật và là đức hạnh của chân tính của chúng ta. Hiện tại chúng ta không thể biểu lộ trọn vẹn những phẩm tính này, vì thiếu tu tập năm điều sau. Chúng ta cần phải tinh tấn tu luyện để làm biểu lộ những đức hạnh của Phật tánh bên trong mỗi người chúng ta.

Mục tiêu tối thượng trong việc tu học Phật giáo là sự đạt đến giác ngộ viên mãn. Trong mọi lãnh vực của đời

The ultimate goal in learning Buddhism is the great Perfection. In all walks of life, Buddhas and Bodhisattvas act as role models for all people to follow. Students of the Buddha can be good examples of all others. Families that follow the Buddha's teachings can behave in a way that is worthy of being the role model for all families. If one is still a student, then one's schoolwork, conduct and health become ane example for one's classmates. This is being a student of the Buddha. In going to work or running a business, one can be a role model for all businesspersons to follow. Thus, everything in the Buddhadharama can be number one. A family dwelling in perfect wisdom is the most content, fortunate and happy family in the world.

Buddhism is the education of wisdom; it encompasses all things and exceeds the boundaries between countries, races and religions. Since Buddhism is an education, followers of all religions are welcome and can learn and cultivate this education of true wisdom.

In the Visualization Sutra, the Three Conditions are the foundation of cultivation in Buddhism. Upon perfecting the Three Conditions, one will have complete wisdom, fortune and virtue.

The first condition consists of four practices based on the fundamental moral of humankind:

1) Being filial to our parents,

2) Respecting teachings and elders,

3) Being compassionate and not killing a n living being and

4) Following the Ten Good Conducts.

The second condition consists of three practices based on cultivating the self:

5) Taking Refuge in the Triple Jewels,

6) Abiding by precepts, rules and customs,

7) Conducting ourselves in a proper and dignified manner.

sống, chư Phật, Bồ Tát là khuôn mẫu cho mọi người noi theo. Đệ tử của Đức Phật có thể là tấm gương sáng cho người khác. Những gia đình nào thực hành lời dạy của Đức Phật có thể hành xử một cách xứng đáng với vai trò khuôn mẫu cho tất cả những gia đình khác. Khi còn là một học sinh, việc học hạnh kiểm, và sức khỏe của người ta là tấm gương cho các bạn học, còn bây giờ chúng ta là học trò của Đức Phật. Trong việc làm hay công việc kinh doanh, người ta có thể trở thành khuôn mẫu cho các đồng nghiệp. Vậy, tất cả những gì ở trong Phật Pháp cũng có thể là cái tốt nhất. Một gia đình cư xử với trí huệ hoàn hảo là gia đình hạnh phúc, may mắn và mãn nguyện nhất thế giới.

Trong Kinh Quán Vô Lượng Thọ, Ba Điều Kiện là nền móng của việc tu tập theo Phật Giáo. Khi Ba Điều Kiện được hoàn hảo, hành giả sẽ có trí huệ, cơ duyên, và đức hạnh hoàn hảo.

Điều kiện thứ nhất bao gồm bốn pháp dựa trên luân lý của loài người: 1.- Hiếu kính cha mẹ; 2.- Tôn kính thầy và các bậc trưởng thượng; 3.- Từ bi không sát sinh; 4.- Làm Mười Điều Lành (Thập Thiện).

Điều kiện thứ nhì bao gồm ba pháp tu luyện bản thân: 5.- Quy Y Tam Bảo; 6.- Gìn giữ các giới đã thọ 7.- Có hành vi đúng đắn và nghiêm chỉnh.

Điều kiện thứ ba bao gồm pháp dựa trên các pháp thực hành của bậc Bồ Tát: 8.- Phát Bồ đề tâm.

9.- Tin sâu giáo luật nhân quả, 10.- Tụng niệm và đề cao kinh điển Đại Thừa,11.- Khuyên người khác đi theo đường đạo Giác Ngộ.

Tất cả mười một pháp này đều thâm diệu và đầy ý nghĩa, và nên được thực hành trong đời sống hằng ngày,

The third condition consists of four practices, which follow the practices of Bodhisattvas:
8) Generating the Bodhi mind,
9) Deeply believing in the Law of Cause and Effect,
10) Reciting and upholding the Mahayana sutras and
11) Encouraging others on the path to Enlightenment.

Altogether, these eleven practices, each having its profound and vast meaning, needs to be put into use in everyday life, for they are the foundation of the forty-nine years of teachings given by Buddha Shakyamuni.

Great Vehicle Buddhism in China can be represented by the great Bodhisattvas of the Four Famous Mountains. First is Earth Treasure Bodhisattva of Jiuhua Mountain representing filial piety and respect. Second is Guan Yin (Great Compassion) Bodhisattva of Putuo Mountain, representing compassion. Third is Manjushri Bodhisattva of Wutai Mountain, representing wisdom. Fourth is Universal Worthy Bodhisattva of Emei Mountain, representing true practice. These four great Bodhisattvas represent the core of cultivation. As beginners, we start learning from Earth Treasure, for the earth is the root of life of all living beings. Because the great earth nurtures all beings and is the treasury of all that is precious, the Buddha uses it to represent our "mind ground" or "mind earth". Our true mind/original nature is complete with infinite wisdom, virtuous abilities and talents; we must know how to open this treasury in order to attain its benefits. Earth Treasure Bodhisattva teaches us to be filial to our parents and respectful to our teachers, for in these practices lies the key to opening the treasury of our self-nature.

The field of filial piety is vast. Our parents have shown us great kindness in bringing us up and in educating us, therefore, we should not only nurture their aging bodies, but we should also nurture their spiritual well-being and minds thus helping them to be happy; this is practicing filial piety.

vì đây là nền móng của bốn mươi chín năm hoằng pháp của Đức Phật.

Phật Giáo Đại Thừa ở Trung Hoa có thể được tượng trưng bằng bốn vị Đại Bồ Tát của bốn danh sơn. Thứ nhất, Bồ Tát Địa Tạng ở núi Cửu Hoa tượng trưng hiếu kính. Thứ nhì, Bồ Tát Quan Âm ở núi Phổ Đà, tượng trưng cho lòng từ bi. Thứ ba, Bồ Tát Văn Thù ở núi Ngũ Đài, tượng trưng trí huệ. Thứ tư, Bồ Tát Phổ Hiền ở núi Nga Mi, tượng trưng pháp tu tập chân chính. Bốn vị Đại Bồ Tát này tượng trưng cốt tủy của việc thực hành tu tập. Là những người sơ cơ, chúng ta sẽ bắt đầu học từ Bồ Tát Địa Tạng, vì đất là nguồn gốc sự sống của chúng sinh. Vì đất lớn nuôi dưỡng chúng sinh và là kho tàng chứa tất cả những gì quý báu nên Đức Phật lấy đất tượng trưng cho "tâm địa" của chúng ta. Chân tâm hay bản tính của chúng ta gồm có trí huệ, đức hạnh, và tài năng vô tận, vậy chúng ta nên biết cách khai mở kho tàng này để dùng lợi ích của nó. Bồ Tát Địa Tạng dạy chúng ta có hiếu với cha mẹ và tôn kính các vị thầy, vì đó là chìa khóa mở cửa kho tàng chân tâm của mình.

Lãnh vực hiếu kính rất rộng lớn. Cha mẹ của chúng ta đã biểu lộ tâm từ bi lớn khi các vị nuôi dưỡng và giáo dục chúng ta, vì vậy chúng ta không những phải phụng dưỡng các vị trong tuổi già mà còn phải chăm lo cho các vị được phúc lạc về mặt tâm trí và tinh thần. Đó là thực hành đạo hiếu.

Về việc thực hành hiếu để, chúng ta nên hết sức cố gắng sống đúng theo ý nguyện của cha mẹ. Khi các vị muốn chúng ta trở thành người tốt, chúng ta phải làm theo ý nguyện này, nếu không thì sẽ là những đứa con bất hiếu. Trẻ con đi học ở trường mà học kém làm cho cha mẹ

Regarding the practice of filial piety, we should strive to do our best in living up to our parent's expectations. When they wish us to be good persons and the benefit society, we should do so; to act otherwise would be unfilial. For children going to school, it would be unfilial to do poorly in schoolwork, causing one's parents to be worried and disappointed. It would be unfilial if one's conduct was poor, of it one's health was poor, or if one was disrespectful to one's teachers or could not get long with others. After reaching adulthood and entering society, it would be unfilial to be rebellious towards one's boss or unable to cooperate with co-workers, causing one's parents to worry. From these, we realize how vast the field of cultivating filial piety really is, and that the entire Buddhadharma is actually just teaching the Way of Filial Piety. In Buddhism, the perfection of filial piety is only completed upon reaching Unsurpassed Enlightenment of Buddhahood.

Nowadays, humankind has been seriously polluted in heart, thoughts, views, spirit and body, thus leading to the appearance of many strange illnesses. The root cause of illness and disease is pollution; if one's body and mind are pure one will not fall ill or grow old. To not become ill or grow old is true happiness and good fortune. To attain this goal, we only need to learn and cultivate according to the Buddha's teachings.

In our world today, where foods have been polluted by poisons, we should harbour compassion, for compassion is the antidote for all poisons. A truly compassionate heart can neutralize all poisons. The Buddha once said, "All dharmas arise from the mind." Thus, a pure, equal and enlightened mind/heart naturally brings health to one's body.

When we recite morning and evening ceremonies in front of the Buddha and Bodhisattva images, it is just as if we were vowing to abide by their teachings right in their

lo buồn, như vậy là không có hiếu. Hạnh kiểm xấu, không giữ gìn sức khỏe, không tôn kính thầy, hay không hòa hợp với người khác cũng là bất hiếu. Khi trưởng thành, sống trong xã hội mà chống đối cấp trên và bất hòa với đồng nghiệp, như vậy cũng là bất hiếu. Từ những điều này, chúng ta thấy lãnh vực gây dựng lòng hiếu kính quả là rất rộng lớn, và toàn thể Phật Pháp thực sự chỉ giảng dạy đạo hiếu. Trong Phật giáo, lòng hiếu kính hoàn hảo chỉ được thành tựu khi người ta đắc Phật Quả Giác Ngộ Vô Thượng.

Ngày nay, loài người đã bị ô nhiễm nặng trong tâm trí, ý nghĩ, quan kiến, tinh thần, và thể xác, vì vậy mà nhiều căn bệnh kỳ lạ đã xuất hiện. Nguyên nhân của bệnh tật là sợ nhiễm ô của tâm trí. Nếu thân thể và tâm trí trong sạch thì người ta sẽ không bị bệnh tật hay già lão. Không bệnh tật và già lão là hạnh phúc đích thực. Để đạt mục tiêu này, chúng ta chỉ cần phải học và tu tập theo giáo lý của Đức Phật.

Thế giới ngày nay, khi thực phẩm đã bị nhiễm độc chất, chúng ta nên trưởng dưỡng lòng từ bi, vì từ bi là thuốc đối trị mọi loại chất độc. Tâm từ bi đích thực có thể hóa giải tất cả các loại độc chất. Đức Phật đã nói: " Mọi vật đều do tâm tạo ra". Vậy, tâm trí thanh tịnh, bình đẳng, và giác ngộ tự nhiên sẽ mang lại sức khỏe cho thân thể.

Khi chúng ta tụng niệm sáng chiều trước tượng Phật, Bồ Tát thì như vậy cũng giống như trong sự hiện diện của chư Phật, Bồ Tát chúng ta phát nguyện làm theo lời dạy của các ngài. Tụng niệm buổi sáng là sự nhắc nhở chúng ta không quên giáo lý của Đức Phật và hành xử đúng đắn trong ngày. Tụng niệm buổi tối là xem lại những hành vi trong ngày của mình, để biết mình có làm theo lời dạy

presence. Morning recitation acts as a reminder, preventing us from forgetting the Buddha's teachings, and reminding us to act accordingly in the course of the day. Evening recitation is a reflection of the day's practice, checking to see if we acted according to the Buddha's teachings. If we did, then we can work even harder next time, if not, then we need to reform, seeking to renew ourselves each day. Only by practicing in this way can true benefits be attained. Morning and evening recitations are the most basic practices in learning Buddhism. It is necessary to remind ourselves each day and reflect and reform.

One who wishes to become a student of the Buddha should first learn from Maitreya Bodhisattva, better known in America as "The Happy Buddha." Maitreya Bodhisattva represents the most basic conditions necessary to become a Buddhist - a smiling face and a big heart, represented by his big belly. All the Buddha images serve to remind us of the teachings and are not idols or gods of worship. "The Happy Buddha" teaches us to give rise to a non-discriminating mind and to be happy; thus being able to enter the Buddha Way.

The content of the Buddha's teachings is infinitely profound and vast; one is unable to speak of it all, for the essence of it is unfathomable. Understanding it can bring great help tour living, work and interacting with all people, matters and affairs. Buddhism truly surpasses the boundaries of nationality, race and religion - it encompasses everything. The Buddha's teaching is truly a perfectly complete education.

Bỏ người bạn trung thành là đánh mất một vật quý.
TIẾT HUYÊN

Con người là nô lệ của thói quen
TỤC NGỮ ĐỨC

của Đức Phật hay không. Nếu đã làm theo thì chúng ta có thể cố gắng nhiều hơn nữa trong những ngày sau, còn nếu không thì chúng ta cần phải sửa đổi bản thân mỗi ngày. Chỉ bằng cách thực hành như vậy, chúng ta mới có thể đạt được lợi ích thực sự. Tụng niệm sáng tối là pháp tu tập căn bản trong việc tu học Phật Pháp. Chúng ta cần phải nhắc nhở mình mỗi ngày, suy xét và tu sửa.

Người nào muốn trở thành đệ tử của Đức Phật thì trước hết phải học theo Bồ Tát Di Lặc, mà ở Hoa Kỳ được gọi là "Phật Phúc Lạc". Bồ Tát Di Lặc tượng trưng cho những điều kiện căn bản nhất cần phải có để trở thành một Phật tử, đó là một khuôn mặt tươi cười và một tấm lòng bao dung, được tượng trưng bằng cái bụng lớn của ngài. Tất cả những bức tranh và những bức tượng Phật có mục đích nhắc nhở chúng ta về những lời dạy của chư Phật, Bồ Tát chứ không phải là những pho tượng để thờ phụng. "Phật Phúc Lạc" dạy chúng ta phát tâm vô phân biệt và an lạc để có thể đi vào Phật Đạo.

Giáo lý của Đức Phật thâm diệu và rộng lớn vô cùng, không thể nào nói hết được, vì phần giáo lý tinh yếu là vô lượng. Khi thông hiểu giáo lý của Đức Phật, chúng ta sẽ đạt lợi ích trong đời sống, trong công việc và trong sự tương tác với mọi người và mọi sự việc. Phật Giáo thực sự vượt qua tất cả mọi ranh giới, quốc gia, chủng tộc, và tôn giáo. Giáo lý của Đức Phật thực sự là một nền giáo dục hoàn hảo.

Người chê ta mà chê phải là thầy ta, người khen ta mà khen phải là bạn ta, người nịnh hót ta là kẻ hại ta.
TUÂN TỬ.

Chapter 4

TAKING REFUGE IN THE TRIPLE JEWEL

Taking Refuge means to return and rely. When we take refuge in the Buddha, we are returning from our deluded state of mind and relying upon an Awakened, Enlightened Mind. When we take refuge in the Dharma, we are returning from deviant views and relying upon proper views and understanding. When we take refuge in the Sangha, we are returning from pollution and disharmony and relying upon Purity of Mind and the Six Principles of Living in Harmony. Taking refuge in the Triple Jewels restores the complete wisdom and abilities of our Self-Nature. We will attain Purity, Equality, Honest, Freedom, Compassion and overall, True Happiness.

The Buddha Jewel

Buddha is a Sanskrit meaning Awareness and Enlightenment. When we take refuge in the Buddha, we vow to return from blind faith and delusion and rely upon Understanding and Awareness as a way of life. Images of the Buddha serve as a reminder for us to practice awareness and understanding, and are not objects of worship. Prostrating and showing respect towards these images are only ways to counter arrogance and cultivate humility. This is taking refuge in the Buddha.

Chương 4

QUY Y TAM BẢO

Quy y có nghĩa là trở về nương tựa. Khi quy y Phật, chúng ta, quay trở về lại từ trạng thái tâm mê muội và tương tựa vào tâm giác ngộ. Khi quy y Pháp, chúng ta quay trở về từ những tà kiến và nương tựa vào chánh kiến và sự hiểu biết. Khi quy y Tăng, chúng ta quay trở về từ nhiễm ô và bất hòa để nương tựa vào tâm thanh tịnh và sáu nguyên tắc sống hòa hợp, hay lục hòa. Quy y Tam Bảo là khôi phục lại trí huệ hoàn hảo và những khả năng chân tính của chúng ta. Chúng ta sẽ đạt được thanh tịnh, bình đẳng, chân thực, tự do, từ bi, và nhất là chân hạnh phúc ngay trong đời sống này.

Phật Bảo: "Phật", tiếng Sanskrit gọi là Buddha, có nghĩa là "bậc Giác Ngộ viên mãn". Khi quy y Phật, chúng ta trở về từ niềm tin mù quáng và sự mê muội để nương tựa vào tri giác như một lối sống. Hình tượng Đức Phật được dùng để nhắc nhở chúng ta thực hành tu tập với tri giác chứ không phải là những thần tượng để thờ phụng. Lễ bái những hình tượng này chỉ là một cách đối trị tính kiêu ngạo, gây dựng lòng khiêm hạ của chúng ta. Đó là quy y Phật.

Pháp Bảo: "Pháp", tiếng Sanskrit là Dharma, có nghĩa là "Tri Kiến Chân Chính". Tâm vô minh làm cho chúng ta không trông thấy chân tính của con người cũng như chân lý ẩn ở phía sau sự vật, vì vậy chúng ta đã nhìn

The Dharma Jewel

Dharma means Proper Understanding and Views. Delusion has obstructed us from seeing the true face of people and the reality behind matters and objects. This has caused us to look at life and the universe in a distorted and deviant way. When delusion is cleared and our minds are pure to an extent, we give rise to wisdom. With wisdom, we are able to see all people and matters completely and clearly. When our hearts are pure, we can see the past, present and future. Only when we have clearly seen the Whole can our viewpoint and Understanding be considered Proper.

The Buddha's mind is pure without the slightest pollution and therefore sees everything clearly and entirely. We can rely upon the Sutras, recorded teachings of the Buddha, because they speak entirely of the truths the Buddha has seen. They teach and show us the way to attain Purity of Mind, to see life and the universe most clearly, and become just like the Buddhas. When we encounter sutras, we should immediately forth a mind of respect and remind ourselves to cultivate Right Understanding and Views. This is taking refuge in the Dharma.

The Sangha Jewel

Sangha means purity and harmony. Today's world is filled with pollution; pollution of mind, spirit, views and body. Even the earth and the atmosphere are hazardly polluted. The Buddha taught, "The environment changes according to the mind." We should return from all these

cuộc đời và vũ trụ một cách sai lầm. Khi vô minh được giải trừ và tâm trí được trong sạch tới một mức độ nào đó, trí tuệ của chúng ta sẽ khai mở. Với trí huệ, chúng ta sẽ nhìn thấy người và sự vật một cách trọn vẹn và rõ ràng. Khi tâm trí thanh tịnh, chúng ta có thể trông thấy quá khứ, hiện tại, cũng như tương lai. Chỉ khi nào trông thấy rõ được tri kiến của chúng ta mới được coi là chân chánh.

Tâm của Đức Phật luôn thanh tịnh không một chút ô trược, vì vậy mà trông thấy vạn vật một cách rõ ràng và trọn vẹn. Chúng ta có thể nương tựa vào kinh sách ghi chép những lời dạy của Đức Phật, vì kinh sách nói lên tất cả những sự thật mà Đức Phật đã trông thấy. Kinh sách dạy chúng ta cách đạt đến tâm thanh tịnh, trông thấy cuộc đời và vũ trụ một cách rõ ràng. Khi trông thấy kinh sách chúng ta nên phát tâm tôn kính và tự nhắc nhở mình tu tập để đạt Chánh tri kiến. Quy y Pháp là như vậy.

Tăng Bảo: "Tăng", tiếng Sanskrit gọi là Sangha có nghĩa là thanh tịnh và hòa hợp. Thế giới ngày nay đầy ô trược; ô trược từ trong tâm trí, tinh thần, quan kiến, và thân thể. Cả trái đất và bầu khí quyển cũng bị nhiễm ô một cách tệ hại. Đức Phật dạy: "Hoàn cảnh biến đổi theo tâm". Chúng ta nên quay trở về từ những trược dơ này để nương tựa vào tâm thanh tịnh. Tâm thanh tịnh là điều kiện để cứu vãn trái đất của chúng ta.

Có rất nhiều bất hòa trong thế giới ngày nay, giữa vợ chồng, gia đình, bạn bè, xã hội, và giữa các quốc gia, gây ra nhiều tai họa và đau khổ. Đức Phật dạy chúng ta nương tựa vào sáu nguyên tắc sống chung hòa hợp để thiết lập mối liên hệ hài hòa giữa mình và mọi người.

pollution and rely upon purity of mind. Purity of mind is the key to saving our Earth.

There is also great disharmony in our world today, among spouses, families, friends, societies and countries which has brought us much suffering and many disasters. The Buddha taught us to rely upon the Six Principles of Living in Harmony to establish harmonious relationships between others and ourselves.

Sangha also refers to a group of four or more persons who practice the Buddha's teachings and abides by the Six Principles of Living in Harmony. This includes the life-home people we may encounter. When we see left-home people, we should immediately give rise to a mind of purity and harmony. This is taking refuge in the Sangha.

THE THREE REFUGES

To the Buddha I return and rely,
returning from delusions and
relying upon
Awareness and Understanding.

To the Dharma I return and rely,
returning from erroneous views and
relying upon
Proper Views and Understanding.

To The Sangha I return and rely,
returning from pollution and disharmony
and relying upon
Purity of Mind and the
Six Principles of Harmony.

Tăng đoàn có nghĩa là một nhóm bốn người hay nhiều người hơn cùng tu hành Phật Pháp và sống theo lục hòa, tức sáu nguyên tắc sống chung hòa hợp. Tăng đoàn gồm các Tỳ kheo và các Tỳ kheo Ni. Khi gặp các vị này, chúng ta liền nên phát tâm thanh tịnh và hòa hợp. Đó là quy y Tăng.

Quy Y Tam Bảo:
Quy y Phật, Con xin quay về từ vô minh, nương tựa vào tri giác;
Quy y Pháp, Con xin quay về từ tà kiến, nương tựa vào Chánh tri kiến;
Quy y Tăng, Con xin quay về từ ô trược và bất hòa, nương tựa vào tâm thanh tịnh và lục hòa.

Toàn cảnh Tu Viện Quảng Đức, Melbourne, Australia
Whole view of Quang Duc Monastery, Melbourne, Australia

Chapter 5

HOW HOMEMAKERS CAN CULTIVATE THE BODHISATTVA WAY IN EVERYDAY LIFE

It must be very tiresome to do the same kind of work everyday, and especially for homemakers. It seems as if one cannot be free from household chores for a single day, and many are greatly troubled by their duties. However, if we can learn to change our way of looking at things, we will be able to perform our chores with great joy.

Much of the problem is that ordinary people are very much attached to the "self". They think, "I am doing all this work; poor me, I am so tired; why should I do this for the?" The more they think this way, the more afflicted they become. If we were to learn the Bodhisattva Way, the Way of Understanding and Enlightenment, and vow to universally help all living beings, then our viewpoint would be much different.

In following the Bodhisattva Path, the first thing we learn is the Practice of Giving. By serving the family at home, the homemaker Bodhisattva is already cultivating Giving. Giving includes the Giving of Wealth, the Giving of Teaching and the Giving of Fearlessness. The Giving of Wealth can be divided into outer wealth and inner wealth. For example, outer wealth refers to making money for our family and providing the means for living. Inner wealth refers to using our physical energy and wisdom to support

Chương 5

NGƯỜI NỘI TRỢ TU TẬP BỒ TÁT ĐẠO TRONG ĐỜI SỐNG HẰNG NGÀY

Làm cùng một loại công việc hằng ngày là điều rất mệt nhọc, đặc biệt là đối với những người nội trợ. Hình như người ta không thể nào thoát khỏi những công việc trong nhà, dù chỉ trong một ngày, và nhiều người phải lo nghĩ rất nhiều vì những bổn phận trong nhà của mình. Tuy nhiên, nếu biết cách thay đổi lối nhìn sự vật của mình, chúng ta sẽ có thể làm công việc nhà với niềm vui lớn.

Phần lớn vấn đề ở đây là người ta thường chấp chặt vào cái "ta" hay "cái của ta". Họ thường nghĩ: "Mình đang làm công việc này; thật là khổ, vì mình mệt quá. Tại sao mình lại làm việc này cho người khác?". Càng suy nghĩ như vậy, họ lại càng thêm phiền não. Nếu chúng ta học Bồ Tát đạo, tức đạo Giác Ngộ, và phát nguyện giúp đỡ chúng sinh, chúng ta sẽ có quan điểm rất khác.

Khi đi theo Bồ Tát đạo, điều đầu tiên mà chúng ta cần phải học là hạnh Bố Thí. Do phục vụ gia đình của mình ở nhà, vị Bồ Tát nội trợ đã tu dưỡng hạnh Bố Thí rồi. Trong hạnh Bố Thí có Tài Thí, Pháp Thí, và Vô Úy Thí. Tài Thí có thể được chia thành hai loại là tài sản bên ngoài và tài sản bên trong. Thí dụ, tài sản bên ngoài là làm ra tiền bạc để cung cấp phương tiện sống cho gia đình. Tài sản bên trong là dùng sức lực thể xác và tri thức của mình để giúp đỡ gia đình. Vậy, chúng ta có thể thực hành Bố Thí một cách hoàn hảo ở ngay tại nhà của mình.

our family. So, the practice of giving can be completed perfectly at home.

When we do our housework with care and organize our home to be clean and neat, this is bringing comfort to the family and admiration from our neighbours; this is cultivating the Practice of Precept Observation. Abiding by precepts simply means abiding by rules - rules of the country, society and family, and doing everything in an organized and proper way. Endurance in doing our chores without complaint or fatigue is cultivating the Practice of Patience. In seeking improvement everyday, hoping that tomorrow's attainment will exceed that of today's, is cultivating the Practice of Diligence. In performing one's various duties daily but still maintaining a pure and undeluded heart, is cultivating the Practice of Concentration in Purity of Mind, being apart from discriminating thoughts and attachments. From within purity of mind, one will give rise to wisdom, and will be filed with inner peace and happiness, this is cultivating the Practice of Wisdom. Thus, with true understanding, we will discover that these Six Principles Cultivated by Bodhisattvas (Giving, Precepts Observation, Patience, Diligence, Concentration in Purity of Mind and Wisdom) can be practiced to perfection in the everyday acts of dusting, sweeping, washing and cooking.

Once we have performed our duties well, we become role models for homemakers all over the world and an example for all families to follow. Thus, not only can be help our neighbours, but extended, we can influence society, the country, and even the world in a positive way. From this we come to see that in dusting, sweeping, washing, and cooking, a homemaker Bodhisattva is actually

Khi chúng ta tổ chức và làm công việc trong nhà một cách cẩn thận, ngăn nắp và sạch sẽ thì mọi người trong gia đình sẽ có tiện nghi, dễ chịu, và bản thân chúng ta sẽ được hàng xóm khen ngợi. Đó là tu tập hạnh Trì Giới. Trì Giới có ý nghĩa đơn giản là tuân thủ luật lệ của quốc gia, xã hội, và gia đình, và làm mọi việc một cách đúng đắn và có tổ chức. Kiên nhẫn làm công việc của mình không than phiền hay mệt mỏi là tu tập hạnh Nhẫn Nhục. Khi chúng ta cố gắng cải tiến mỗi ngày, hy vọng ngày mai mình sẽ đạt thành tựu nhiều hơn hôm nay, thì đó là tu tập hạnh Tinh Tấn. Làm mọi bổn phận hằng ngày mà vẫn giữ cho tâm trí được thanh tịnh thì đó là tu tập hạnh Thiền định, xả ly mọi vọng niệm và tham dục. Khi tâm trí thanh tịnh, trí huệ sẽ phát sinh, người ta sẽ có đầy an lạc nội tâm, và đó là tu tập hạnh Trí huệ. Vậy, do hiểu biết đúng, chúng ta sẽ nhận thấy rằng Sáu Hạnh Hoàn Hảo Ba La Mật của bậc Bồ Tát gồm Bố thí, Trì Giới, Nhẫn Nhục, Tinh Tấn, Thiền Định và Trí Huệ, có thể được thực hành một cách trọn vẹn trong những hoạt động hằng ngày như lau chùi quét dọn, giặt quần áo, và nấu ăn.

Khi làm tròn bổn phận của mình chúng ta sẽ trở thành khuôn mẫu cho những người nội trợ trên khắp thế giới và là tấm gương cho mọi gia đình noi theo. Vậy, không những chúng ta có thể giúp ích cho hàng xóm mà lại còn có thể ảnh hưởng tới xã hội, xứ sở, và cả thế giới này một cách tích cực. Từ những điều ấy, chúng ta thấy rằng khi lau chùi, quét dọn, giặt quần áo và nấu ăn, vị Bồ Tát nội trợ đang thực sự thi hành đại nguyện giúp đỡ chúng sinh, và cũng chính là đệ tử thực sự của Đức Phật. Vì vậy, nếu suy ngẫm về những bổn phận của mình như trên, chúng ta sẽ cảm thấy an lạc ngay trong công việc

carrying out the great vow of helping all living beings. This is truly being a student of the Buddha. So, if we can contemplate our duties as described above, we will be filled with peace and happiness in our work. How then could anything trouble us?

The most important factor in learning and cultivating the Buddha's teachings is that one be able to practice them in everyday life. Understanding this, we would be able to practice the Six Principles Cultivated by Bodhisattvas at our work and office. A Bodhisattva, in all walks of life, whether appearing as a man, woman, elder, or child, cultivates by living up to his/her own responsibilities. Cultivation and living are one - this is the life of enlightened beings.

Tin tưởng tất cả mọi người
và không tin tưởng một ai, cả hai thái độ ấy
đều là sai lầm lớn như nhau.
NGẠN NGỮ Ả RẬP

Ai mà thân được nhàn rỗi thì chí hướng hẹp hòi.
GIA NGỮ

Xét tự thân, các lạc thú như nhau cả...
Người thích nghe giảng kinh cảm thấy
sung sướng như người thích xem kịch.
JOHN SELDEN

Lỗ nhỏ đắm thuyền lớn
A small leak sinks the great ship
TỤC NGỮ VIỆT NAM

của mình, và như vậy thì có cái gì có thể làm cho chúng ta ưu phiền?

Điều quan trọng nhất trong việc học và thực hành giáo lý của Đức Phật, người ta có thực hành những giáo lý này trong đời sống hằng ngày hay không. Vì vậy, chúng ta có thể thực hành Sáu Pháp Ba La Mật trong công việc và trong bổn phận của mình. Một Bồ Tát, trong mọi lĩnh vực của đời sống, nam hay nữ, già hay trẻ, sẽ tu tập bằng cách làm tròn những bổn phận của mình. Tu tập và sinh hoạt hằng ngày chính là một, và cũng là đời sống của những người giác ngộ.

Phật Đài Quan Âm Lộ Thiên
tại **Tu Viện Quảng Đức**, Melbourne, Australia

Chapter 6

SELECTED PASSAGES FROM LIVING BUDDHISM

Buddhism is an education, not a religion. We do not worship the Buddha, we respect him as a teacher. His teachings enable us to leave suffering and attain true happiness.

* It is best to treat all people with respect and sincerity, being responsible for our actions and careful when handling other's property. Be conservative with speech and actions to avoid harming others.

* It is best to show our gratitude to those who have shown us kindness, such as parents, teachers and even society. Everyone in the society is interdependent and inter-related; we can practice good deeds to repay them.

* How many people recognize the kindness shown by parents? Usually, people do not realize until they themselves become parents or lose their parents. We can show our gratitude through practicing filial piety by being responsible, considerate and compliant to our parents.

* To be a poor, content, and happy person is better than being one who is rich, worried, and afflicted with greed.

* Buddhism is a teaching, which shows us how to live a happy, fulfilling, and content life.

* True love is undiscriminating, unattaching, and unconditional; we can share this love with all beings. This is called compassion.

* If we wish to bring peace to the world, we need to start by changing our erroneous ways. World peace stems from inner peace.

* Our goal in studying the Buddha's teachings and cultivation is to attain complete understanding of life and the universe.

Chương 6

NHỮNG TÂM NIỆM CỦA NGƯỜI ĐỆ TỬ PHẬT TRONG ĐỜI SỐNG HẰNG NGÀY

Phật Giáo là một nền giáo dục chứ không phải là một tôn giáo. Chúng ta không thờ phụng Đức Phật, mà chúng ta tôn kính ngài như một vị thầy. Giáo lý của ngài giúp chúng ta thoát khổ, đạt đến chân hạnh phúc.

* Chúng ta nên cư xử với mọi người một cách tôn kính và chân thành, có trách nhiệm với những hành vi của mình, và thận trọng với tài sản của người khác. Nên cẩn thận trong lời nói và việc làm để tránh gây tai hại cho người khác.

* Nên tỏ lòng biết ơn với những người đã gia ơn cho mình, như cha mẹ, thầy tổ, và cả xã hội nữa. Mọi người trong xã hội đều tương thuộc và tương liên với nhau; để trả ơn cho mọi người, chúng ta có thể làm những việc tốt.

* Có bao nhiêu người biết ơn cha mẹ của mình? Người ta thường không biết tới công ơn của cha mẹ cho tới khi chính mình trở thành cha mẹ, hay cho tới khi cha mẹ của mình qua đời. Chúng ta có thể thực hành đạo hiếu để tỏ lòng biết ơn cha mẹ bằng cách làm tròn bổn phận, biết nghĩ tới cha mẹ, và làm theo ý của cha mẹ.

* Thà làm người nghèo mà an lạc còn hơn làm người giàu mà phiền não với nhiều tham vọng.

* Phật giáo là một nền giáo huấn, dạy chúng ta biết cách sống một đời sống hạnh phúc và mãn nguyện.

* Tình yêu đích thực thì không phân biệt, không chấp thủ, và không điều kiện. Chúng ta có thể chia xẻ tình yêu này với toàn thể chúng sinh. Tình yêu như vậy được gọi là từ bi.

* Nếu muốn mang lại hòa bình cho thế giới, chúng ta cần phải bắt đầu bằng cách sửa đổi những sai lầm của mình. Hòa bình thế giới phát xuất từ an lạc nội tâm.

* Be considerate and kind in your speech. To put down another person is only proving your own arrogance and lack of self-confidence to others.

* Life is short and fragile, why not cultivate kindness instead of committing acts which cause harm to living beings and oneself?

* Cultivating virtue is to keep a kind heart, speak kind words and do kind acts to benefit others.

* Wise persons do not harbour feelings of gain or loss. In this way, they constantly dwell in the joy of possessing great peace of mind.

* The point of practicing giving and charity is to forsake greed, hatred, ignorance, and arrogance.

* When helping others, we should think about benefiting the entire society or even the world instead of limiting our help to just the ones we love. Expanding the boundaries of our care for others makes our lives more meaningful, full of freedom and happiness.

* The Buddha's teachings are a teaching of wisdom. Living Buddhism is to fill our lives with utmost wisdom and happiness.

* In all circumstances, we must first reflect upon ourselves. Confucius once said, "Do not give to others what you yourself do not desire". This is teaching us to keep a humane and sincere heart. If we want others to smile at us, we must first smile at others. In dealing with matters, we must not speak personal gain but should work for the public welfare.

* A true cultivator does not see the faults of others. When we think of others' faults, it becomes our own affliction. Everyone has their good and bad sides, but we must learn to look at the good points of others and strive to respect all beings.

* Chúng ta học và thực hành giáo lý của Đức Phật là để hiểu biết trọn vẹn về cuộc đời và vũ trụ.

* Nên có ý thức và sự tử tế trong lời nói. Nói xấu người khác chỉ là phô bày tính kiêu ngạo và thiếu tự tin của mình.

* Cuộc đời này ngắn ngủi và mong manh, vậy tại sao chúng ta lại không trưởng dưỡng tâm từ bi thay vì làm những việc có hại cho chúng sinh cũng như cho bản thân ta ?

* Xây dựng nếp sống đức hạnh là giữ lòng tử tế, nói lời tử tế, và làm điều tử tế vì lợi ích của người khác.

* Người khôn ngoan thì không nghĩ tới chuyện mình được lợi hay không được lợi, được như vậy người đó luôn luôn sống trong an lạc nội tâm.

* Chúng ta thực hành hạnh bố thí là để giải trừ tham, sân, si, và kiêu ngạo.

* Khi giúp đỡ người khác, chúng ta nên nghĩ tới việc làm lợi ích cho xã hội hay toàn thế giới chứ không chỉ giúp đỡ những người nào mình thích. Mở rộng sự quan tâm của mình thêm ý nghĩa, tự do, và hạnh phúc.

* Những lời dạy của Đức Phật là giáo lý của trí huệ. Sống theo Phật pháp là làm cho cuộc đời của mình trở nên minh triết và an lạc.

* Trong bất cứ hoàn cảnh nào chúng ta cũng phải tự xét mình trước hết. Khổng Tử nói: " kỷ sở bất dục, vật thi ư nhơn", có nghĩa là: 'Những điều gì mình không muốn, đừng bao giờ làm cho người khác"(Do not give to others what you yourself do not desire). Câu này muốn nói rằng chúng ta phải có lòng nhân đạo và thành thực. Nếu muốn người khác cười với mình thì mình phải cười với họ trước. Trong xử sự chúng ta không nên tìm lợi lộc cho riêng mình, mà nên làm việc vì lợi ích chung.

* Một hành giả chân chính thì không bao giờ tìm lỗi người khác. Khi nghĩ tới tội lỗi của người khác thì đó chính là sự phiền não của mình. Người nào cũng có những mặt tốt và những mặt xấu, nhưng chúng ta nên tập nhìn vào những điều tốt của người khác và cố gắng tôn trọng mọi người.

SỰ BẤT BIẾN
CỦA LUẬT NHÂN QUẢ

Quyển

V

THE IMMUTABILITY
OF CAUSE AND EFFECT
by Venerable Wu Lin

THE IMMUTABILITY OF CAUSE AND EFFECT
by Venerable Wu Lin

Respected Dharma Masters, respected practitioners and guests. Over the past few hundred years, the face of Buddhism has undergone several changes. First, it began to be regarded by some as a religion. Then, it was looked upon as a philosophy. Some even twisted it almost beyond recognition until it became more of a cult. And recently it has come to be portrayed by some as a show.

Some of these misunderstandings have been honest ones, often occurring as people have tried to understand and respect the teachings. Some of these misunderstandings occurred as people strove to benefit themselves at the expense of others. If we want to really understand and benefit from Buddhism, we need to go back to its original form.

Approximately two thousand years ago, in 67 AD, Buddhism officially came to China and since then, has spread and flourished throughout the country. The Emperor had sent special envoys to India to invite Buddhist monks to come to China to teach Buddhism, which at that time was understood to be an education.

The sutras, recorded teachings of Buddha Shakyamuni, address him as our "Original Teacher". Those who listened to him were called students, which is what we call ourselves today. This teacher-student relationship is only found in education. Another reason that Buddhism is an education is also to be found in the sutras, where we learn that the students would ask questions of the Buddha,

SỰ BẤT BIẾN CỦA LUẬT NHÂN QUẢ

Trong mấy trăm năm qua, diện mạo Phật giáo đã có một số thay đổi. Trước hết, Phật giáo đã được xem là một tôn giáo. Rồi sau đó Phật giáo còn được coi là một triết lý. Có những người còn bóp méo Phật giáo tới mức không thể nhận ra được nữa và đã trở thành có nhiều tính chất mê tín và tôn thờ thần tượng hơn. Mới đây Phật giáo lại còn được xem như một màn trình diễn đầy hình thức bên ngoài.

Một số những sự hiểu lầm này là do vô tình, thường phát sinh khi người ta cố gắng tìm hiểu và tôn kính giáo lý. Một số những sự hiểu lầm khác xảy ra khi người ta lợi dụng người khác để làm lợi cho mình. Nếu muốn hiểu đúng Phật giáo và đạt lợi ích thực sự, chúng ta cần phải trở về với hình thức Phật giáo nguyên thủy.

Khoảng hai ngàn năm trước, vào năm 67 Tây lịch, Phật giáo chính thức du nhập vào Trung Quốc, và từ đó đã lan truyền và thịnh hành ở khắp xứ này. Hoàng đế Trung Hoa đã công cử những sứ giả đặc biệt đi Ấn Độ để cung thỉnh các Tăng Sĩ Phật Giáo tới Trung Quốc để truyền dạy giáo lý. Thời đó người Trung Hoa đã coi Phật Giáo là một nền giáo dục.

Kinh sách Phật giáo gọi Phật Thích Ca là "Đức Bổn Sư", tức là "Thầy của chúng ta". Những người nghe ngài thuyết pháp được gọi là "người học", và liên hệ thầy trò này chỉ có ở trong ngành giáo dục. Trong kinh sách còn có

who would then answer them. If the students did not thoroughly understand, or thought that we would not thoroughly understand, they would ask for further clarification, which the Buddha would provide. This is essentially a classroom discussion. Please understand that Buddha Shakyamuni simply taught. He conducted neither ceremonies or rites.

Buddhism is Buddha Shakyamuni's educational system, which is similar to that of Confucius for both presented similar viewpoints and methods. The goal of Buddhist education is to attain wisdom. In Sanskrit, the language of ancient India, this wisdom was called "Anuttara-smyaksambhodi" meaning the perfect complete wisdom. The Buddha taught us that the main objective of our learning and cultivation is to achieve this ultimate wisdom.

He further taught us that everyone has the potential to realize this state of ultimate wisdom, because it is an intrinsic part of our nature. It is not something we can obtain externally. However, most of us have become confused through general misconceptions and therefore, are unable to realize this potential. However, if we can break through this confusion, we will realize this intrinsic part of our nature. Thus, Buddhism is an educational system aimed at regaining our own original, intrinsic self-nature.

It also teaches absolute equality, which stemmed from the Buddha's recognition that all sentient beings possess this innate wisdom and nature. Therefore, there really is no inherent difference among beings. Everyone is different now because we have lost our true nature and have become confused. The degree of wisdom exhibited by individuals depends on the degree of delusion and has nothing to do

một lý do khác để có thể gọi Phật giáo là một nền giáo dục, đó là các đệ tử thường hỏi những câu hỏi và Đức Phật trả lời những câu hỏi này. Khi các đệ tử không hiểu rõ, hoặc nghĩ rằng mình không hiểu rõ, họ sẽ hỏi để được biết rõ hơn, và Đức Phật sẽ giảng giải rõ hơn. Đây là lối thảo luận giữa thầy và trò trong một lớp học. Chúng ta nên biết rằng Phật Thích Ca chỉ dạy mà thôi, chứ không cử hành lễ nghi nào cả.

Phật giáo là hệ thống giáo dục của Phật Thích Ca, giống như nền giáo dục của Khổng Tử, vì hai bên trình bày những quan điểm và những phương pháp tương tự. Mục tiêu của nền giáo dục Phật Giáo là đạt trí huệ. Trong tiếng Sanskit, trí huệ này được gọi là "anuttara-samyak-sambhodi", hay "Vô Thượng Chánh Đẳng Chánh Giác", tức trí huệ hoàn hảo. Đức Phật dạy rằng mục đích chính yếu của việc học và tu tập là đạt được trí huệ tối thượng này.

Đức Phật cũng nói rằng mọi người đều có khả năng chứng ngộ trạng thái giác ngộ vô thượng này, vì đó là chân tính của chúng ta. Trí huệ không phải là cái để đạt được ở bên ngoài, nhưng vì chúng ta do vô minh mê lầm nên không thể làm hiển lộ được tiềm năng này. Nếu giải trừ được mê lầm này thì chúng ta sẽ chứng ngộ được trí huệ vốn có. Vậy, Phật Giáo là một hệ thống giáo dục có mục đích giúp người ta tìm lại chân tính nguyên thủy của mình.

Phật giáo còn dạy về tâm bình đẳng, vì Đức Phật nói rằng toàn thể chúng sinh đều có trí huệ và chân tính này. Vì vậy, giữa các sinh linh không có điểm khác biệt cốt yếu nào cả. Hiện tại mọi người có vẻ khác nhau, vì chúng

with the original true nature of the individual. The Buddha's teachings help us to realize this innate, perfect, ultimate wisdom. With this wisdom, we can solve all of our problems and turn our suffering into happiness.

Due to our lack of wisdom, we perceive and behave foolishly, and thus suffer the consequences evoked by our incorrect thoughts, speech and behaviour. If we have wisdom, our thoughts, speech and behaviour will be correct; how then can we suffer where there are no ill consequences to suffer from? Of course, we will be happy. From here, we can see that suffering is caused by our delusion and the source of happiness is our own realization of wisdom.

The Buddha's educational system can also be witnessed today in lecture hall, in which we can see many teaching aids. When we enter the hall or classroom, we see the image of a Buddha, which symbolizes our original self-nature. We may see a container of water on the Buddha table. The clear water symbolizes the principle that our minds need to be as pure as the water; to be void of greed, anger and ignorance. It is calm without a single ripple indicating that we interact with people and matters with the serene and non-discriminating mind of equality. Furthermore, it is pure and calm, reflecting clearly and thoroughly just as we would see everything around us in a mirror.

Offerings of flowers symbolize the cause as the blossoms result in the bearing of fruit, reminding us that there are consequences to our every thought, word and action. Lamps or candles symbolize wisdom and brightness illuminating the darkness of our ignorance. The images of lotus flowers symbolize transcending the ten realms of existence.

ta đã trở nên mê muội, không biết tới chân tính của mình. Mức độ trí huệ hiển lộ trong mỗi cá nhân tùy thuộc vào mức độ vô minh chứ không tùy thuộc chân tính nguyên thủy của cá nhân đó. Giáo lý của Đức Phật giúp chúng ta chứng ngộ trí huệ vô thượng vốn có từ khởi thủy. Với trí huệ này, chúng ta có thể giải quyết mọi vấn đề và chuyển hóa đau khổ thành phúc lạc.

Do thiếu trí huệ, chúng ta cảm nhận và hành xử một cách sai lầm, và do đó phải chịu đau khổ vốn là hậu quả của những ý nghĩ, lời nói, và hành vi xấu. Nếu có trí huệ thì ý nghĩ lời nói, và hành vi của chúng ta sẽ đúng đắn, và chúng ta sẽ không phải chịu những nghiệp quả xấu, và như vậy sẽ có hạnh phúc. Từ đó, chúng ta có thể thấy đau khổ có nguyên nhân là vô minh, còn nguồn gốc của hạnh phúc thì chính là sự chứng đắc trí huệ của mình.

Ngày nay chúng ta còn được hưởng nền giáo dục của Đức Phật trong những giảng đường với nhiều dụng cụ trợ huấn. Khi bước vào một giảng đường hay một phòng học, chúng ta trông thấy tượng Đức Phật, tượng trưng cho chân tính trong mỗi người. Có thể chúng ta thấy chén nước ở trên bàn thờ. Nước trong tượng trưng sự thanh tịnh của tâm trí mà chúng ta cần phải đạt được bằng cách giải trừ tham, sân, và si. Nước phẳng lặng không một gợn sóng gợi ý cho chúng ta đối xử với người và sự việc một cách bình tĩnh và vô phân biệt. Nước phản chiếu trung thực và đủ chi tiết cũng như chúng ta cần phải quan sát sự vật ở xung quanh mình một cách rõ ràng và đúng sự thật.

Những bông hoa tượng trưng cho kết quả của việc làm, nhắc nhở chúng ta rằng mọi hành vi thân, khẩu, ý của mình đều sinh ra những nghiệp quả tốt hay xấu. Đèn

First, it rises through the mud at the bottom of the pond, which symbolizes the six realms of birth and death. Then it rises through the water, which symbolizes the four sage realms. Finally, it breaks through the surface of the water completely transcending the ten realms, reaching the one true Dharma realm, the stage of ultimate enlightenment.

The lotus flower teaches us that although we live in the world, we should not become polluted by our surroundings. The lotus flower above the water symbolizes that one day, all beings, from those in the hell realms to those who are Bodhisattvas, will become Buddha's; beings with perfect complete enlightenment. The Buddha realm exceeds the ten realms and to become a Buddha is the ultimate goal of our teachings. So, when we see the lotus flower, we are reminded to practice the teachings as well as to transcend the ten realms.

Today, when we see images of Buddha Shakyamuni, we are reminded that we need to feel gratitude for his forty-nine years of teaching. The Buddha, a voluntary social educator, dedicated his whole life to teaching us how to cut off our afflictions to attain perfect complete wisdom and true happiness. He was an ordinary person who saw the sufferings of birth, old age, sickness and death, but did not know how to solve these problems. He was deluded but became awakened. He learned, through cultivation, the truth of life and the universe and then taught us how to become awakened by using himself as an example so that we could learn from his experiences. So, that we too can become awakened and thus live happy and fulfilling lives.

In the world today there are many beliefs, religions and cultures, manu different viewpoints of how to explain

hay nến tượng trưng trí huệ và sự sáng suốt dẹp tan bóng tối vô minh. Bông sen tượng trưng sự siêu việt mười cõi hiện hữu. Trước hết, cành sen mọc lên từ lớp bùn dưới đáy hồ tượng trưng sáu cõi luân hồi. Sen vươn lên qua lớp nước tượng trưng bốn cõi thánh. Sau cùng bông sen nở ở trên mặt nước tượng trưng sự đạt cõi Pháp Giới tức giác ngộ viên mãn.

Bông sen nhắc nhở chúng ta rằng dù đang sống ở thế gian chúng ta không nên để cho mình bị ô nhiễm bởi sự vật thế gian. Bông sen trên mặt nước muốn nói rằng sẽ có lúc toàn thể chúng sinh đều thành Phật. Cõi Phật siêu việt tất cả mười cõi luân hồi, và sự thành Phật là mục tiêu tối hậu của sự tu học, vì vậy khi trông thấy hoa sen, chúng ta sẽ nhớ là mình cần phải thực hành tu tập để thoát luân hồi đắc Phật Quả.

Ngày nay, khi trông thấy hình tượng Đức Phật, chúng ta lại được nhắc nhở là mình cần phải biết ơn ngài đã truyền dạy Giáo Pháp trong bốn mươi chín năm. Là một nhà giáo dục xã hội tự nguyện, Đức Phật đã dành trọn cuộc đời của ngài để dạy chúng ta cách đoạn lìa phiền não, đạt trí huệ hoàn hảo và hạnh phúc đích thực. Ngài cũng là một người bình thường như mọi người khác, nhưng ngài đã tinh tấn tu hành giác ngộ khi nhìn thấy sự thật của đau khổ sinh, lão, bệnh, và tử. Ngài đã chứng ngộ chân lý của sự sống và vũ trụ, và đã làm gương cho chúng ta noi theo để cũng đạt giác ngộ, sống đời hạnh phúc và mãn nguyện.

Trên thế giới ngày nay có nhiều triết lý, tôn giáo, và những nền văn hóa, nhiều quan điểm khác nhau, giải thích vũ trụ và mối liên hệ của con người với vũ trụ.

our world and our relationship to it. But although we seem to have so many differences, we really have so many similarities. Do not kill, do not steal, do not lie. Do all that is good and nothing that is bad. Do unto others as you would have done unto you. Remember the kindness of others and repay the kindness with gratitude.

Whether we call it caring for and respecting others or loving kindness or compassion, we believe in helping others, in giving of what we have or who we are, to those who need our help or our wisdom. Today, many people are searching for wisdom, for the understanding of why we are born, why we live and why we die. We are compelled by conflicting emotions. We are compelled by logic. When we hear of other beliefs the feelings of many people range from fear to curiosity, from surprise to fascination, from suspicion to cooperation.

Everywhere we look we see societies with greater diverse cultures, societies with more differences, societies that often emphasize these differences. Today many people look outside of themselves, to these differences, believing that they are the reason why so many are so unhappy. But the reason lies within us. As human beings, we undergo the sufferings of birth, old age, sickness and death. We suffer hardships, do not attain what we seek, are parted from our loved ones and find ourselves in the presence of those whom we resent or even hate. The failure of people to understand the real cause of their unhappiness, their suffering is increasing this very suffering.

We all know people who regularly have to take tranquilizers to be able to sleep. Why? They feel their lives are out of control. They wish to control other people and to pos-

(wealth, teaching and fearlessness). Bố thí tài vật gồm bố thí bên trong và bố thí bên ngoài. Bố thí bên trong là dùng công sức tâm trí và thể xác của mình làm lợi ích cho người khác. Bố thí bên ngoài là hiến tặng những thứ như tiền bạc, thực phẩm, v.v...

Bố thí tài vật sẽ có kết quả tốt là được hưởng tài vật về sau. Bố thí pháp là sẵn lòng truyền đạt những kiến thức của mình cho người khác, và không giấu giếm một chút nào cả. Bố thí pháp là làm hết sức để truyền dạy cho những người muốn học với mình. Kết quả tốt của việc bố thí pháp là chúng ta sẽ đạt được sự thông minh và thông tuệ. Vô úy thí là giải tỏa sự lo sợ của người khác và làm cho họ cảm thấy an tâm. Quả tốt của việc bố thí vô úy là có sức khỏe, trường thọ và thân tâm được tự tại. Đa số người ta đều muốn giàu có, thông minh, trí huệ, sức khỏe, sống lâu và an lạc. Khi người ta tạo nghiệp tốt thì quả báo tốt sẽ tới với mình. Muốn được hưởng quả tốt thì trước hết phải gieo nhân lành. Do thực hành tài thí, pháp thí, và vô úy thí chúng ta sẽ được hưởng tất cả những nghiệp quả tốt này.

Khi quan sát cẩn thận chúng ta sẽ thấy rằng không có bao nhiêu người đạt được tất cả những điều mình mong ước. Có những người chủ giàu có nhưng không thông minh, tuy nhiên lại có những nhân viên thông minh và khôn ngoan ở dưới quyền họ, làm theo lệnh của họ. Những nhân viên thông minh và khôn ngoan này đã gây dựng trí huệ trong những kiếp trước, nhưng đã không tu tạo phước báo. Ngược lại, các chủ nhân thì vun bồi phước

sess more things. Fifty years ago, people had time to appreciate nature, time to study the works of wise people. Today we have no time for nature, no time for contemplation. Our lives are much more comfortable than were those of our predecessors but we have virtually no spiritual life. So, we search for excitement or take pills o paralyse our feelings, to cover our inability to cope with life.

How can we fix this? Reduce our time at work, at play. With purity of mind, we will need less. Our lives are wasted in our attempts to attain things. We brought nothing into this life. We will take nothing when we leave it. What we need is a simple manner of living. Buddha Shakyamuni lived a simple life with merely the essentials; one meal a day, three clothes, sleeping under a tree at night, yet he lived a happy, content life.

By following his example and living a simple lifestyle we can reduce our attachments and likewise lead contented lives. Work one year, take off one year. A simple manner of living brings us happiness and serenity. If we do not attach to giving or receiving, we will enter the awakened being's state of quiet joy, tranquillity, serenity, gentleness.

How can we change the direction in which we are headed? By learning how to overcome our greed, anger, ignorance and arrogance so that our minds will no longer be deluded by awakened. By understanding the Law of Cause and Effect. It has been said that Bodhisattvas, who are beings who help others to reach realization after achieving their own, fear causes while sentient beings fear effects. Understanding this as they do, Bodhisattvas fear committing ill effects and therefore, they take steps to avoid creating all negative causes. In so doing, they eradicate the

được cuộc đời của mình. Họ muốn kiểm soát người khác và có thêm nhiều thứ nữa. Năm mươi năm trước, người ta có thời giờ để thưởng thức thiên nhiên, để học sách thánh hiền. Nhưng ngày nay chúng ta không có thì giờ để ngắm cảnh hay để chiêm nghiệm về cuộc đời. Đời sống của chúng ta tiện nghi hơn đời sống của thế hệ trước, nhưng chúng ta gần như không có đời sống tâm linh. Vì vậy chúng ta tìm những thú vui bên ngoài hay những viên thuốc để làm tê liệt những cảm giác của mình, để che đậy sự bất lực của mình trong việc đối phó với đời sống.

Chúng ta phải làm sao để sửa chữa những điều này? Chúng ta cần phải giảm thời gian làm việc và thời gian giải trí. Với tâm thanh tịnh chúng ta sẽ có ít nhu cầu hơn. Chúng ta đã dùng cuộc đời một cách uổng phí trong việc tìm cách thỏa mãn những nhu cầu vật chất của mình. Chúng ta đã không mang gì vào cuộc đời, vì vậy chúng ta cũng sẽ không mang theo được gì khi rời bỏ cuộc đời. Điều mà chúng ta đang cần là lối sống đơn giản. Phật Thích Ca đã sống một đời phạm hạnh, đơn sơ chỉ với những gì cần yếu nhất; ba chiếc y, ăn ngày một bữa, ngủ dưới gốc cây một đêm, nhưng ngài vẫn sống một đời phúc lạc và mãn nguyện.

Chúng ta nên làm theo gương Đức Phật, sống đơn giản để có thể giảm bớt ái dục và do đó để thỏa mãn với cuộc sống. Chúng ta có thể làm việc một năm rồi lại nghỉ một năm. Lối sống đơn sơ sẽ mang lại cho chúng ta sự thanh tịnh và an lạc. Nếu không chấp vào thủ hay xả, chúng ta sẽ bước vào trạng thái lạc tịnh của một bậc giác ngộ.

Làm sao để chuyển hóa theo hướng này? Chúng ta

debts; the karmic obstacles generated from their previous wrongdoings as well as accumulate perfect merits and virtues until they reach the state of Buddhahood.

Whether worldly dharma, which includes things, events, phenomena, everything of this world, or Buddha Dharma, which is the teaching of the Buddhas; nothing is beyond the Law of Cause and Effect. It is said that everything is empty and unreal, an eternally impermanent element. But the Law of Cause and Effect is unchangeable and real, an eternally permanent element.

Both cause and effect are closely related as they co-exist mutually. A causal action becomes a consequential effect and this effect in turn gives rise to another causal action. From this endless cycle, we can see that a particular causal action is not fixed. Neither is a single effect the only effect. The combination of cause and effect forms a vicious cycle, the cycle of reincarnation.

A Bodhisattva is an awakened, understanding being and is therefore well aware that every single causal action produces an effect. Because of this, they are very cautious in their every thought, word and action. Fearful that a causal action will become a negative karmic effect in the future. For they will certainly have to personally bear the consequences.

Unlike Bodhisattvas, sentient beings do not understand the principles and the realities of life. The little knowledge we may have is limited and vague, far from complete. Consequently, we carelessly commit causal actions and do not understand, when the effects occur later, why they happened. It is then too late for us to regret. And for most of us, not only do we not feel remorse, but also we blame others

chuyển hướng bằng cách giải trừ tham, sân, si, và kiêu ngạo, để tâm trí sáng suốt không mê muội nữa và bằng cách lầu thông luật nhân quả. Người ta nói rằng các Bồ Tát sợ nhân, còn chúng sinh thì sợ quả (Bodhisattvas fear causes while sentien beings fear effects). Vì hiểu luật nhân quả nên các Bồ Tát sợ gặp nghiệp quả xấu và do đó các ngài hết sức tránh tạo nghiệp xấu. Nên các ngài xóa bỏ được những món nợ nhân duyên, tích lũy công đức cho tới khi đắc Phật Quả.

Mọi sự vật trên thời gian đều phải chịu sự chi phối của luật nhân quả. Vạn vật đều giả ảo và vô thường, nhưng luật nhân quả thì lại là một chân lý vĩnh cửu và bất biến.

Nhân và quả có mối liên hệ mật thiết với nhau vì chúng hiện hữu cùng với nhau. Nhân trở thành quả, và quả này lại trở thành một nhân khác. Từ chuỗi nhân quả bất tận này chúng ta có thể thấy một hành động nguyên nhân không thể kết thúc trọn vẹn, và một nghiệp quả không phải là quả độc nhất. Sự phối hợp của nhân và quả tạo ra một chu trình tàn nhẫn, đó là vòng luân hồi sinh tử.

Một Bồ Tát là một người đã giác ngộ, và do đó hiểu rõ rằng mọi hành động đều sinh ra hậu quả. Các vị Bồ Tát rất thận trọng trong mỗi ý nghĩ, mỗi lời nói và mỗi hành vi, để không gây ra nghiệp quả xấu trong tương lai cho chính mình.

Không giống như các Bồ Tát, chúng ta không hiểu những quy luật và những chân lý của đời sống. Chúng ta chỉ có thể có một chút tri thức giới hạn và mơ hồ. Vì vậy mà chúng ta đã vô ý tạo ra nhiều nghiệp xấu nhưng lại không chịu hiểu tại sao mình lại phải chịu nhiều quả xấu,

for our misfortune. This in turn creates more bad effects. Cause and effect is constantly being played out all around us. If we are unable to connect the occurrences, it is because we are not mindful, rather we are rash and careless, not yet truly understanding.

Regardless of the method we practice, the method of practicing Buddha name recitation while seeking birth into the Western Pure Land, adheres to the Law of Cause and Effect. For our own sake, we do not want to not create any more bad deeds or causes, to only cultivate kind deeds, which is what ancient masters, sages and the patriarchs tired so hard to encourage us to do.

The Pure Land method allows us to carry our existing karma to the Western Pure Land. However, it is crucial that we understand that existing karma refers to the "old" and not the "new". This "new" existing karma, which is created in the present, cannot be brought to the Pure Land. Actually, this new karma will be one of the impediments obstructing us from reaching the Pure Land. Carrying over our "old" existing karma means carrying over the negative karma that was created before we began to learn and practice Buddhism.

With this understanding, we must resolve not to create any more negative karma. Only then can we be totally liberated. It would be wrong to think that we can still be born in the Pure Land even if we continue to do bad deeds, that chanting alone will be enough. It has been said that out of ten thousand people, who practice the Buddha Name Recitation Method, only a handful are able to obtain birth into the Pure Land. Why? They did not stop creating negative karma in the present lifetime. In the end, regardless of

và đa số chúng ta không biết hối hận mà lại còn đổ lỗi cho người khác đã gây ra tai họa cho mình. Sự không hiểu biết này lại tạo thêm nhiều nghiệp quả xấu nữa. Như vậy nhân và quả liên tục xuất hiện xung quanh chúng ta. Nếu không hiểu luật nhân quả chúng ta sẽ không nhận ra sự liên quan giữa những hành vi và những hậu quả.

Pháp môn niệm Phật giúp ta được tái sinh vào Tịnh Độ Tây Phương phù hợp với luật nhân quả. Khi thực hành pháp môn này, vì lợi ích của mình, chúng ta sẽ tránh tạo thêm nghiệp xấu, chỉ có những hành vi tốt đối với người khác, và đó chính là điều mà các Thầy Tổ cùng các Hiền Thánh đã khuyến khích chúng ta làm.

Với pháp môn Tịnh Độ, chúng ta có thể mang nghiệp hiện hành của mình tới cõi tịnh Tây Phương. Có một điều chúng ta cần phải hiểu là nghiệp hiện hành ở đây là nghiệp "cũ" chứ không muốn nói nghiệp "mới". Những nghiệp "mới" được tạo trong hiện tại thì không thể mang tới Tịnh Độ Tây Phương được. Nghiệp mới tạo lại là những chướng ngại cản trở chúng ta vãng sinh Tịnh Độ. Nghiệp cũ là những nghiệp xấu mà chúng ta đã tạo trước khi học và thực hành Phật giáo.

Khi hiểu như vậy, chúng ta phải quyết định không tạo thêm nghiệp xấu nữa để có thể hoàn toàn giải thoát. Còn nếu nghĩ rằng chỉ cần niệm Phật là sẽ được tái sinh trong cõi tịnh chứ không phải tránh tạo nghiệp xấu thì như vậy là sai lầm. Người ta nói rằng trong mười ngàn người thực hành pháp môn niệm Phật chỉ có vài người được sinh vào Tịnh Độ Tây Phương. Tại sao vậy? Tại vì đa số người ta không chịu ngừng tạo nghiệp xấu trong kiếp hiện tại. Rốt cuộc, dù có tụng kinh niệm Phật bao nhiêu họ cũng không

all their chanting they were unable to obtain birth into the Pure Land. They still bore their consequences in the six realms of reincarnation. It is crucial that we understand this.

To practice Buddhism, we need to bring forth the Bodhi mind. What is the Bodhi mind? The awakened mind. The mind that clearly understands the principles and true reality of life and the universe. The great, compassionate mind, with every thought to attain complete realization for self and to help all others to do so as well. The mind with perfect determination to cease committing all wrongdoings, to cultivate only kind deeds, to practice only virtuous ways.

The great compassionate and sincere Bodhi Mind is to offer without selfishness. It is a mind without self-regard. The mind with no expectation of reward. With this mind, we will be able to care for all beings as we are for ourselves, for our family. Practicing with this Bodhi mind our karmic debts can be eradicated. The Buddha has explained it in this manner so that we are able to understand.

In truth, our karmic debts cannot be eradicated but can only be transformed into good fortune, which is happiness, intelligence, wellbeing, prosperity, etc. It is the great benefit of the human and celestial realms, therefore, it is only temporary and still subject to birth and death. However, transformation is equivalent to elimination to transform our afflictions into the Bodhi mind. It is to transform the cycle of birth and death into the state of Nirvana. In the process of transformation, our merits and virtues become flawless and reach completion as we attain Buddhahood, the ultimate perfection.

In the Flower Adornment Sutra, the Buddha tells us that all sentient beings inherently possess the virtuous abil-

thể tái sinh vào cõi tịnh được. Họ vẫn còn phải chịu nghiệp quả trong sáu cõi luân hồi. Đây là một điều quan trọng mà chúng ta cần phải khắc cốt ghi tâm.

Để tu theo Phật giáo, chúng ta cần phải phát Bồ Đề tâm (Bodhi mind), hiểu rõ những quy luật và chân lý của cuộc đời, là tâm đại từ bi, nguyện đạt giải thoát để có thể giúp chúng sinh cũng được giải thoát. Khi phát Bồ Đề tâm, chúng ta quyết định không tạo mọi nghiệp ác chỉ tạo thiện nghiệp và thực hành mọi đức hạnh.

Bồ Đề tâm đại bi tâm và thành thực tâm là tâm vô vị kỷ, hoạt động vì lợi ích của chúng sinh, không mong cầu được đền ơn đáp nghĩa. Với Bồ Đề tâm, chúng ta sẽ có thể phụng sự chúng sinh cũng như nghĩ tới lợi ích của bản thân hay của gia đình mình. Khi thực hành tu tập với Bồ Đề tâm, chúng ta sẽ hóa giải được những nghiệp quả xấu.

Sự thật thì chúng ta không xóa bỏ được những món nợ nhân quả của mình, mà chỉ có thể chuyển nghiệp quả xấu thành phúc lợi trong cõi người và cõi trời, và do đó chỉ có tính cách tạm thời, vẫn còn phải chịu luân hồi sinh tử. Tuy nhiên, việc chuyển hóa này có thể tương đương với sự giải trừ nghiệp xấu khi chúng ta chuyển hóa, phiền não thành bồ đề tâm, hay chuyển luân hồi thành niết bàn (transformation is equivalent to elimination to transform our afflictions into the Bodhi mind. It is transform the cycle of birth and death into the state of Nirvana). Trong tiến trình chuyển hóa này, đức hạnh của chúng ta trở thành tinh truyền và hoàn hảo khi chúng ta đắc Phật Quả viên mãn.

Trong Kinh Hoa Nghiêm, Đức Phật nói rằng chúng sinh đều có những đức tính và trí huệ của chư Phật. Nói

ities and innate wisdom of the Buddhas. In other words, all sentient beings have the same Buddha nature, the same self-nature, our original, true self that we still have, but which is currently obstructed, currently covered by our deluded thoughts, our wandering and discriminatory thoughts and attachments. But this original self-nature is not permanently lost. To uncover this original nature is to attain Buddhahood. To attain the state of perfect and faultless wisdom. Our virtues, talents, abilities and good fortune are also perfect. Thus, when our every aspect is perfect, we become Buddhas.

Why then are we presently leading such difficult lives? Because of wandering and discriminatory thoughts, attachments: afflictions. Afflictions are all the conditions that cause pain; distress and suffering which disturb the body and mind. Attachments are fixations to certain ideas or objects. They result in our having desires, having strong feelings of selfishness and jealousy, having the longing to control, the longing to possess others. Because of these we dwell on thoughts of what has occurred, what we have remembered, what we have imagined. We are led by these thoughts, unable to stop them.

It is crucial that we cease these attachments, which have made us sad or angry, those that have caused us to have strong emotions for due to these attachments, we cannot stop thinking of ourselves, of what we want. What can we do? As ordinary people, we are still subject to thoughts and feelings of attachment. So, as soon as these thoughts arise, replace them with the "Amituofo". As the next thought arises, again replace it with the single thought of "Amituofo". In this way, we can practice anywhere, anytime.

cách khác, chúng sinh đều có Phật tánh tức chân tính nguyên thủy vốn có của chúng ta, tạm thời bị che phủ bởi vô minh, vọng tưởng phân biệt, và ái dục. Đắc Phật Quả có nghĩa là làm cho chân tính hiển lộ, là đạt trạng thái trí huệ hoàn hảo. Khi đó, đức hạnh, tài năng và phúc lợi cũng sẽ hoàn hảo. Vậy, khi mọi phương diện đều hoàn hảo, chúng ta sẽ thành Phật.

Nhưng tại sao trong hiện tại đời sống của chúng ta lại khó khăn như vậy? Tại vì chúng ta vẫn còn phiền não, tức những vọng niệm phân biệt và những chấp thủ. Phiền não gây ra đau khổ cho thân thể và tâm trí. Chấp thủ là sự bám giữ vào những đối tượng hay những ý tưởng nào đó, và do đó gây ra ái dục, ý tưởng vị kỷ và ganh tị, muốn điều khiển và sở hữu người khác. Vì những điều này mà chúng ta bám giữ vào những ý nghĩ về những gì đã xảy ra, những gì mình nhớ, những gì mình đã tưởng tượng. Chúng ta bị những ý nghĩ này lôi cuốn mà không thể ngừng lại được.

Chúng ta cần phải chấm dứt những sự chấp thủ này vốn đã làm cho mình đau khổ hay sân hận, đã gây ra những cảm xúc mạnh, không để cho tâm mình được an lạc. Vậy chúng ta phải làm sao? Là những người bình thường, hay phàm phu, chúng ta vẫn còn lệ thuộc những ý nghĩ và những cảm xúc có tính cách chấp thủ, vậy ngay khi những ý nghĩ này phát khởi, chúng ta hãy thay thế chúng bằng câu niệm "A Di Đà Phật". Chúng còn xuất hiện chúng ta còn niệm "A Di Đà Phật". Chúng ta có thể thực hành phương pháp giải trừ vọng niệm này ở bất nơi đâu và bất kỳ lúc nào.

Chư Phật dạy rằng vũ trụ sắc tướng là do tâm tạo, tức

The Buddhas taught us that the universe is generated from our wandering and discriminatory thoughts, is created from our attachments. These obstacles represent false beliefs and wrong viewpoints and have created the forty-one Dharma Body Bodhisattva stages of enlightenment. Why are there different levels? They manifest from our different degrees of ignorance and wandering thoughts.

Where do the Ten Dharma Realms come from? They appear due to the lack of equality, from our discriminatory thoughts. When we harbour one single differentiating thought against other beings, matters or objects, then the Ten Dharma Realms will appear. The highest of these are the Four Sage Realms of Sound-hearer, Pratyekabuddha, Bodhisattva and Buddha.

When we cling to attachments, the Six Realms of Reincarnation of the heavens, asuras, humans and animals, hungry ghosts and hells will appear. And, as our attachments increase, the Three Evil Realms, being the lower of the realms will appear. Finally, when our attachments are the most serious and tenacious, the hell realms will appear. Why are we unable to transcend the cycle of birth and death? Unable to sever our karmic obstacles? Not only do we not yet want to correct our faults; we are constantly increasing them.

How then do we rid ourselves of these deluded and illusory thoughts to uncover the original capabilities and virtues of our self-nature? The only way is by letting go of our wandering and discriminatory thoughts, and attachments. When we have eliminated all of these, we will not only overcome the cycle of birth and death in the Six Realms but will surpass the Ten Dharma Realms as well.

là phát sinh từ những vọng tưởng phân biệt và những chấp thủ của chúng ta (universe is generated from our wandering and discrminatory thoughts, is created from our attachment). Những chướng ngại này là những niềm tin sai lầm và những tà kiến, và đã tạo ra bốn mươi mốt cấp giác ngộ của Bồ Tát Pháp Thân. Có những cấp khác nhau này là vì người ta có những mức độ và vọng tưởng khác nhau.

Vũ trụ được tóm lược qua mười pháp giới. Mười cõi từ đâu mà có? Mười pháp giới (ten Dharma Realms) xuất hiện từ những vọng niệm phân biệt và do sự không bình đẳng của chúng ta. Khi chúng ta có một ý nghĩ phân biệt đối với người hay sự vật khác thì khi đó. Mười pháp giới sẽ xuất hiện. Trong mười cõi này, cao nhất là bốn cõi thánh Thanh Văn, Duyên Giác, Bồ Tát, và Phật (Soundhearer, Pratyekabuddha, Bodhisattva & Buddha).

Khi chúng ta tham dục thì Sáu Nẻo Luân Hồi sẽ xuất hiện, đó là cõi Trời, cõi Người, Atula, Địa Ngục, Quạ quỹ và Súc sinh - Heaven, Humans, Asuras, Hell, Hungry ghosts, and Animals). Khi sự tham dục gia tăng thì ba cõi thấp nhất trong sáu cõi luân hồi sẽ xuất hiện, tức là các cõi súc sinh, ngạ quỷ, và địa ngục. Nếu sự tham dục trở nên nghiêm trọng thì các cõi địa ngục sẽ xuất hiện. Tại sao chúng ta không thể thoát luân hồi hay thoát khỏi những nghiệp quả gây chướng ngại? Vì chúng ta đã không muốn tu tập để chuyển hóa từ xấu sang tốt mà lại còn gia tăng ác nghiệp của mình.

Vậy phải làm sao để giải trừ những vọng niệm và tà kiến, khai mở những khả năng này và đức tính nguyên thủy của chân tính? Chỉ có một cách là buông bỏ mọi vọng tưởng và chấp thủ. Khi vọng tưởng và chấp thủ

And when this happens, we will dwell in the One True Dharma Realm, the state of the Buddhas. And it is within this reality that the Law of Cause and Effect lies.

Wandering and discriminatory thoughts and attachments are causes. Greed and anger and ignorance are causes. The Ten Dharma Realms, comprised of the Four Sage Realms and the Six Realms of Reincarnation, are effects. Since wandering and discriminatory thoughts and attachments generate negative karma, they ought to be eliminated so that our merits and virtues can then be perfect and complete. Cultivating a non-discriminatory mind provides the serenity for practitioners to let go of afflictions. But, it is difficult for most of us to let go due to our sentimental attachments, due to the injustices we feel we have suffered and the grudges we thus hold.

However, feeling this way only puts us at more of a disadvantage because then we suffer the consequences of our grudges. Inequalities exist in this world because of our discriminatory minds. Ordinary people only think in terms of the four forms explained in the Diamond Sutra. "Self, people, other beings and time". If we do not think in terms of these four forms, then we will break through our afflictions with the strength from our cultivation. Therefore, when we generate emotions we need to remind ourselves of these four forms and remember that they are only an illusion. When we do this, we will be truly happy, according with conditions and being joyful in the good deeds of others.

The accumulation of merits depends on our cultivation. What is this cultivation? The ability to let go of wandering and discriminatory thoughts, to let go of attachments, to

không còn nữa, chúng ta sẽ không những thoát khỏi sáu cõi luân hồi mà lại còn vượt lên trên tất cả Mười Cõi Pháp nữa. Khi đó chúng ta sẽ trụ trong Chân Như Pháp Giới, trạng thái Phật Quả viên mãn. Luật nhân quả nằm ở bên trong cõi này.

Vọng niệm phân biệt và chấp thủ là nhân, Mười Pháp giới là quả. Vì vọng niệm và chấp thủ tạo ra nghiệp xấu nên chúng ta phải giải trừ chúng để chuyển nghiệp và công đức của mình được viên mãn. Khi tu tâm vô phân biệt, hành giả sẽ buông bỏ được mọi phiền não. Nhưng đa số chúng ta có thể gặp khó khăn trong việc xả ly này vì đã có thói quen của ái dục và sân hận, và do đó phải chịu thêm nghiệp quả xấu. Do vọng niệm phân biệt mà thế giới này có những sự bất bình đẳng. Kinh Kim Cương (Diamond Sutra) nói rằng người ta thường chấp giữ bốn điều: ngã tướng, nhân tướng, chúng sinh tướng, và thọ giả tướng. Nếu không nghĩ theo bốn điều: mình, người, chúng sinh, và kiếp sống này thì với công phu tu tập, chúng ta sẽ đoạn lìa được phiền não. Vì vậy, không những cảm xúc phiền não xuất hiện, chúng ta sẽ tự nhắc nhở mình về bốn điều này và nhớ rằng chúng chỉ là những ảo tưởng, không thật có. Như vậy chúng ta sẽ được an lạc thực sự, sẽ chấp nhận hoàn cảnh của mình, và biết vui mừng khi người khác làm được việc tốt.

Việc tích lũy công đức tùy thuộc vào việc tu tập của chúng ta. Chúng ta tu tập như thế nào? Pháp tu tập của chúng ta là buông bỏ mọi vọng niệm và mọi chấp thủ, sửa đổi những nếp nghĩ và nếp sống sai lầm. Đức hạnh có nghĩa là gì? đức hạnh là sự thành tựu Thiền định, Trí huệ và Chân như Pháp giới. Phước là cái thành tựu bên ngoài như bố thí, phóng sanh, cúng dường, ấn tống kinh sách. Một vị giác ngộ viên mãn phải đầy đủ cả phước và đức.

correct our erroneous thoughts and ways. What are virtues? Virtues arise from having accomplished deep concentration, wisdom and the One True Dharma Realm. It is therefore important to understand the meaning of merits and virtues. For the attainment of beneficial merits and virtues is the perfect attainment of Buddhahood.

The merits and virtues bestowed upon the highest levels of Bodhisattvas are not yet perfect. Why? Because they have chosen not to break through the last remaining degree of the illusion of phenomenal existence. They have not relinquished the thinnest shred, the last degree of wandering thoughts and this is why their merits and virtues are not yet perfect. Upon breaking through this last degree of illusion, of ignorance, their merits and virtues will be the perfect completeness, which manifests the attainment of Buddhahood.

Sentient beings commit wrongdoings due to deluded minds and deviated viewpoints. When interacting with people, maters and affairs, we usually act from greed, anger, arrogance, from selfishness, from the wish to be in control of our surroundings. Therefore, to go along with our true nature, we need to give up trying to control and dominate others, to replace thoughts of ourselves with thoughts of all others. Then our purity of mind will increase and our afflictions will decrease. If we achieve this state of mind, we would do well to help others to achieve it as well.

But as long as we still have these thoughts of greed, anger, arrogance, the wish to control others, we still have the causes that will generate our birth into the Three Bad Realms of animals, hungry ghosts and hells. Why are we born into the animal realms? Ignorance. Greed is the reason

Các vị Bồ Tát thuộc những cấp cao nhất vẫn chưa đạt được công đức hoàn hảo, vì các ngài chưa phá bỏ những mức độ vô minh cuối cùng của thời gian. Các ngài chưa buông bỏ một chút vọng niệm còn sót lại, nên công đức của các ngài chưa hoàn hảo. Khi không còn một chút vô minh nào cả, công đức của các ngài sẽ hoàn hảo, và các ngài đắc thành Phật Quả.

Chúng sanh phạm lỗi lầm là do vô minh và tà kiến. Khi tiếp xúc với người và sự vật, chúng ta thường hành xử một cách tham, sân, si, ích kỷ và với ý muốn kiểm soát và điều khiển những gì ở xung quanh mình, chúng ta cần phải bỏ ý định này và thay thế những ý nghĩ vị kỷ bằng những ý hướng vị tha. Khi đó phiền não sẽ mỏng dần và tâm trí sẽ thanh tịnh hơn. Nếu đạt được trạng thái tâm này, chúng ta nên giúp người khác cũng đạt được như mình.

Chừng nào vẫn còn những ý tưởng tham, sân, si, kiêu ngạo và ý muốn kiểm soát người khác, chúng ta sẽ vẫn còn những nguyên nhân làm cho mình phải tái sinh trong ba cõi thấp: súc sinh, ngạ quỷ, và địa ngục. Si mê làm cho người ta rơi vào cõi súc sinh. Tham dục làm cho người ta tái sinh trong loài quỷ đói, còn sân hận là nguyên nhân của sự tái sinh trong địa ngục.

Khi đã tạo nghiệp xấu thì không có cách gì để tránh quả xấu. Bản thân mỗi người phải chịu nghiệp quả xấu của mình. Không có thần, thánh, hay Phật nào có thể giải khổ hay gánh dùm nghiệp quả xấu cho chúng ta. Các vị không có quyền lực để làm như vậy. Bản thân chúng ta phải chịu hậu quả của những nghiệp ác của mình. Chúng ta không thể tránh được nghiệp quả cũng giống như không thể chạy thoát được cái bóng của mình.

we are born into the hungry ghost realms. And anger is the cause of our birth into the hell realms.

There is no way to avoid the effects of negative karma once the wrongdoing has been committed. We ourselves have to bear the consequences, the retribution arising from our misdeeds. No person, god or Buddha can help to reduce our suffering or bear the karmic effects on our behalf. They have neither the authority nor the power to do so. The reality is that we alone must suffer the consequences of our misdeeds. To hope otherwise is like trying to run away from our own shadow. In doing so, we will just perpetrate more wrong conduct.

There are many instances evidencing this phenomenon. Take the example of an ignorant person. Having done a small good deed, he or she hopes to obtain good fortune. This is wishful thinking, wistful dreaming. It is true that we will receive good fortune after doing a virtuous deed. However, such good fortune may not show itself immediately. Why? Because our transgressions are too heavy to be compensated by just one small virtuous deed.

Not understanding this, when things do not go well, we begin to doubt the teachings and question why the Buddha's words are not true? Why do I do good deeds and receive misfortune when others commit wrongdoings and obtain good fortune? We then begin to doubt the Law of Cause and Effect. Consequently, we begin to doubt and inadvertently slander the teachings of the Buddhas. But by so doing, we further increase the severity of our wrongdoings.

There are three aspects of a karmic effect. First, good fortune arising from kind deeds or suffering arising from misdeeds may manifest within the present lifetime. Second,

Khi làm được một việc tốt nhỏ nào đó, chúng ta không nên mong sẽ được hưởng phước báo tức khắc. Mong ước như vậy là ảo tưởng, bởi vì chúng ta vẫn còn rất nhiều nghiệp quả xấu mà mình đã tạo trong quá khứ, mà một nghiệp tốt nhỏ không thể bù lại được. Nếu không hiểu điều này thì khi gặp khó khăn chúng ta sẽ có thể nghi ngờ những lời dạy của Đức Phật. Chúng ta sẽ thắc mắc là tại sao mình làm điều tốt mà lại gặp chuyện xui xẻo trong khi người khác tạo nghiệp xấu lại gặp điều may mắn. Chúng ta sẽ nghi ngờ luật nhân quả và có thể vô tình phỉ báng giáo lý của chư Phật, và như vậy là tạo thêm nghiệp xấu nặng nề.

Nghiệp quả có thể xuất hiện sớm hay muộn tùy theo trường hợp. Thứ nhất, quả tốt phát sinh từ nghiệp tốt hay quả xấu do nghiệp xấu có thể xuất hiện ngay trong kiếp hiện tại. Thứ nhì, nghiệp tốt hay xấu được tạo trong kiếp này nhưng quả chỉ hiển lộ trong kiếp sau. Thứ ba, nghiệp quả chỉ hiển lộ trong kiếp thứ ba hay nhiều kiếp sau nữa. Vậy, quả tốt hay xấu có thể xuất hiện sớm hay muộn, và chúng ta không có khả năng biết được sẽ xuất hiện lúc nào.

Vậy lúc nào nghiệp quả xấu xuất hiện? Nghiệp quả tốt cũng như nghiệp quả xấu chỉ xuất hiện khi nhân duyên đã tụ hội đầy đủ. Nếu nhân duyên, hay những điều kiện có đủ trong kiếp hiện tại thì nghiệp quả sẽ hiển lộ ngay trong kiếp hiện tại. Nếu nhân duyên chỉ hội tụ trong kiếp sau thì nghiệp quả sẽ xuất hiện trong kiếp sau. Còn nếu nhân duyên chỉ có đủ sau nhiều kiếp thì nghiệp quả cũng sẽ chỉ xuất hiện sau nhiều kiếp. Tức là một nghiệp thiện hay ác một khi đã được tạo ra rồi, nó phản ứng trở lại với ta không sớm thì muộn, chứ mãi mãi không bao giờ mất.

the respective karmic effects may not manifest within the present lifetime but in the next lifetime. Third, such karmic effects may not manifest until the third lifetime or they may not show up until after innumerable lifetimes. So, causal actions do not give rise to various karmic effects, we just cannot be certain when they will appear.

Under what circumstances would these karmic effects take effect? Good or bad karmic results can only be brought about by the existence of a catalystic condition or circumstance. If the appropriate condition matures in the present lifetime, the respective karmic effect will then manifest itself within the present life time. Hence, the first aspect of a karmic effect.

Similarly, should the catalystic condition mature in the next lifetime, the karmic effect will manifest itself then. Hence, the second aspect of a karmic effect. Finally, should the condition fail to arise after numerous lifetimes, the karmic cause can never be eradicated. Perhaps after the passing of immeasurable eons, the catalystic condition may finally arise and then the karmic effect will manifest itself.

Take for example, a story told by the Buddha in the Lotus Sutra. An old man had requested to become a monk. For this to happen, one needed to have good roots, good fortune, virtues and the right conditions. At that time, all those who became monks under Buddha Shakyamuni's guidance achieved attainment. Buddha Shakyamuni tested his student's ability by asking them to decide whether to accept the old man as a monk. All of the students were Arhats and thus, were capable of knowing a person's past five hundred lifetimes. They doomed the old man as a prospect, because they thought that he had not planted the good roots within those lifetimes.

Chúng ta hãy xét thí dụ một truyện mà Đức Phật đã kể trong Kinh Pháp Hoa (Lotus Sutra). Một người già thỉnh cầu Đức Phật cho mình được gia nhập Tăng đoàn. Để trở thành tăng sĩ người ta cần phải có những đức tính và nhân duyên tốt. Lúc đó tất cả các tăng sĩ đệ tử của Đức Phật đều đã thành tựu đạo quả, vì vậy Đức Phật thử tài của họ bằng cách bảo họ xét coi có nên chấp nhận người già này vào tăng đoàn hay không. Các đệ tử của ngài đã đắc quả La Hán nên có thể biết được năm trăm kiếp trước của bất cứ người nào. Họ cho rằng ông già không đủ điều kiện để trở thành tăng sĩ, vì họ không thấy ông ta trồng nhân lành nào trong những kiếp trước. Nhưng Đức Phật nói với họ rằng trong vô số đại kiếp trước đây ông già là một tiều phu. Một hôm khi đang đi vào trong núi kiếm củi thì người tiều phu đó gặp một con cọp. Ông ta liền leo lên một cái cây để tránh con thú rồi kêu "Nam Mô Đức Phật" (Homage to the Buddha) để mong được cứu nạn. Chỉ với vài lời đó, ông già đã gieo trồng nhân duyên tốt cho mình, vì vậy khi được gặp Đức Phật sau vô số kiếp, ông già đã được hưởng quả tốt. Ông được Đức Phật cho phép gia nhập Tăng đoàn, và sau đó đã đắc quả La Hán, một quả vị mà ở trong đó người ta không tạo nghiệp xấu thân, khẩu, ý nữa. Đó là một thí dụ về nghiệp quả xuất hiện sau vô số kiếp.

Tất cả những ý nghĩ, lời nói, và hành động phát xuất từ tâm trí của chúng ta đều tạo ra nghiệp quả. Chúng ta gieo cái gì thì gặt cái đó. Gieo nhân tốt, chúng ta sẽ được hưởng nghiệp quả tốt; gieo trồng nhân xấu, chúng ta sẽ phải chịu quả xấu. Chư Phật, Bồ Tát cũng không thể sửa đổi được định luật này. Nghiệp quả chỉ xuất hiện khi có đủ những điều kiện nhân duyên. Nếu chúng ta không thấy

But, Buddha Shakyamuni told them that infinite eons ago, this old man had been a woodchopper. One day when he ran into a tiger on the mountain, he climbed up a tree to escape, calling out, "Homage to the Buddha", for help. With only those few words, the old man had planted his cause. When he met with Buddha Shakyamuni after innumerable eons, the conditions had matured. Buddha Shakyamuni therefore accepted the man as a monk who later attained the level of Arhat, a state in which one possesses no erroneous perceptions, views, speech of behaviour. This is an example of a karmic effect, which manifested itself after innumerable lifetimes.

Every thought, word and action arising from our hearts and minds creates a karmic effect. We reap what we sow. By sowing good causes, we reap good consequences: sowing bad causes, we reap bad consequences. Even Buddhas and Bodhisattvas cannot alter this reality. The respective karmic effect will only manifest itself when the relevant condition ripens. If we do not yet see these results, it is only because the appropriate time has not matured.

With thorough understanding of this truth, we will naturally become very watchful of our every thought, word and action. We will also be able to adopt the right attitude when interacting with others, matters and affairs to accumulate more good fortune. When we are yet not able to uncover our virtuous self-nature due to our lack of awakening, we can only receive the benefits through virtuous cultivation.

The guideline for determining good and bad deeds has been clearly defined by the Buddha. When every thought arising from our mind is dedicated to the benefit of all sen-

việc làm tốt của mình mang lại quả tốt thì đó là vì nhân duyên chưa hội tụ đầy đủ để kết thành quả mà thôi.

Khi hiểu thấu đáo về luật nhân quả, chúng ta sẽ cẩn thận trong mọi ý nghĩ, lời nói và hành vi của mình để tránh tạo nghiệp xấu. Chúng ta sẽ biết cách cư xử đúng đắn với người và sự vật, chúng sẽ vun bồi đức hạnh để được hưởng quả tốt có ích lợi cho mình về sau.

Đức Phật đã nói rõ về cách phân biệt nghiệp tốt với nghiệp xấu. Khi nghĩ tới việc làm lợi ích cho chúng sinh, chúng ta đang gieo trồng phước đức cho mình. Còn nếu chỉ nghĩ tới lợi ích của bản thân mà không cần biết tới người khác, là ta tạo nghiệp xấu vậy. Chúng ta cần phải tránh việc lợi dụng người khác để làm lợi cho mình, vì những hành vi như vậy sẽ tạo ra nghiệp quả xấu mà chúng ta sẽ phải chịu về sau. Dù tin hay không tin, luật nhân quả muôn đời vẫn như thế. Vậy, chúng ta cần phải luôn luôn cố gắng thực hành đại từ bi để mang phúc lạc đến cho mình và cho người, và dứt khoát không bao giờ gây sự khổ đau cho người.

Chúng ta nên phải biết vị kỷ và là vị tha như thế nào để biết mình đang tạo nghiệp xấu hay đang tạo nghiệp tốt. Nên nhớ rằng vọng niệm và chấp thủ là nguyên nhân của luân hồi trong mười cõi. Khi mọi ý nghĩ đều có tính cách ích kỷ và chấp thủ của chúng ta rất nghiêm trọng, và do đó chúng ta tiếp tục luân hồi sinh tử. Vì vậy, nếu chỉ nghĩ tới chính mình, gia đình của mình, tổ chức của mình, hay đất nước của mình thì đó là tạo nghiệp xấu.

Đại đa số người không hiểu điều này, nên họ cho rằng lối nghĩ như vậy là chuyện tự nhiên, hay có khi còn là đúng nữa. Họ không biết rằng lối nghĩ vị kỷ và chật

tient beings, we will create good fortune. But when every thought is solely to benefit ourselves, we will generate negative karma. We need to stop benefiting ourselves at the expense of hurting others for such behaviour only creates negative karma that we will have to repay later. If we do not believe this it will still happen. To correct it, we need to constantly practice great compassion.

Why do we use this guideline of whether we are benefiting ourselves or benefiting others to determine whether we are creating bad or good karma? Remember that the karmic causes of the Ten Dharma Realms are manifested from wandering and discriminatory thoughts and attachments. When every thought contains the element of "self", is for "us", our attachments are very severe. Consequently, we are still lost in the cycle of birth and death. Still mired in the ten realms of existence. Thus, it is negative karma when every rising thought is only of us, our family, our group, our country.

Ordinary people do not understand this, are under the misconception that it is perfectly natural, even correct to think in this way. They do not realize that such views are totally contrary to the wisdom of the Buddha. Unlike the Buddha, we are unable to perceive clearly and thus we have always seen things in a false light. The Buddha, knowing and understanding all, speaks only the truth.

Each and every thought is a karmic act. If a cause arises from wisdom, so then will the effect. If a cause arises from ignorance, so will the effect. Unfortunately, we plant causes mainly due to our ignorance and this is why we have created innumerable transgressions in our past and present lifetimes. Most of the time our bad deeds outweigh our

hẹp như vậy là hoàn toàn trái ngược với giáo lý của Đức Phật. Do không có trí huệ đích thực, chúng ta không trông thấy sự vật một cách rõ ràng và chỉ có những ý niệm sai lầm. Đức Phật là bậc đại giác ngộ nên ngài chỉ nói lên những sự thật.

Mỗi ý nghĩ là một sự tạo nghiệp. Nếu sự tạo nghiệp phát xuất từ trí huệ thì nghiệp quả này cũng phát xuất từ trí huệ. Nếu tạo nghiệp từ vô minh thì nghiệp quả cũng phát xuất từ vô minh. Vì thường tạo nghiệp trong vô minh nên chúng ta đã phạm rất nhiều tội lỗi trong những kiếp quá khứ cũng như kiếp hiện tại. Chúng ta thường tạo nghiệp xấu nhiều hơn là nghiệp tốt. Nếu tạo nghiệp tốt nhiều hơn nghiệp xấu thì chúng ta đã không phải lăn trôi trong luân hồi sinh tử.

Còn luân hồi thì còn có thể tạo nghiệp xấu thêm nhiều hơn nghiệp tốt, vì vậy chúng ta cần phải có chánh niệm, thận trọng trong mọi hành vi thân, khẩu, ý. Tuy nhiên, Đức Phật dạy rằng nghiệp không cố định mà có thể được chuyển hóa. Vì mọi sự vật đều do tâm tạo ra nên nghiệp cũng phát sinh từ tâm trí, và vì vậy nghiệp cũng có thể được chuyển hóa bằng tâm trí. Khi đạt được sự thanh tịnh trong tâm trí thì nghiệp xấu của chúng ta sẽ được giải trừ.

Do mê muội và tà kiến, chúng ta thường không hiểu trọn vẹn ý nghĩa những lời dạy của Đức Phật. Kinh sách nói rằng những bậc giác ngộ như các La Hán và Bồ Tát đã hoảng sợ khi nghe Đức Phật nói về nghiệp quả. Một La Hán sẽ toát mồ hôi khi nhớ lại sự đau khổ mà mình đã phải chịu ở Địa Ngục Vô Gián trong những kiếp trước. Như vậy các ngài có ý thức về nghiệp quả nhiều hơn

good ones. If our good deeds had exceeded the bad ones, we would have already transcended the cycle of birth and death.

As long as we remain in this cycle, we will undoubtedly commit more bad than good deeds. Thus, we ought to be very cautious and mindful. However, the Buddha tells us that our karma is not fixed and can be transformed. Since everything arises from our minds, karma also arises from our minds. Since our wrongdoings are created by our minds, then they can also be transformed by our minds. Once we have attained purity of mind, our karma will be eradicated.

Often we fail to understand the full impact of the Buddha's words. This is due to our confused minds and deviated viewpoints. We have read in the sutras that awakened beings, such as Arhats and Bodhisattvas, will be terrified after listening to these words of the Buddha. They tell us that an Arhat will sweat blood when they remember the unimaginable suffering they underwent in their past lives in the Avici Hell, the lowest of the hell realms. Thus, they are far more vigilant than we are. Since we are not yet capable of knowing our past lives, we do not know, do not remember any of this. We too have all been in the hell realms before. And as long as we are still mired in the cycle of birth and death, we will most certainly go there again and often.

The time spent in the hell realms is comprised of infinite eons while the time spent in the highest level of Heaven is a relatively short eighty thousand great eons. Although we all have committed heavy wrongdoings, we can still be helped before falling into the hell realms. But, once we have descended into them, it is extremely difficult

chúng ta bây giờ. Vì chưa có khả năng nhớ lại những kiếp trước của mình nên chúng ta không biết rằng mình cũng như tất cả mọi người đều đã có những lần ở trong địa ngục. Nếu còn kẹt ở trong luân hồi thì gần như chắc chắn chúng ta sẽ còn trở lại địa ngục nhiều lần nữa.

Thời gian của một kiếp tái sinh trong cõi trời cao nhất là tám mươi ngàn đại kiếp, nhưng thời gian này là ngắn so với thời gian vô số đại kiếp mà một người phải trải qua trong địa ngục. Tất cả chúng ta đều đã phạm tội nặng và vẫn có thể được cứu độ trước khi rơi vào địa ngục, nhưng một khi đã xuống địa ngục, chúng ta sẽ rất khó được giải cứu, dù đã có Bồ Tát Địa Tạng giúp đỡ những sinh linh ở đó. Bất cứ một vị Phật hay một vị Bồ Tát nào có nhân duyên với một sinh linh ở địa ngục và đến đó giáo hóa vẫn được gọi là Bồ Tát Địa Tạng.

Có thể chúng ta có nhân duyên với một người nào đó đang ở địa ngục. Khi trở thành Bồ Tát hay Phật, chúng ta sẽ có thể đi đến đó để giúp đỡ họ, và lúc đó chúng ta cũng được mệnh danh là Bồ Tát Địa Tạng. Vậy, danh hiệu của một vị Phật hay một vị Bồ Tát là một thánh danh được dùng cho mọi người, chứ không phải của riêng một vị nào.

Trong Kinh Địa Tạng, chúng ta thấy rằng việc giải cứu những sinh linh ở địa ngục là điều rất khó khăn. Bồ Tát Địa Tạng có trí huệ và quyền năng lớn nên ngài có thể cứu độ chúng sinh ở địa ngục. Nhưng do tập khí, khi được tái sinh ở cõi trời, chúng ta vẫn tiếp tục tạo nghiệp xấu để rồi sẽ lại trở xuống địa ngục. Ở địa ngục chúng ta sẽ phải đau khổ liên tục, không có một lúc nào ngừng nghỉ để có thể tu tập, vì vậy chúng ta sẽ chỉ có sự sân hận, và do đó

for us to be helped notwithstanding the presence of Earth Treasure Bodhisattva who is there to help all sentient beings. Any Buddha or Bodhisattva, who has an affinity with a sentient being in hell and goes there to teach him or her, is called Earth Treasure Bodhisattva.

We may have an affinity with a sentient being in the hell realms. When we become a Bodhisattva or a Buddha and the catalystic condition has matured, we will be able to go there to help them and then we too will be called Earth Treasure Bodhisattva. Therefore, the name of a Buddha or Bodhisattva is a generic term and does not indicate any one specific individual.

In the Earth Treasure Sutra, we have seen that it is difficult to save sentient beings who have already descended into the hell realms. Earth Treasure Bodhisattva has great wisdom, great supernatural abilities and great transcendent abilities, thus he can help the sentient beings in the hell realms even to reach the Western Pure Land. However, due to our habitual behaviour, when we are able to ascend to the Heaven realms, we continue to commit wrongdoings. And after life in the heaven realms has ended, we will again fall into the hell realms. But to Earth Treasure Bodhisattva it is as if we have returned after only having been gone for a few days. Once in the hell realms, as we experience continuous suffering we will be unable to cultivate. Thus, our hatred and resultant negative karma will increase and become more binding. The sutras clearly explain this for us. From this, we can begin to understand how difficult it is to help sentient beings who have descended into the hell realms.

At what point in time can we be helped? After we have

nghiệp xấu gia tăng. Kinh sách đã giải thích rõ ràng như vậy để chúng ta biết là việc cứu độ những sinh linh ở địa ngục khó khăn như thế nào.

Vậy, chúng ta có thể được cứu độ sau khi đã tạo nghiệp xấu, nhưng phải trước khi qua đời và rơi vào địa ngục. Trong khoảng thời gian này chúng ta phải được giáo hóa đến chỗ thức tỉnh để biết sám hối và sợ phải sa vào địa ngục, quyết định không tạo nghiệp xấu về thân, khẩu, ý nào nữa, và chỉ làm những việc tốt mà thôi. Như vậy tâm ta thanh tịnh và có thể thay đổi hoàn cảnh của mình, chuyển hóa nghịch cảnh thành thuận cảnh. Nếu có thể phát bồ đề tâm thì hoàn cảnh của chúng ta lại càng tốt hơn nữa. Vào lúc qua đời, nếu chúng ta thành tâm sám hối và niệm "A Di Đà Phật" từ một đến mười biến để cầu vãng sinh Tịnh Độ, chúng ta sẽ được tái sinh trong cõi tịnh, dù đáng ra chúng ta phải rơi vào địa ngục Vô Gián. Chúng ta sẽ ở trong cõi Tịnh Độ như vị Bồ Tát không thoái chuyển. Ở đó chúng ta sẽ có cơ hội trở lại thế gian để giúp những người có nhân duyên với mình.

Có khi chúng ta làm những việc tốt nhưng vẫn bị người khác chê cười hay khinh thường, hay chúng ta có thể bệnh nặng, nghèo khổ, hay phải sống một kiếp tệ hại hơn kiếp trước. Tại sao vậy? Đó là do những nghiệp xấu nặng nề của chúng ta đã được giảm xuống thành những quả xấu nhẹ trong kiếp hiện tại. Nói cách khác, phải sống trong tình trạng như vậy có nghĩa là nghiệp xấu của chúng ta đã trở nên nhẹ hơn.

Kinh Kim Cương nói rằng nghiệp xấu đã tạo trong quá khứ, người ta có thể phải chịu nghèo khổ, thấp hèn, hay phải đọa địa ngục. Vì vậy, nghịch cảnh của chúng ta

committed wrongdoings but before we pass on and descend into the hell realms. During this time, we must be awakened so that through feelings of intense remorse and terrifying fear, we will diligently forgo thinking, saying or doing anything that is bad and only do that which is good. In this way, we will maintain purity of mind

And in this way, we can change our present condition and transform a bad situation into a good one. It would be even better if we could bring forth the great Bodhi mind. If at the moment of death, we sincerely regret as we recite "Amituofo" one to ten times and seek birth into the Pure Land, we will accomplish this birth even though we would have gone to the Avici Hell. We will be born there as non-regressive Bodhisattvas. Once there, we will have the opportunity to return to our world to help those whom we have an affinity with to transcend the hell realms.

Often, we may have done various good deeds but continue to be ridiculed and looked down upon by others. Or, we may have suffered serious illness, poverty or misfortune with one life worse than the previous one. Why? Our serious misdeeds have been reduced to a form of light retribution, manifested in the present lifetime. In other words, to be in this situation means that our heavy transgressions have become lighter.

As the Diamond Sutra says, we may be poor, debase or deserve the path of hell due to past transgressions. Because of this, we will suffer poverty and debasement in this lifetime. However, when we accept and practice, we will eradicate our transgressions and eventually obtain the Perfect Complete Enlightenment. Thus, we are able to transform bad karma with one single thought of enlightenment.

trong hiện tại là quả báo xấu mà chúng ta phải chịu do đã tạo nghiệp xấu trong quá khứ. Tuy nhiên, khi chấp nhận đời sống tu tập, nghiệp xấu của chúng ta sẽ được giải trừ và cuối cùng chúng ta sẽ đạt giác ngộ viên mãn. Như vậy, chúng ta có thể chuyển hóa nghiệp xấu chỉ với một ý tưởng giác ngộ, tức là quyết định đi theo con đường tu tập.

Kinh sách cũng nói rằng khi chúng ta thực hành công hạnh của cấp Bồ Tát hay cấp Phật, các vị Bồ Tát và thần linh sẽ liên tục bảo hộ chúng ta. Nếu chúng ta gặp chướng ngại hay khó khăn hay khi thi hành những việc lớn này thì đó là vì nghiệp xấu quá khứ của chúng ta quá nặng. Nếu chúng ta cương quyết lập công đức lớn thì chúng ta sẽ vượt qua được những chướng ngại và khó khăn hiện tại và sẽ đạt được vô số lợi ích và phúc lạc. Chúng ta hãy sẵn lòng hoạt động trong nghịch cảnh. Chúng ta cần phải bình tĩnh trả những món nợ nghiệp quả, không than thở hay sân hận một chút nào. Nếu sân hận với nghịch cảnh thì món nợ của kiếp sau sẽ lớn hơn kiếp này rất nhiều.

Sư phụ của tôi, Hòa Thượng Tịnh Không, là tấm gương tốt về sự trả nợ nghiệp quả. Ngài đã phải chịu khổ cực nhiều năm, nhưng ngài vẫn cố gắng chăm chỉ tu học và làm việc. Sau đó ngài gặp được ông bà Phật tử Hàn Anh (Yin-Han), và được hai vị này hết lòng giúp đỡ. Chỉ lúc đó với mức sống khả quan ngài mới có thể thực hiện ước nguyện của ngài là đi giảng pháp. Những chướng ngại và khó khăn của ngài là nghiệp quả xấu đã tích tụ trong quá khứ, và do nhẫn nhục chịu đựng, ngài đã dần dần giải trừ được nghiệp xấu của mình.

Việc thiết lập Thư Viện Hoa Tạng và sau đó là Cơ Sở Giáo Dục Phật Đà là những điểm son trong sự nghiệp

Furthermore, the sutras tell us that when we are performing the deeds of a Bodhisattva, the Buddhas, Bodhisattvas and heavenly beings will constantly support and help us. If we encounter obstacles and difficulties when performing these great deeds, it is due to our negative karma being too great. If we can just grit out teeth and diligently perform the deeds to accumulate these merits and virtues, without discriminatory thoughts or attachment, we will overcome the present suffering and bring forth innumerable benefits and good fortune. Act willingly to accord with adversity. To dissolve our debts we need to repay them with calmness, without any trace of hatred or grievance. If we feel hatred, then the debt of the next lifetime will be much greater than it was in this one.

My teacher, Venerable Master Chin Kung is a good example of this. He underwent many years of deprivations but remained diligent and hardworking. Subsequently, he met Ms. Yin-Han and her husband, who provided him with full support. Only then, with a manageable standard of living was he able to continue with his teaching and lecturing. His obstacles and hardships were a result of negative karma created in previous lifetimes. However, in patiently bearing these difficulties, his negative karma was gradually eliminated.

The establishment of the Hwa Dzan Library and the later establishment of the Corporate Body of the Buddha Educational Foundation were the turning points. Presently, under his guidance, over fifty Pure Land Learning Centers and Amitabha Buddhist Societies around the world help to propagate Buddhism. This is the manifestation of good fortune, which is in accordance with the teachings in the sutra.

hoằng pháp của Hòa Thượng Tịnh Không. Hiện tại, dưới sự hướng dẫn của ngài, hơn năm mươi Trung Tâm Tịnh Độ Học (Pureland Learning Centers) và Hội Phật A Di Đà (Amitabha Buddhist Soscieties) trên khắp thế giới đang góp phần quan trọng trong việc truyền bá Phật Giáo. Đây là hoa trái Phật Pháp tốt nhất mà chúng ta đang thọ hưởng.

Vậy, chúng ta không nên nản chí khi phải đối diện với nghịch cảnh. Kinh sách nói rằng chư Phật, Bồ Tát đã xếp đặt mọi chuyện trong đời sống của chúng ta. Tất cả những nghịch cảnh và khó khăn dù nặng nề tới đâu cũng do các ngài xếp đặt trước, mục đích là để giải trừ dần dần nghiệp xấu của chúng ta cho tới khi chúng ta tích lũy công đức. Nghịch cảnh và khó khăn cũng giúp hành giả nâng cao trình độ tu tập và đạt thành tựu. Tất nhiên chư Phật, Bồ Tát không muốn chúng ta gặp điều xấu. Đối với những hành giả chân chính, nghịch cảnh và chướng ngại là điều quý báu. Khi hiểu như vậy, chúng ta sẽ nhẫn nhục và chấp nhận thực tại của những khó khăn, không nản chí, để cuối cùng mình đạt được mục đích.

Đức Phật đã dạy rằng chúng ta cần phải hiểu thấu đáo những giáo lý trong kinh sách để có khả năng chịu đựng khi gặp chướng ngại. Dù đang ở trong hoàn cảnh tốt hay xấu chúng ta cũng phải giữ bình tĩnh. Nghịch cảnh giúp chúng ta thanh toán những món nợ nghiệp báo của mình. Nhưng thuận cảnh có mang lại lợi ích nào không? Chúng ta cần phải có thiền định và trí huệ vững chắc để không thoái chuyển, rơi rớt khi gặp thuận cảnh, và trong hoàn cảnh tốt, tâm trí của chúng ta thường phát sinh những ý tưởng tham dục, thoả mãn. Người tu Phật không cho phép mình mãn nguyện bất cứ một sở đắc nào, nếu

Therefore, we must not be discouraged in the face of adversities. It has been said, that Buddhas and Bodhisattvas have arranged everything in our lives. All hardships and adverse conditions, no matter how severe, have been pre-arranged by then as well. The purpose of these is to gradually eliminate our negative karma until we accumulate merits and virtues. Also, they help cultivators elevate their state of practice and to achieve attainment. Why would the Buddhas and Bodhisattvas wish us ill? True cultivators are very precious to them. Understanding this principle, we will patiently and even gladly endure hardships without feeling discouraged.

Once we have proven the truth of the Buddha's teachings for ourselves, as the Buddha has shown us, we will then be able to understand that any failure, no matter how big or small, is the benevolent arrangement of the Buddhas and Bodhisattvas. However, those who do not understand this principle will, in the face of adversity, begin to raise doubts in Buddhism. They will then blame the Buddhas and Bodhisattvas for not providing them with protection and guidance, further slandering the Triple Jewels. Consequently, they end up committing greater transgressions. How would they not fall back?

The Buddha told us, that we would do well to thoroughly and deeply understand the teachings in the sutras so that we will not feel helpless when crises arise. Regardless of good or bad circumstances, we ought to remain clam and composed. Bad times serve to eradicate our karmic debts. Do good times present any benefit? If we do not possess deep concentration and wisdom during good times, we will regress. Why? Because our minds have given rise to thoughts of greed.

chưa rốt ráo đạt đạo đạt ngộ mà khởi niệm mãn nguyện, thoả mãn, ngay lúc ấy chúng ta đã rơi vào con đường ma rồi.

Chúng ta muốn tránh mọi phiền não, thí dụ như không sân hận, nhưng khi có chuyện gì xảy ra, chúng ta có thể nổi giận trước khi kềm chế được mình. Khi có ý tưởng tham dục mà lại không được như ý, chúng ta sẽ nổi sân hận. Đó là vì tập khí và ác nghiệp đang lấn lướt ta. Nhưng chúng ta có thể sửa đổi điều này bằng cách tu học theo Giáo Pháp tinh cần hơn nữa. Tri và hành là hai điều quan trọng ngang nhau vì chúng bổ túc cho nhau, và đưa tới sự hiểu và thực hành rốt ráo.

Khi gặp khó khăn, người ta thường đổ lỗi cho người khác, và lại còn cho rằng Trời không công bằng với họ. Rất hiếm khi họ chịu nghiêm chỉnh nghĩ đến lỗi lầm của chính mình. Nếu chúng ta không nhất tâm sám hối là vì chúng ta vẫn còn vô minh và tà kiến. Ngày nay, chúng ta thường nghe nói người ta lừa dối lẫn nhau. Những chuyện lừa bịp diễn ra hằng ngày trên thế giới. Tại sao lại có tệ nạn này? Nếu hiểu Phật Giáo và sự thật về cuộc đời và vũ trụ, chúng ta sẽ biết rằng hiện tại mình bị lừa dối vì trong quá khứ mình đã lừa dối người khác.

Khi hiểu như vậy chúng ta sẽ coi việc mình bị lừa dối chỉ là một sự trả nợ nhân quả. Nợ tiền phải trả bằng tiền, và nợ nhân quả phải trả bằng nghiệp quả. Luật nhân quả là vững chắc và không thể nào tránh được.

Đức Phật dạy rằng mọi vật đều như một giấc mộng, như ảo ảnh, như cái bóng, như bọt nước. Không có gì trường tồn, không có gì chắc thật để cho người ta thủ đắc hay bám giữ vào. Đây là một chân lý mà chúng ta cần

Although we intend to behave properly, for example, not to lose our temper, something happens and we become angry before we can stop ourselves. When we give rise to thoughts of greed and do not get what we want, we give way to resentment. This is because we are controlled by our negative karma. How do we overcome it? By listening more to lectures and putting these teachings into practice. Understanding and practice are equally important as they complement each other and lead to an even higher state of understanding and practice.

Actually, attaining good fortune may not be good for us. When good fortunes arises and we do not enjoy it but rather we share it with others and thus benefit all sentient beings, the Buddhas and Bodhisattvas will in turn bring us ore good fortune. But, when we do not possess a certain degree of deep concentration and wisdom, they will not immediately bring us good fortune. Why? It would only harm us. They will allow us to suffer a little more because hardship is beneficial to our practice. From this, we realize that the Buddhas and Bodhisattvas have provided us with unwavering care and guidance for which we need to be grateful. This is something most people are not able to understand.

When most people meet with difficulties, they often blame others, even God. Rarely do they seriously think to reflect on their own faults. When we do not have deep feelings of remorse and regret, it is because of our delusions, our own false views. Today, we often hear of people being cheated. Why do people cheat others? It has unfortunately become an everyday occurrence in our world. But, what is really happening here? If we understand Buddhism and the

phải ghi nhớ. Cuối cùng, khi hiểu ra rằng không có gì để được hay mất, chúng ta sẽ thoát khỏi vô minh. Vậy, khi gặp khó khăn, chúng ta phải nghĩ rằng đây chỉ là một sự trả nợ. Như vậy, chúng ta sẽ nhẫn nhục và lại còn hân hạnh trả cho người khác những gì họ muốn, và luôn luôn biết sám hối những lỗi lầm của mình.

Ngày nay chúng ta thấy nhiều người có hạnh phúc và có nhiều tiền của. Những thứ này ở đâu ra? Đây không phải chỉ là một sự ngẫu nhiên may mắn mà là kết quả tốt mà họ đã gieo trồng trong những kiếp trước. Hạnh phúc hay khổ đau không phải là chuyện ngẫu nhiên, mà có gốc rễ rõ ràng.

Đại Sư Ấn Quang nói rằng người ta có thể đạt được mọi thứ bằng sự thành thực, vì thành thực sẽ mang lại lợi ích cho bản thân, và bằng sự tôn trọng người khác, tức là làm lợi ích cho người khác. Với sự thành thực và sự tôn trọng, chúng ta sẽ hòa hợp với mọi người. Để xã hội được hòa hợp, chúng ta cần phải hiểu nguyên lý nhân duyên và nghiệp quả. Để được người khác tôn trọng mình chúng ta cần phải tôn trọng người khác trước. Chúng ta cần phải sửa đổi bản thân để làm cho hoàn cảnh được tốt hơn. Nếu không làm như vậy thì chúng ta sẽ không tránh được những tai họa lớn trên thế giới, vốn là cộng nghiệp của chúng sinh.

Trong suốt cuộc đời của ngài, Đại Sư Ấn Quang khuyến khích mọi người nghiên cứu về nhân duyên và nghiệp quả với sự hỗ trợ của những tài liệu "Liễu Phàm Tứ Huấn" (Bốn Bài Học Của Liễu Phàm". Ngài đã dành hết cuộc đời của mình cho việc giúp đỡ người khác. Nhưng có điều đáng tiếc là người ham muốn lợi lộc thế

true reality of life and the universe, we would realize that we are presently being cheated simply because in the past, we cheated others.

Understanding this and despite our having been cheated, we will maintain peace of mind if we look upon the situation as the repayment of a debt. A debt of money must be repaid in cash and a life owed must be repaid in kind. This is principally sound and cannot be avoided.

The Buddha told us that everything is a dream, an illusion, a shadow, a buddle. Nothing is permanent. Nothing can be held on to. Nothing can be gained. This is the true principle. If we remember little else, we would do well to remember this. When we are able to truly understand that nothing can be gained and thus nothing can be lost, we will finally be free of delusions. Therefore, when we experience hardships, we need to think of them as repayment of a debt. In this way, we will patiently, even gladly give what others want and constantly give rise to thoughts and feelings of remorse and regret.

Today, we see many people with great good fortune, with immense wealth. Where does this wealth come from? It does not happen by mere coincidence or luck. Rather it is accumulated from the cultivation of good deeds in previous lifetimes, from the giving of wealth. The manifestations of misfortune or good fortune do not occur by chance but are due to respective causes created in our innumerable previous lifetimes. When the appropriate condition arises in the present lifetime, it allows the cause to come into effect and therefore produces the result.

We can learn of the life of the Venerable Master Yin-Guang in his journal. Master Yin Guang said that everything

gian thì nhiều, còn người thức tỉnh muốn sinh vào Tịnh Độ Tây Phương thì ít.

Bằng việc phân phát những cuốn sách cẩm nang như " Kinh Thiện Ác Nhân Quả", " Liễu Phàm Tứ Huấn", Đại Sư Ấn Quang đã cho thấy ngài là người có tâm đại từ bi, thành tâm giúp đỡ nhân loại. Ngài quả là một Bồ Tát, hóa thân của Bồ Tát Đại Thế Chí, xuất hiện ở thế gian này để hóa độ chúng sinh. Chúng ta nên làm theo gương ngài bằng cách giới thiệu và truyền bá pháp môn Tịnh Độ khắp thế giới với sự hỗ trợ của kỹ thuật hiện đại. Hy vọng việc làm này sẽ giúp giảm thiểu hay có thể giải trừ những tai họa trên thế giới, vốn là hậu quả của những nghiệp xấu về thân, khẩu, ý mà loài người đã tạo ra trong hai ngàn năm qua. Nếu làm được như vậy chúng ta sẽ lập được vô lượng công đức.

Đức Phật dạy rằng chúng ta không nên phân biệt mình với người khác, vì tất cả là một. Chúng ta cần phải có lòng từ bi, lời nói tử tế, và việc làm tốt của một người cao quý. Tất cả chúng ta sống trong cùng một thế giới, có cùng những vấn đề. Khi có người rơi xuống sông, chúng ta sẽ tìm cách cứu người đó mà không cần biết người đó thuộc chủng tộc nào, tôn giáo nào. Chúng ta sẽ làm mọi việc theo khả năng của mình để giúp đỡ mọi người. Nếu tất cả chúng ta đều sẵn lòng giúp đỡ người khác khi cần thiết thì thế giới này sẽ không có những vấn đề mà thế giới đang có, đó là hận thù, chiến tranh, khủng bố và tai họa.

Chúng ta có thể tùy ý tạo thêm vấn đề hoặc giải quyết vấn đề. Nếu muốn giải quyết mọi vấn đề, chúng ta cần phải biết giúp đỡ lẫn nhau. Chúng ta có thể tiêu hàng

is attained through sincerity, which is benefiting oneself; and respect, which is benefiting others. With sincerity and respect, we will be in harmony with others. In order to achieve a peaceful and harmonious society; we need to understand the principles of cause, condition and effect. For others to respect us, we need to respect others first, to change our ways to change the environment for the better. Otherwise, the great disasters in this world, being the shared karma of all sentient beings, cannot be averted.

Thus, throughout his entire life, Master Yin-Guang advocated the teachings of cause, condition and effect with the aid of materials such as the Four Lessons of Liao-Fan, which we now have in English. He tirelessly advocated and wholeheartedly dedicated his life to helping all others. Regretfully, there are many who wish for worldly fortune, but there are few who are truly awakened and who vow to be born into the Western Pure Land.

By his free distribution of books such as Liao Fan's Four Lessons and other books on cause and effect, Master Yin-Guang displayed a great heart of compassion and his devotion to helping humanity. He was indeed a Thus Come Bodhisattva, a manifestation of Great Strength Bodhisattva, who appeared in this world to help sentient beings. Although Master Yin-Guang has passed on, we can follow his example by introducing and extensively propagating the Pure Land method throughout the world with the aid of modern technology. Hopefully, this can help to reduce or even eliminate the disasters in this world that are the results of improper thoughts, words and deeds committed over the past two thousand years. In this way, our merits and virtues will be innumerable and immeasurable.

triệu đô la Mỹ cho một quả bom hoặc hai mươi đô la để giúp một người thuộc thế giới thứ ba trong một tháng. Chúng ta có thể dùng tiền để giết người hoặc để cứu người. Việc nào sẽ giải quyết vấn đề? Chiến tranh sẽ không giải quyết được vấn đề, dù tạo chiến tranh với mục đích vô vị kỷ. Sự bố thí đích thực thì hoàn toàn không có một chút mong cầu được đền đáp nào cả. Nếu chúng ta mong cầu một cái gì thì việc làm của chúng ta sẽ không giải quyết được vấn đề. Khi những nền văn hóa và những tôn giáo khác nhau biết tôn trọng và giúp đỡ lẫn nhau thì rốt cuộc chúng ta sẽ có một xã hội hòa hợp và thịnh vượng, một thế giới hòa bình và ổn định. Đây là điều mà chúng ta hy vọng và là bổn phận mà chúng ta phải thi hành.

Mấy tháng trước, ở nước Úc, Hòa Thượng Tịnh Không và bản thân tôi đã tham dự những cuộc họp của Diễn Đàn Đa Tín Ngưỡng Multi-Faith Forum), được chính phủ Úc bảo trợ và Hội Nghị Thế Giới về Tôn Giáo và Hòa Bình. Ở những cuộc họp này, những nhà lãnh đạo của các nhóm tôn giáo chia sẻ ý kiến về cách giải quyết những mâu thuẫn giữa các nhóm sắc tộc, văn hóa, và tôn giáo. Mục tiêu của họ là thiết lập một xã hội đa văn hóa, đa chủng tộc, đa tôn giáo hòa hợp và thịnh vượng. Để xã hội và đất nước được ổn định và thịnh vượng, trước hết chúng ta cần phải có sự giao tiếp hòa hợp giữa các nhóm văn hóa, sắc tộc, và tôn giáo.

Mỗi nhóm văn hóa, sắc tộc, và tôn giáo đều có những phẩm tính đáng biểu dương, và dù phát xuất từ những bối cảnh khác nhau, chúng vẫn còn nhiều điểm tương đồng. Nếu chúng ta dùng những điểm giống nhau này làm chỗ bắt đầu để tìm kiếm nền móng chung và đẹp

The Buddha taught us that we should not discriminate between other people and ourselves because we are all one. We need to have compassionate thoughts, do good deeds, say kind words, be a gentleperson. To be sincerely concerned for others, to practice loving-kindness.

We all live in the same world, have the same problems. Many of us need help when we have problems. If someone is drowning, and we can swim, we do not ask what religion, what race they are. We do everything we can to help them. If all of us gave help when it was needed, our world would be gentle, peaceful and happy, and we would not have the problems that we do, the hatred, the wars, the disasters.

We can either choose to create problems or to solve them. But if we do not help, we will never solve our problems. We can spend millions of US dollars on a bomb or twenty US dollars to provide for a person in a third world country for a month. We can spend money to kill or to save lives. Which one solves the problem? War will not solve problems, giving unselfishly will. And true giving is totally without expectation of reward. If we expect something then it does not solve the problem. When different cultures and religions respect and help each other, we will finally have a harmonious and prosperous society, a peaceful and stable world. This is what we hope for. This is our responsibility to create.

When I was in Australia a few months ago with Teacher, we attended the meetings of the Multi-faith Forum, which is sponsored by the government of Australia and the World Conference on Religion and Peace. At these meetings, the leaders of different religious groups share their opinions and ideas on how to resolve the conflicts

bỏ mọi bất đồng thì chúng ta sẽ có thể cảm nhận được những điểm tốt của nhau. Như vậy chúng ta sẽ thành thực tôn trọng nhau, và sẽ không còn muốn can thiệp vào nội bộ của người khác hay giải quyết vấn đề bằng võ lực. Như vậy mọi sự tranh chấp sẽ tự nhiên tan biến, chiến tranh sẽ không còn, và xã hội của chúng ta sẽ được hòa bình và thịnh vượng.

Đức Phật dạy rằng vũ trụ vạn vật và chúng ta là một thực thể trọn vẹn. Nếu tất cả chúng ta đều hiểu điều này thì sẽ không cần gì phải lo nghĩ về sự ổn định của xã hội và hòa bình của thế giới. Với sự bắt đầu như vậy, chúng ta sẽ nhận ra là quả thật tất cả mọi người khác chính là bản thân ta.

Làm hại người khác là làm hại chính mình; làm lợi cho người khác là làm lợi bản thân. Nếu tự cô lập với những ý tưởng ích kỷ và những hành vi làm lợi cho riêng mình thì chúng ta sẽ không thể nào tránh được những sự đụng chạm và những chiến tranh giữa các chủng tộc, tôn giáo, và các nền văn hóa.

Với những lời dạy của Đức Phật, chúng ta được biết về sự quan trọng của việc thực hành và đề cao tâm từ bi và bình đẳng. Trong xã hội, mỗi người có một vai trò khác nhau, nhưng vai trò của mọi người đều quan trọng và cần thiết như nhau. Không có vị trí tốt hay xấu, cao hay thấp, mà chỉ có những nhiệm vụ khác nhau.

Trong phẩm tựa của Kinh Hoa Nghiêm, có giới thiệu hai trăm bảy mươi lăm nhóm thuộc các loài sinh linh khác nhau trong ba ngàn đại thiên thế giới tham dự một cuộc tụ họp. Đây là một cuộc tập họp đa văn hóa của các loài thuộc những thế giới và những tín ngưỡng khác nhau. Để

among different religious and ethnic groups. Their objectives are to establish a harmonious and prosperous multi-cultural, multi-racial and multi-religious society. To have a stable and prosperous society and country, we first need to have harmonious interaction among cultural, racial and religious groups.

Every culture, religion and ethnic group possesses commendable qualities. And although we come from different backgrounds, we share many similarities. If we use these as a starting point to seek the common ground and lay aside our differences, we will then be able to appreciate each other's good points. In this way, we will sincerely respect each other and no longer wish to interfere with the internal affairs of others or to solve problems by the use of force. In this way, conflicts will naturally dissolve, wars will no longer be fought and our society will be peaceful and prosperous.

Buddha Shakyamuni explained that the universe, everything in it and we, are all one perfect complete entity. If we could all share this understanding, there would be no need to worry about the stability and peace of our society or of our world. For using this as a starting point, we will realize that all others are ourselves.

To harm others is to harm ourselves; to benefit others is to benefit ourselves. When we isolate ourselves from the whole with every rising thought for ourselves, with every ensuing action for our own benefit, then it will be impossible to avoid confrontations and wars among races, religions and cultures.

From the Buddha's teachings, we learn the importance of practicing and advocating compassion and equality. In

giúp chúng ta đạt được sự hòa hợp này, chư Phật, Bồ Tát đều trước hết dạy rằng toàn thể vũ trụ là một thực thể đơn nhất.

Cuốn Kinh Dịch của Trung Hoa đã có từ ba ngàn năm trước viết rằng trời và đất, bốn mùa và vạn vật đều được tạo thành bởi những hạt nhỏ vô cùng. Lão Tử cũng nói rằng vũ trụ và chúng ta có cùng nguồn gốc, vạn vật và chúng ta là một thực thể. Như Đức Phật đã dạy, tất cả chúng ta có cùng một chân tính.

Thiền sư Thích Nhất Hạnh có kể một truyện về Đức Phật và Ma Vương, hiện thân của tất cả những điều xấu. Ma Vương là đối thủ mà Đức Phật đã chiến thắng trong đêm Đức Phật thành đạo dưới cội cây Bồ Đề.

Một hôm, khi Đức Phật đang ở trong hang và thị giả của ngài là Ananda đứng ở ngoài cửa thì Ma Vương xuất hiện. Ananda kinh ngạc và kêu Ma Vương hãy biến đi, nhưng Ma Vương tiến tới, bảo ông vào trình với Đức Phật rằng Ma Vương có ý tới thăm. Ananda nói với Ma Vương: "Ngươi tới đây làm gì? Ngươi không nhớ là Đức Phật đã đánh bại ngươi ở dưới gốc bồ đề hay sao? Ngươi không biết hổ thẹn hay sao mà còn đến đây làm gì ? Đức Phật sẽ không gặp ngươi đâu. Ngươi là ma quỷ. Ngươi là kẻ đối nghịch của ngài"

Khi nghe Ananda nói như vậy, Ma Vương cười rồi hỏi: "Ông có muốn nói là thầy của ông đã nói với ông "rằng ông ta có kẻ thù địch hay không?"

Tôn giả Ananda không nói được gì cả, và phải đi trình với Đức Phật là có Ma Vương tới thăm, chỉ mong Đức Phật sẽ bảo: "Ra nói với Ma Vương là ta không có ở đây. Cứ nói là ta đang bận việc". Nhưng Đức Phật không bảo

our society, everybody plays a different role, but everybody's role is equally important and necessary. There is no good or bad, high or low, just the difference between the assignment of tasks.

At the beginning of the Flower Adornment Sutra, there are one hundred seventy-five groups attending the assembly who are of different species from different worlds throughout the universe. It is the quintessential multiculture, the gathering together of beings from different worlds with different beliefs. In order to help us to achieve this same harmony, all Buddhas and Bodhisattvas first explain that the universe is perfect, is one entity.

The Chinese classic from three thousand years ago, I Ching, the Book of Changes explains how Heaven and Earth, the four seasons and all phenomena were originally formed from infinite particles. Lao Zi clarified further that the universe and we share the same root and that all creations and we are one entity. As Buddha Shakyamuni said, we all arose from this same essence.

Let me tell you a story that someone reminded me of recently. We both heard if from the Zen Buddhist Master Thich Nhat Hanh. It is about the Buddha and Mara, who is the embodiment of all that is bad, all that is evil. It was Mara that the Buddha defeated the night he sat down under the Bodhi tree vowing not to rise until he attained enlightenment.

One day the Buddha was in his cave and Ananda, who was his attendant, was standing outside, near the door. Suddenly Ananda saw Mara appropraching. He was very surprised. He did not want that to happen and frankly, he wished Mara would get lost. But, Mara walked right up to Ananda and asked him to announce his visit to the Buddha.

như vậy, mà ngài rất vui khi nghe ông bạn cũ Ma Vương tới thăm mình. Ngài nói: Thật không? Ông ta tới đây thật hả?" Rồi ngài đi ra gặp Ma Vương, cúi chào và nắm tay y một cách thân mật. Ngài nói: "Chào ông! Hồi này ra sao? Mọi việc đều tốt đẹp cả chứ?"

Ma Vương không nói gì cả, vì vậy Đức Phật đưa y vào trong hang, mời y ngồi, rồi bảo tôn giả Ananda đi pha trà. Ananda đi ra ngoài nhưng vẫn để ý nghe ngóng hai người nói chuyện. Đức Phật lại thân mật hỏi: "Hồi này ra sao? Công việc của ông tới đâu rồi?"

Ma Vương đáp: "Mọi việc không được tốt lắm. Tôi cảm thấy chán làm Ma Vương rồi. Chỉ muốn làm một việc gì khác. Ông cũng biết là làm Ma Vương không phải dễ. Khi nói thì phải nói theo kiểu câu đố. Khi làm thì phải làm theo kiểu mánh mung và phải có vẻ gian ác. Sự thật là tôi thấy chán tất cả. Nhưng cái mà tôi ngán nhất chính là bọn đệ tử của tôi. Hồi này chúng nó toàn nói tới bất công, hòa bình, bình đẳng, giải phóng, với lại bất bạo động. Nghe mà phát ngán. Có lẽ tôi nên giao hết tụi nó cho Ngài. Tôi muốn làm việc khác".

Đức Phật lắng nghe và rất thông cảm với Ma Vương. Sau cùng ngài ôn tồn nói: "Như vậy ông tưởng làm Phật là vui lắm hay sao? Ông không biết là các đệ tử của tôi đã làm những chuyện gì. Họ gán cho tôi những lời mà tôi chưa bao giờ nói. Họ xây những cái chùa lòe loẹt rồi đặt những bức tượng của tôi lên bàn thờ để oản và chuối; để họ hưởng, chứ tôi nào có đụng vào mấy thứ đó. Rồi họ đóng gói tôi, biến giáo lý của tôi thành món hàng thương mại. Nếu ông biết làm Phật thật sự là như thế nào thì chắc chắn ông sẽ không muốn làm Phật nữa".

Ananda immediately questioned him. "Why are you here. Don't you remember that a long time ago the Buddha defeated you under the Bodhi tree? Aren't you ashamed to be here? Go away! The Buddha will not see you. You are evil. You are his enemy". When Mara heard Ananda say this, his began to laugh. "Did you say that your teacher told you that he has enemies?" Ananda could not say anything else and had to go to tell the Buddha of Mara's visit, hoping that the Buddha would say, "Go tell him that I'm not here. Tell him that I'm in a meeting."

But instead, the Buddha was very excited to hear that Mara, an old friend, had come to visit. "Is it true? Is he really here?" the Buddha said and he went right up to Mara, bowed to him and took his hands in his in the warmest possible manner. The Buddha said, "Hello! How have you been? Is everything all right"? But Mara did not say anything. So the Buddha brought him into the cave, prepared a seat for him and told Ananda to go and fix some tea, Ananda went to do so but kept listening to the conversation.

The Buddha warmly repeated, "How have you been? How are things going with you?" Mara relied, "Things are not going at all well. I am tired of being a Mara. I want to be something else. You know being a Mara isn't easy. When you talk, you have to talk in riddles. If you do anything, you have to be tricky and look very evil. Frankly, I'm really tired of it all. But, what I especially can't bear is my followers. These days, all they talk about is injustice, peace, equality, liberation and non-violence. I've had enough of it. I think it would be better if I turned them all over to you. I want to be something else."

The Buddha listened carefully and was filed with com-

Một trong những điều mà Đức Phật và Ma Vương nói tới là tính vị kỷ. Do vị kỷ mà chúng ta sẵn sàng làm hại người khác để làm lợi cho mình. Tư tưởng vị kỷ gây ra tranh chấp giữa mọi người, giữa những gia đình, và giữa những quốc gia. Sự vị kỷ là nguyên nhân chính yếu của những tai họa tự nhiên cũng như những tai họa do con người gây ra. Khi quan sát thế giới, có thể chúng ta sẽ thắc mắc là vì đâu có những tai họa mỗi lúc mỗi gia tăng này. Nguyên nhân là tính vị kỷ mỗi lúc mỗi gia tăng của chúng ta. Như Đức Phật đã dạy, tất cả đều là hậu quả của vô minh, mê muội, và tà kiến.

Nếu so sánh một cái cây với vũ trụ, những chiếc lá là những cá nhân, chúng ta sẽ thấy lá cây tuy khác nhau nhưng thật ra là một thành phần của toàn thể cái cây, cũng như mỗi cá nhân là một thành phần của toàn thể vũ trụ. Khi phân biệt mình với người khác, chúng ta đã tạo ra những rào cản và những sự tranh chấp. Toàn thể chúng ta là một thực thể, cũng giống như lá cành, thân, và rễ của cái cây là một thực thể.

Khi chúng ta hiểu như vậy, mọi sự tranh chấp sẽ tan biến, từ bi tự nhiên sẽ xuất hiện, và chúng ta sẽ nghĩ tới người khác như nghĩ tới bản thân. Chúng ta có thể giúp việc giáo dục mọi người không tham muốn hay chấp thủ mà biết vui hưởng hạnh phúc một cách an nhiên, tự tại. Nếu chúng ta không đủ sức để cứu độ toàn thể chúng sinh trong vũ trụ thì chúng ta cũng có thể hướng dẫn mọi người trên thế giới này.

Là đệ tử của Đức Phật, chúng ta có bổn phận truyền bá giáo lý Phật Giáo một cách đúng đắn để hướng dẫn chúng sinh. Có những người căn cơ cao có thể dễ dàng

passion. Finally, he said in a quiet voice, "Do you think its fun being a Buddha. You don't know what my followers have done to me. They put words into my mouth that I never said. They build garish temples and put statues of me on the altars to attract bananas and oranges and rice and then they eat them themselves. And they package me and turn my teachings into a commercial endeavour. Mara, if you really knew what it was like to be a Buddha, I'm sure you would not want to be one."

One of the things the Buddha and Mara were talking about was selfishness. Our selfishness has resulted in our harming others to benefit ourselves. This way of thinking has led to quarrels among people, feuds among families, wars among countries. It is the basic cause of natural and human-made disasters. If we observe this world calmly, we might well wonder what is the cause of these increasing disasters. Our increasing selfishness. As the Buddha told us, all consequences come form our ignorance, our false beliefs and wrong viewpoints.

If we think of a tree as representing the universe and look at its leaves individually, as ourselves, they appear to be separate but in reality they are part of the whole. Our thinking of ourselves as being separate creates barriers and confrontations. If we were to look more carefully, we would see that the leaves originate from the same branch and that all branches grow from the same trunk. Looking deeply into the tree, to its root, we realize that the leaves, branches, trunk, roots are all one entity.

Once we truly understand this, all confrontations will vanish, as our loving-kindness and compassion naturally arise, as we care for others as we care for ourselves. We

chấp nhận giáo lý. Mà cũng có những người căn cơ thấp không hiểu giáo lý, dù chúng ta có ra sức giảng giải nhiều bao nhiêu.

Tuy nhiên, chúng ta cũng không nên phê phán người khác, mà nên xét xem cách trình bày Giáo Pháp của mình có đúng hay không, phương pháp truyền bá của mình có khéo léo hay không. Trong việc hướng dẫn người khác chúng ta cần phải biết chọn những cách nào thích hợp với lối sống và trình độ của họ.

Ở đây, vấn đề quan trọng nhất là không có sự thành tâm. Tâm trí của chúng ta có thể thiếu chân thành. Nếu có sự chân thành thì chúng ta có thể xuyên phá được cả đá cứng, có thể cảm động được người khác và do đó có thể giúp cho họ học giáo lý của Đức Phật. Nhưng chúng ta không thể thay đổi niềm tin tôn giáo của người khác mà cũng không nên tìm cách làm như vậy. Có một người đồng đạo nói với Hòa Thượng Tịnh Không rằng người ta đã hỏi ông về cách làm cho những người Gia Tô giáo trở thành Phật tử, nhưng Hòa Thượng và ông ta đều quyết định việc làm này là sai lầm. Ngược lại, chúng ta cần phải giúp tín đồ Gia Tô giáo trở thành người Gia Tô giáo tốt, tín đồ Hồi giáo trở thành trở thành người Hồi giáo tốt, tín đồ Ấn giáo trở thành người Ấn giáo tốt. Làm sao chúng ta có thể biến một người Gia Tô giáo thành đệ tử Phật? Làm sao chúng ta có thể hủy diệt được niềm tin tôn giáo của người khác? Làm sao chúng ta có thể phản đối những gì mà cha mẹ của họ đã dạy họ? Làm như vậy là sai lầm. Còn nếu chúng ta khuyến khích những người Gia Tô giáo, những người Hồi giáo, những người Ấn giáo đó trở thành những Bồ Tát giúp đỡ chúng sinh thì như vậy là chúng ta làm điều tốt. Chúng ta không thể giúp đỡ người khác bằng cách thay đổi niềm

can help to teach others to have no attachments, to be happy and at ease. Who can we help? Sentient beings in the whole universe. Too many? Then just teach the whole world.

How? As students of the Buddha, we have the duty to propagate Buddhism properly, to guide all sentient beings. There are people with good roots who can easily accept the teachings and there are others who lack good roots and thus are unable to accept the teachings no matter how hard we try to explain them.

However, we need to give up judging others and to reflect upon ourselves and see whether our way of introducing the Dharma is correct, whether we have used convenient and skilful methods of propagation. Whether we are really employing our wisdom in helping these beings by using ways, that suit their manner of living and level of understanding.

The most significant problem is that we do not have true sincerity. Our mind, our heart is not sincere enough. If we have true sincerity, we can penetrate solid rock. If we have true sincerity we will be able to touch people and then we can help them to learn the Buddha's teachings. But, we cannot, must not try to change a person's religious belief. When I was in Australia, I met a fellow practitioner, who recently visited Singapore. He told teacher about being questioned s to how to convert Christians to Buddhists. Teacher and he agreed that this was wrong.

Instead, we need to help Christians to be good Christians, Muslims to be good Muslims, Hindus to be good Hindus. How can we convert a Christian to a Buddhist? How can we destroy a person's religious beliefs? How can

tin tôn giáo của họ. Phật giáo là một nền giáo dục minh triết có khả năng giúp mọi người hiểu chân lý của đời sống và vũ trụ. Mọi người cần phải hiểu chân lý, nhưng không cần phải thay đổi niềm tin tôn giáo để có thể hiểu chân lý.

Chúng ta không thể yêu cầu người khác bỏ niềm tin của họ, phản lại cha mẹ và thần thánh của họ. Phật giáo không thể phá bỏ phong tục và tập quán của thế gian này. Nếu chúng ta biến người khác thành người của Phật giáo, có nghĩa là chúng ta hủy diệt đạo pháp. Xin hiểu rằng Phật giáo không phải là một tôn giáo. Phật giáo là một nền giáo dục, và chúng ta là những học trò của Đức Phật. Chúng ta không phải là những tín đồ tôn giáo.

Kinh Hoa Nghiêm có nói về một nhà lãnh đạo tôn giáo người Bà La Môn. Thật ra vị này là một Bồ Tát thị hiện như một tu sĩ để hóa độ chúng sinh. Nếu một vị Bồ Tát muốn giúp đỡ người Gia Tô giáo, ngài sẽ xuất hiện như một nhà lãnh đạo Gia Tô giáo, ngài có thể xuất hiện như một nhà lãnh tụ của Hồi giáo. Bằng cách như vậy, các vị Bồ Tát có thể hướng dẫn mọi người trở thành những công dân tốt.

Nhưng nếu chúng ta có đầu óc chật hẹp, phân biệt tôn giáo theo kiểu "đạo của tôi tốt hơn đạo của anh", là hoàn toàn sai lầm, bởi vì với lối nghĩ như vậy chúng ta sẽ không thể giải quyết được những vấn đề chung của mọi người, mà chỉ gây thêm bất hòa và tranh chấp. Đức Phật đã dùng bốn nguyên tắc để giúp đỡ người khác, trong đó đáng kể nhất là làm cho người khác được vui, vì nếu người khác không vui với chúng ta thì chúng ta sẽ không có mối liên hệ tốt với họ. Nếu muốn giúp đỡ người khác, chúng ta cần phải có liên hệ tốt để họ dễ chấp nhận những gì chúng ta trình bày.

we negate what their parents taught them? To do so is wrong. However, if we encourage these Christians, these Muslims, these Hindus to be Bodhisattvas, beings who try to help all other beings, then we will be doing good. We do not help others by making them change their beliefs. Buddhism is a teaching of the wisdom that will help others to understand the true reality of life and the universe. While people do need to understand the truth, they do not need to change their religious beliefs to do so.

We cannot ask them to give up their beliefs, to betray their parents, their god. Buddhism cannot break the customs, the laws of this world. If we convert people to Buddhism, we are destroying the law. Please understand that Buddhism is not a religion. It is an education and we are students of the Buddha. We are not religious followers.

In the Flower Adornment Sutra, we learn of a Brahmin who was a religious leader. In actuality, he was a Bodhisattva who manifested as a religious leader. In so doing, he helped many sentient beings. If a Bodhisattva wants to help Christians, he can appear as a Christian religious teacher. If a Bodhisattva wants to help Muslims, he can appear as a Muslim religious leader. In this way, Bodhisattvas can help all beings to be good citizens.

But, if we are narrow minded and we stubbornly say that your religion is not as good as mine, that mine is better, then we are totally wrong. For, with this thinking, we will be unable to solve our problems. We will only cerate disharmony and conflicts. The Buddha taught four basic principles to use in helping others. The first is to make others happy. Because if others are not happy with us, then we have no good affinities with them and if we wish to help

Trong tiệc Từ Thiện mừng năm mới, có hơn ba ngàn vị khách thuộc các tôn giáo và các nền văn hóa khác nhau. Chúng ta cũng dự tiệc với nhau nhưng lại dùng những món ăn khác nhau. Trong khi chúng ta dùng đồ chay thì các vị khách người Mã Lai dùng những món hợp với khẩu vị của họ. Chúng ta mời họ những món ăn mà họ thích và đã quen dùng. Chúng ta không mong họ ăn giống như mình.

Để giúp đỡ người khác, để mang lại sự yên lành và hòa bình cho thế giới, chúng ta cần phải hiểu rõ về người khác, cần phải biết họ là ai, họ thích cái gì và không thích cái gì. Như vậy chúng ta sẽ biết cách tôn trọng tập quán và ý hướng của họ. Chúng ta phải cho thấy là mình quan tâm và có lòng từ bi đối với tất cả mọi người. Chúng ta nên tìm hiểu giáo lý của tất cả những tôn giáo khác. Khi đó chúng ta sẽ có thể nói về Phật giáo cho người khác, nếu họ muốn biết. Chúng ta sẽ phạm sai lầm khi muốn người khác từ bỏ tín ngưỡng của họ. Vì vậy, chúng ta cần phải biết quan tâm tới ý tưởng của người khác, tìm cách giúp họ đạt được mục đích mà họ đã nhắm tới, đáp ứng nhu cầu của họ, giúp họ truyền bá tôn giáo của chính họ. Như vậy họ sẽ vui lòng và mãn nguyện.

Mới đây, khi viếng thăm những viện dưỡng lão và nhà nuôi trẻ của người Hồi giáo và Ấn giáo, chúng ta đã tặng họ thực phẩm và giúp họ về tài chánh. Chúng ta làm như vậy vì chúng ta có khả năng và vì tất cả mọi người là một. Chúng ta phải biết hợp tác với nhau, bởi vì nếu có sự giao tiếp tốt đẹp, chúng ta sẽ thiết lập và phát triển được mối liên hệ lâu bền.

Để thực hiện điều này, chúng ta thực hành hạnh bố thí, một trong sáu Ba la mật tức sáu hạnh hoàn hảo của

others, we need to have good affinities for them to accept what we say.

At the New Year's Eve Charity Dinner, we had well over three thousand guests from different religions and different cultures. We were all together in one place for dinner and yet the dishes that were served were different. While we had vegetarian meals, the Malays had meals that were tailored to their tastes. We provided them with what they wanted and were used to. We did not expect them to eat like we do.

To help others, to bring gentleness and peace to our world, we need to understand who they are and what their likes and dislikes are. Then we will know how to respect their customs and wishes. We must show care and compassion towards all. We should learn of the teachings of other religions. Then we can explain Buddhism to them if and when they wish to learn. It is wrong for us to want them to give up their beliefs. We should care for others. Find out how to help then to attain their goals, to meet their needs, to help them to propagate their religions. Then they will be happy. Then they will be contented.

Recently, when we visited the aged and children's homes of the Muslims and the Hindus, we gave them gifts of food and financial support. We did so because we were able to and because we are all on entity. We must be able to cooperate with each other because with good interaction we will be able to establish and develop lasting relationships.

To do this, we practice giving; one of the Six Paramitas practiced by Bodhisattvas. Giving includes the giving of wealth, the giving of Dharma and the giving of fearless-

bậc Bồ Tát. Bố thí có ba loại là: bố thí tài vật, bố thí giáo pháp, và bố thí sự vô úy. Loại bố thí cao nhất là bố thí giáo pháp với những lời nói tử tế. Khi quan tâm tới người khác và nói chuyện với họ, chúng ta dùng những lời từ bi, nhưng không phải là những lời ngọt ngào mà rỗng tuếch. Chúng ta dùng những lời nói cho thấy mình thành thực quan tâm tới người khác.

Điều kế tiếp là chúng ta làm việc cùng với người khác. Thí dụ, hoạt động kế tiếp mà chúng ta đã dự định là tổ chức một đại hội đa văn hóa và đa chủng tộc. Dựa theo Kinh Hoa Nghiêm, vốn là pháp môn chân chính đa văn hóa, là thế giới đích thực có tính chất chân, thiện, mỹ, và đức hạnh. Tịnh Độ Tây Phương và Thế giới Hoa Tạng sống trong bầu không khí đa văn hóa mỗi ngày.

Trong Phật giáo, khi học được điều gì giá trị, chúng ta phải thực hành điều đó ngay. Vậy, chúng ta phải đưa giáo pháp vào thực hành. Chúng ta phải thành tâm giúp chúng sinh trở thành Phật và Bồ Tát. Có sự đồng nhất trong sự đa tạp, và có sự đa tạp trong sự đồng nhất. Vậy, trong sự đồng nhất, tất cả chúng ta chia sẻ sự minh triết và những giáo lý chung. Sự đồng nhất không gây hại cho sự đa tạp, và sự đa tạp không làm hại sự đồng nhất. Hai điều này cộng lại là vẻ đẹp, hạnh phúc, và sự hòa hợp đích thực.

Là những người bình thường, chúng ta rất hay làm một việc sai lầm là cưỡng bách người khác phải giống như mình. Chúng ta phải bỏ ý muốn kiểm soát và điều khiển người khác, coi người khác là thuộc quyền sở hữu của mình. Chỉ có như vậy chúng ta mới có thể tham dự đại hội của chư Phật, Bồ Tát. Nếu vẫn còn ý định kiểm soát người khác, chúng ta sẽ vẫn còn lăn trôi sinh tử trong sáu cõi

ness. The highest form of giving is that of Dharma. One way to do this is to use kind speech. When we converse with others, we use words of loving-kindness and compassion for we truly care for them. We do not use empty sweet words that just sound good. We use speech that shows we sincerely care for them.

The next is to work together with them. For example, our next planned event is a multi-cultural, multi-faith festival. It is a celebration of all cultures, all religions. It is a celebration of the Flower Adornment as seen in the Flower Adornment Sutra. The Flower Adornment is a true practice of multi-culture. It is the true world of truth, goodness, virtue and beauty. The Western Pure Land and the Flower Store World live a multi-cultural festival every day.

In Buddhism, when we learn something worthwhile, we must put it into practice. Thus, we must put the Dharma into practice. We must truly help sentient beings to become Buddhas and Bodhisattvas. There is unity in diversity and diversity in unity. Thus in unity we all share the common wisdom, common teachings. Unity does not adversely effect diversity and diversity does not adversely effect unity. Rather, they are true beauty, happiness and harmony.

As ordinary people, we so often make the mistake of trying to force others to be the same as us. But, we must give up the thought to control others, give up the thinking to possess others. Only in this way, we will be able to enter the great festival of the Buddhas and Bodhisattvas. If we still have the thought to control others, we will always remain mired in the six realms of reincarnation, unable to enter the state of the Buddhas. Once, we live among the Buddhas we will be able to live harmoniously with all other

luân hồi, không thể nhập vào cõi Phật. Khi sống với chư Phật, chúng ta sẽ biết sống hòa hợp với những thuộc tất cả các nền văn hóa, các chủng tộc và các tôn giáo. Hiện tại chúng ta thấy có những mâu thuẫn và nhiều chiến tranh trên khắp thế giới. Tại sao loài người chúng ta lại thù ghét nhau đánh giết lẫn nhau? Tại vì chúng ta thấy có những nền văn hóa và những tín ngưỡng khác nhau, nhưng làm sao chúng ta có thể nghĩ rằng chiến tranh sẽ giải quyết những vấn đề của loài người?

Đức Phật đã từ bỏ đời sống xa hoa của bậc vua chúa để làm một tu sĩ. Ngài là một hoàng tử nhưng ngài nhận thấy rằng mình không thể đạt an lạc bằng cách hoạt động chính trị. Ngài là một chiến sĩ giỏi, nhưng ngài biết rằng mình không thể đạt được an lạc thật sự bằng chiến tranh. Ngài là một nhà lãnh đạo có tài, nhưng ngài biết rằng mình không thể đạt được an lạc thật sự bằng kinh tế. Ngài là một học giả có khả năng, nhưng ngài biết rằng mình không thể đạt được an lạc thật sự bằng khoa học. Ngài biết rằng chỉ bằng giáo dục và tri kiến chân chính thì mình mới có thể đạt an lạc, và vì vậy ngài trở thành một bậc thầy.

Chỉ bằng giáo dục chúng ta mới có thể thực sự giải quyết được những vấn đề của thế giới. Chỉ bằng cách hợp tác để dựng xây những mục tiêu chung, chúng ta mới có thể đạt được hòa bình và hòa hợp. Chỉ bằng việc giúp đỡ lẫn nhau chúng ta mới có thể cùng nhau sống trong thịnh vượng, và chỉ khi nào đạt được sự đồng ý kiến thì chúng ta mới có thể giải trừ được những tai họa đang tiến tới gần.

Nếu làm được như vậy, chúng ta sẽ thực sự đạt được sự hợp nhất bất nhị giữa mình và người khác. Lúc đó chúng ta sẽ hiểu rằng tất cả mọi người đều liên quan với nhau, và

groups. We now see many conflicts, many wars around the world. Why do we hate? Why do we fight? Why do we kill? Different cultures, different religious beliefs. But, how can we even begin to think that war can solve our problems?

Buddha Shakyamuni renounced his life as a prince in a wealthy country and left home to become a monk. Why? He was heir to the kingship but he knew that he could not attain peace through politics. He was a great warrior, but he knew that he could not attain peace through warfare. He was a great leader but he knew that he could not attain peace through economics. He was a brilliant student, but he knew that he could not attain peace through science. He knew that only through education and understanding, could he attain peace and thus became a teacher.

Only through education will we be able to truly solve our problems. Only by working together towards the same goals will we be able to attain peace and harmony. Only by helping each other will we be able to live and prosper together. And only if we are able to establish common thinking will we be able to eliminate the approaching disasters.

If we can accomplish this, we will truly reach the non-duality between others and us. Then we will understand that we are one being, are all interrelated with one another. This is truly realizing that the universe is one ideal family, that all groups are one perfect complete multiculture. Thus all disputes between others and we will naturally dissolve as we experience great broad mindedness. Those who have this great broad mindedness and understanding are awakened beings like Buddhas and Bodhisattvas.

They have learned to give up trying to control others.

là một. Chúng ta sẽ hiểu rằng vũ trụ là một đại gia đình lý tưởng, và tất cả các nhóm khác nhau chính là một nền văn hóa đa dạng. Khi chúng ta có đầu óc rộng rãi như vậy, mọi sự tranh chấp giữa người khác và chúng ta sẽ không còn. Những người nào có đầu óc quảng đại và hiểu biết này là những bậc giác ngộ giống như các vị Phật và các vị Bồ Tát vậy. Những người như vậy không còn có ý muốn điều khiển người khác nữa. Họ đã loại bỏ tính vị kỷ và ganh tị. Họ không còn tham muốn và bám giữ về mặt tình cảm nữa. Họ không đổ lỗi cho người khác khi gặp vấn đề khó khăn. Họ không nghĩ tới phước báo cho mình, và không còn những ý nghĩ vị kỷ. Họ hiểu rằng tất cả mọi sinh linh và mọi vật trong vũ trụ đều chịu sự chi phối của luật nhân quả. Họ hiểu rằng mọi hành động đều sinh ra nghiệp quả. Họ hiểu rằng chính mình chịu trách nhiệm cho tất cả những gì xảy ra cho mình. Họ hiểu rằng tất cả đều là ảo ảnh, không có gì để nắm giữ, không có gì để được hay mất.

Tất cả những nguyên tắc và những pháp môn mà Đức Phật đã dạy đều hợp lý và thực tế. Giáo lý của ngài là một kho tàng quý báu của loài người, là tinh túy của các nền văn hóa thế tục cũng như các nền văn hóa tôn giáo của chúng ta. Trí huệ Phật là sự hoàn hảo của vũ trụ, có thể khả năng giải quyết một cách hoàn hảo tất cả những vấn đề của chúng ta.

Chúng ta cần phải thực hành lòng tốt và sự hiền từ với người khác và không vị kỷ. Chúng ta cần phải nhập vào trạng thái an lạc và thanh tịnh của bậc giác ngộ. Khi làm như vậy, chúng ta sẽ mang lại sự hiểu biết, sự thức tỉnh, và hòa bình đích thực cho thế giới cũng như cho toàn thể vũ trụ.

(Theo tài liệu của TT Wu Ling, đệ tử của HT Tịnh Không)

Have learned to give up selfishness and jealousy. To give up sentimental attachments. To give up blaming others for their problems. To give up expectations of reward and thoughts of self, people, other beings and time.

They understand that everything, every being, in the universe is subject to the Law of Cause and Effect. They understand that every causal action produces an effect. Understand that we alone are responsible for everything that happens to us. Understand that everything is an illusion, that nothing can be attained, that there is no real gain, there is no real loss.

The principles and methods of the Buddha's teachings are both logical and practical. These teachings are a treasure of humanity. The wisdom, the common thread that is the very essence, the very heart, the very root of our religious and secular cultures. This wisdom is the perfection of the universe, which can perfectly solve all of our problems.

We need to practice great goodness, great gentleness. To care for others not for ourselves. To enter the awakened beings state of quiet joy, tranquillity, serenity. By doing so, we will bring understanding, awakening and true peace to our world, to all the worlds throughout the universe.

Tha thứ là tốt. Quên đi là tốt nhất
Good to forgive. Best to forget
MADAME DOROTHEE DELUZY

Hãu nói cho tôi biết bạn của anh là ai,
tôi sẽ nói cho anh biết anh là ai.
Tell me your company and I will tell who you are

Giải pháp:
SỰ HIỀN HÒA VÀ TÂM AN LẠC
Bài giảng của Venerable Wu Lin, đệ tử của
Hòa Thượng Tịnh Không

Quyển
VI

The Solution:
GENTLE HEARTS AND SERENE MINDS
By Venerable Wu Lin

The Solution:
GENTLE HEARTS AND SERENE MINDS
By Venerable Wu Lin

Respected Dharma Masters, respected practitioners and guests. I would like to again welcome you to the Singapore Buddhist Lodge and to express my continued gratitude at my great fortune, our great fortune, to all be here in this rarest of way places. One floor below us is a wondrous cultivation hall where chanting has continued daily for at least twelve hours a day. After its opening several months ago, we have spent a good part of our weekends Buddha Name Chanting. This cultivation hall is very special. The air feels different, the chanting sounds clearer, the cultivation is stronger.

This lecture hall is also very special for talks have been given here every day since May 18th when Master Chin Kung began his talks on the Flower Adornment Sutra. We come to the lecture hall to listen to the teachings. We come to the cultivation hall to practice those teachings. We need both.

In recent years, our world has become beset with adversities and our lives filled with increasing suffering and unhappiness. As time goes on, these adversities will become more and more severe, more and more frequent. Someone asked how the Great Compassionate Buddhas and Bodhisattvas help all sentient beings to be liberated from pain. They do this by teaching us to overcome greed, anger and ignorance so that our minds will no longer be

Giải pháp:
SỰ HIỀN HÒA VÀ TÂM AN LẠC
(Bài giảng của Venerable Wu Lin, đệ tử của Hòa Thượng Tịnh Không)

Một lần nữa tôi được hân hạnh chào mừng quý vị đã đến với Hội Phật Giáo Singapore, và tôi muốn bày tỏ niềm hân hạnh về sự may mắn lớn của tôi, sự may mắn lớn của chúng ta, được có mặt ở đây, đạo tràng hiếm có nhất trong các Phật đường. Ở tầng phía dưới chúng ta là đại sảnh tu tập nơi các hành giả tụng niệm liên tục trong ít nhất mười hai tiếng đồng hồ mỗi ngày. Sau khi đại sảnh mở cửa mấy tháng trước, mỗi cuối tuần chúng ta đã dùng phần lớn thời giờ để thực hành pháp môn Niệm Danh Phật. Đại sảnh tu tập này rất đặc biệt. Bầu không khí có vẻ khác lạ, tiếng tụng niệm nghe rõ hơn, việc tu tập tinh tấn hơn.

Giảng đường này cũng rất đặc biệt cho những cuộc nói chuyện đã được tổ chức ở đây từ ngày mười tám tháng năm khi Hòa Thượng Tịnh Không bắt đầu những buổi thuyết pháp về Kinh Hoa Nghiêm (Flower Adornment Sutra). Chúng ta đến giảng đường để nghe giáo lý. Chúng ta đến đạo tràng để thực hành những giáo lý đó. Chúng ta cần có cả hai.

Trong mấy năm nay, thế giới phát sinh nhiều sự đối nghịch, đời sống thêm đau khổ mỗi lúc mỗi nhiều hơn. Theo thời gian, những sự đối nghịch này trở nên nghiêm trọng hơn và thường xuyên hơn. Có người hỏi là chư Phật, Bồ Tát, đại từ bi giúp chúng sinh thoát khổ như thế nào. Các ngài làm công việc này bằng cách dạy chúng ta giải

deluded, but awakened. By teaching us the Law of Cause and Effect.

To end our suffering, we first have to know what causes it. As human beings, we undergo the sufferings of birth, old age, sickness and death. We suffer hardships, do not attain what we seek, are parted from our lived ones and find ourselves in the presence of those whom we resent or even hate. We are surrounded by all these with no apparent way of being truly free.

We need to understand that catalystic conditions or circumstances have to exist for a cause to generate an effect. By controlling these catalystic conditions, we can have some influence on our consequences. We need to practice good deeds during our lifetime to generate good karma. Then we will truly appreciate that living a happy and fulfilling life is the karmic result generated from a good cause and a good condition. And this is the way to attain liberation from suffering and to attain happiness.

Today, many of us feel the weight of our negative karma and we witness the unhappiness and suffering around us. They are caused by our selfish and erroneous behaviour. By our choosing to benefit ourselves at the expense of others. How do we remove this negative karma? How do we prevent further occurrences? By practicing what the Buddha taught. By dedicating ourselves to helping and benefiting society, by not protecting ourselves while harming others.

Most of us have the sub-conscious desire to control other people, animals, even inanimate objects. But by letting go of this attachment, we can be liberated. Awakened beings live their lives with great ease. They fulfil their

trừ tham, sân, si để tâm trí không mê muội nữa, mà trở nên giác ngộ. Các ngài cũng dạy chúng ta về luật nhân quả *(Law of Cause & Effect)*.

Để thoát khổ, trước hết chúng ta phải biết về nguyên nhân của sự khổ. Là con người, chúng ta phải chịu khổ về sinh, già, bệnh, và chết. Chúng ta phải chịu khó nhọc; không đạt được những gì mình mong muốn; phải chia ly với những người thương yêu, và phải sống chung đụng với những người mình ghét. Chúng ta bị vây bủa bởi tất cả những sự đau khổ này mà không biết cách nào để thoát ra.

Chúng ta cần phải hiểu rằng phải có cơ duyên hay hoàn cảnh để cho nguyên nhân sinh ra hệ quả. Nếu biết kiểm soát hoàn cảnh, chúng ta có thể phần nào ảnh hưởng tới nghiệp quả của mình. Trong đời sống chúng ta cần phải tạo nghiệp tốt để được hưởng quả tốt. Lúc đó chúng ta sẽ hiểu rõ rằng đời sống hạnh phúc chính là nghiệp quả tốt phát sinh từ nhân duyên tốt, và đó là cách thoát khỏi đau khổ để được sống trong an lạc.

Ngày nay, khi chứng kiến những đau khổ ở xung quanh mình, nhiều người trong chúng ta có thể cảm thấy sức nặng của nghiệp xấu. Những nghiệp xấu này đã phát sinh từ tâm ích kỷ và hành vi sai lầm của mình. Chúng ta đã chỉ biết làm hại người khác để làm lợi cho mình. Vậy chúng ta phải làm sao để giải trừ nghiệp xấu và tránh tạo thêm nghiệp xấu? Chúng ta phải thực hành những lời dạy của Đức Phật, không lợi dụng người khác để làm lợi cho mình, mà ra sức giúp đỡ người khác và làm lợi ích cho xã hội.

Đa số chúng ta, trong tiềm thức đều có ý muốn kiểm soát người khác, cả những con vật và những đồ vật nữa.

responsibility of advising and educating sentient beings by explaining to them the true reality of life and the universe, the Law of Cause and Effect. By explaining that every cause, every thought, word and action has a result.

Whatever people decide to do, it is their choice, their consequence. We simply accord with the condition as we educate them and then leave the rest up to them. By doing this, our mind will remain serene, as it generates the concentration and thus the wisdom to effectively interact with people, matters and objects. The benefits that can be derived from such practice are infinite and boundless. Not only can our present suffering be resolved, but our negative karma accumulated over infinite life times can be eliminated as well.

Why then are we unable to realize the true benefit? Because we are obstructed by our own negative karma, unable to see what is right before our very eyes? We are constantly reminded by the images of Buddhas and Bodhisattvas. Constantly prompted by our reciting the sutra. Impelled by our daily chanting of the Buddha's name and listening to dharma talks. Yet, we still are unable to truly comprehend the teachings, still unable to apply the principles in our daily living.

We cannot blame the Buddhas and Bodhisattvas for not helping. The fact is they are trying to. We are not paying attention. We have a wondrous and rare chance to encounter Buddhism, which is about to slip by us. To be born as human beings who are able to hear the teachings is an unbelievably rare opportunity, not encountered for millions of years. To encounter the teachings is as rare as a bubble rising to the surface of a vast sea and breaking the

Nếu biết buông bỏ sự chấp thủ này, chúng ta sẽ có thể đạt giải thoát. Những người giác ngộ thì có đời sống an nhiên tự tại. Họ làm tròn nhiệm vụ hướng dẫn và giáo dục chúng sinh bằng cách giải thích cho mọi người biết về chân lý của đời sống và vũ trụ, về luật nhân quả, để mọi người biết rằng mỗi hành vi thân, khẩu, ý đều có hậu quả của nó.

Mọi người đều tự quyết định làm điều tốt hay điều xấu, và do đó họ sẽ nhận lãnh quả tốt hay quả xấu. Chúng ta chỉ giáo dục họ theo nhân duyên, còn thì để cho họ tự quyết định sẽ tạo nghiệp tốt hay xấu. Như vậy tâm của chúng ta sẽ trụ trong an tĩnh, phát sinh thiền định và trí huệ, có thể giao tiếp một cách có hiệu quả với người và sự vật. Cách thực hành như vậy sẽ mang lại lợi ích vô lượng, vì chúng ta sẽ không những giải trừ được đau khổ hiện tại của mình mà lại còn giải trừ được những nghiệp xấu đã tích lũy từ vô số kiếp trước.

Vậy tại sao chúng ta không nhận ra sự lợi ích đích thực này? Vì chúng ta bị nghiệp xấu của mình ngăn che, không thể trông thấy điều hay lẽ phải ở trước mắt mình. Chúng ta liên tục được nhắc nhở với những tranh và tượng chư Phật, Bồ Tát, với những câu kinh mà mình tụng niệm, và với những bài thuyết pháp mà mình nghe, nhưng chúng ta vẫn không hiểu đúng giáo lý, vẫn không thể ứng dụng giáo lý trong đời sống hằng ngày.

Chúng ta không thể đổ lỗi cho chư Phật, Bồ Tát, là đã không giúp đỡ mình. Sự thật là các ngài luôn luôn giúp đỡ chúng ta, nhưng chúng ta không để ý tới. Chúng ta đã có một cơ hội quý báu và hiếm có là hội ngộ được với Phật giáo, nhưng bây giờ cơ hội đó đang tuột khỏi tầm tay chúng ta. Được sinh ra làm người có khả năng nghe Giáo

surface of that sea within the one wreath of flowers that is floating upon it.

Allowing this to happen will be a tragic mistake that is entirely of our own making. To prevent this from happening, we need to reflect and feel remorse for our mistakes. This is a learning process that will enable us to overcome our afflictions and worldly habits and thus to remove our negative karma.

What is this negative karma? A part of it is these afflictions and worldly habits. How do we overcome these? By feeling deep regret for our mistakes and vowing to not commit them again. Daily practice will help to decrease our negative karma. It is to practice in the midst of society, not to be separated from it. We can choose any one of the eighty-four thousand methods that the Buddha taught. From all these infinite ways, he tells us that in this Dharma Ending Age, the Buddha Name Chanting Method is the most convenient, simple and effective. It can generate the positive effect and thus the strength needed to eradicate our afflictions and negative karma.

Some people have questioned why they do not yet feel the results of their daily chanting. It is not because the chanting method is ineffective. Some practitioners have achieved remarkable results and successfully eliminated their negative karma. If we are not feeling the results it is because our daily practice does not accord with the Buddha's guidance, in other words, we are not doing what we are advised to do. Instead we are doing what we are advised not to do. For example, are we refraining from killing any living creature, refraining from stealing? Are we refraining from committing the misdeeds of stealing, lying,

Pháp là một cơ hội rất hiếm có, cơ hội đó chỉ ra một lần trong hằng triệu năm. Được gặp Giáo Pháp là một điều hiếm có giống như một cái bọt nước từ dưới đáy nổi lên mặt biển đúng vào giữa một cái vòng hoa đang trôi nổi.

Chúng ta đã phạm sai lầm lớn nếu để lỡ cơ hội quý báu này. Chúng ta cần phải suy ngẫm và sám hối những lỗi lầm của mình để có thể giải trừ phiền não và những thói quen phàm tục, và do đó giải trừ được nghiệp xấu.

Nghiệp xấu này là cái gì? Một phần của nghiệp xấu là những phiền não và những thói quen phàm tục, hay những tập khí xấu. Chúng ta có thể giải trừ những nghiệp xấu này bằng cách sám hối những lỗi lầm của mình và phát nguyện không tái phạm. Việc tu tập hằng ngày sẽ giúp chúng ta giảm bớt nghiệp xấu. Chúng ta cần phải tu tập ở giữa xã hội chứ không xa lánh xã hội. Chúng ta có thể chọn một pháp tu nào đó trong số tám mươi bốn ngàn pháp môn mà Đức Phật đã dạy. Đức Phật nói rằng trong vô số pháp môn này ở vào thời mạt pháp, Niệm Phật là pháp môn tiện lợi, đơn giản, và hiệu quả nhất. Niệm Phật có thể thấy kết quả tốt, và do đó có sức mạnh cần thiết để giải trừ mọi phiền não và ác nghiệp của chúng ta.

Có người hỏi rằng tại sao họ chưa thấy việc tụng niệm hằng ngày của họ có kết quả gì cả. Đã có nhiều người đạt kết quả đáng kể và đã thành công trong việc giải trừ nghiệp xấu của họ. Nếu chúng ta không thấy có kết quả, đơn giản vì việc thực hành hằng ngày của chúng ta không đúng với lời hướng dẫn của Đức Phật. Nói cách khác, chúng ta đã không làm những gì mình được khuyên phải làm, mà lại làm những gì mình được khuyên phải tránh. Thí dụ, chúng ta có tránh trộm cướp, nói dối, tà dâm, nói hành, nói xấu, dụ dỗ, tham, sân, và si hay không?

sexual misconduct, abusive language, bearing tales, seductive words, greed, anger and ignorance?

We would do well to follow the Buddha's guidance. This will help to decrease our negative karma. Our chanting, our daily practice and our goals need to accord with the principles in the teachings. Our recitation of the sutra reminds us of the teachings and of our need to accord with them to correct our erroneous ways. Failure to do so will increase our negative karma.

Our goal is the mind of sincerity, purity, equality, compassion and awakening. Only with this mind will we be able to solve all problems. They cannot be solved by physical force, by war. They are solved with gentleness and lovingkindness toward all other beings, animate and inanimate. It is in our best interest to be rid of the desire to control, for it will only result in our committing further transgressions, thus increasing our negative karma. No one can truly control another. History provides us with many examples of countries that tried to use force to control another country; Hitler's invasion of Europe, the Japanese invasion of China, the Russians in Afghanistan and the United States in Vietnam. All failed.

On the other hand, the work of Master Chin Kung in propagating Buddhism throughout the world, especially in China where he freely distributes tapes and books to teach people to practice good deeds has resulted in over twenty million people listening to the Buddha's teachings. He did not have to spend much to gain this kind of result. Instead of those countries spending huge sums of money on warfare, they could have spent the money on caring for and supporting people who are suffering hardships. In this way,

Chúng ta nên làm theo lời dạy của Đức Phật để giảm bớt nghiệp xấu. Việc tụng niệm, tu tập hằng ngày, và mục tiêu của chúng ta phải phù hợp với giáo lý. Việc tụng kinh nhắc nhở chúng ta về những giáo lý, và nhắc nhở chúng ta phải làm theo giáo lý để tu sửa bản thân. Nếu không tu theo giáo lý thì chúng ta sẽ gia tăng nghiệp xấu của mình.

Mục tiêu của chúng ta là tâm chân thực, thanh tịnh, bình đẳng, từ bi, và giác ngộ. Chỉ với tâm trí như vậy thì chúng ta mới có thể giải quyết được mọi vấn đề, vốn không thể được giải quyết bằng võ lực, bằng chiến tranh. Những vấn đề này chỉ có thể được giải quyết bằng sự hiền lành và lòng từ bi đối với toàn thể chúng sinh, các loài sinh linh cũng như những vật bất động. Chúng ta cần phải buông bỏ ý muốn điều khiển người khác, vì như vậy chỉ làm cho chúng ta tạo thêm nghiệp xấu. Không ai có thể thực sự kiểm soát được người khác. Lịch sử đã cho chúng ta nhiều thí dụ về những quốc gia dùng võ lực để kiểm soát một quốc gia khác: Hitler xâm chiếm Âu Châu, Nhật Bản xâm lăng Trung Hoa, người Nga ở Afganistan, và người Mỹ ở Việt Nam; tất cả đều đã mang lại khổ đau khốn cùng.

Ngược lại, việc truyền bá Phật giáo ở khắp thế giới của Hòa Thượng Tịnh Không, đặc biệt là ở Trung Quốc, nơi ngài phân phối miễn phí băng ghi âm và sách để khuyên mọi người làm điều tốt, đã có kết quả là hơn hai mươi triệu người được nghe giáo lý của Đức Phật. Hòa Thượng đã không phải tốn kém nhiều để đạt được loại kết quả này. Trong khi đó có những quốc gia chi tiêu những món tiền lớn cho chiến tranh. Đáng ra họ có thể dùng tiền đó để giúp đỡ những người nghèo đói. Như vậy họ sẽ có hòa bình và dễ thu phục được mọi người. Họ cũng có thể

they would have peacefully and easily won them over. Or they could have used the money to educate their own citizens, to help them become self-sufficient; to pay more attention to internal needs instead of constantly interfering with external affairs.

Our every thought needs to be of benefiting all sentient beings. Not only in our behaviour should we never hurt any sentient beings, but also we should never give rise to a single hostile thought or say anything that can cause distress to others. If we can truly follow this teaching then in our daily lives no matter what we do, there will be great goodness, great gentleness. This is the way to truly influence people, with loving-kindness and compassion. Using physical force to try to solve problems will not only create enemies but will also generate the cause to be born into the hell realms. By practicing in accordance with the teachings, we will achieve results for in this way we will transform our minds, everything can be transformed by our minds. When we accord with the teachings, our thoughts will change; our actions will be proper and correct.

We would do well to let go of selfishness, to only have thoughts that benefit others. Instead, we are wrapped up in our own concerns, thinking only of protecting the interests of ourselves, our group or our country. This way of thinking has let to quarrels between people, feuds between families, wars between countries. It has let to massive damage on both sides; the tragic loss of lives, the excessive monetary cost, the disastrous destruction of land, the final destruction of friendships and peace and the grave consequences incurred due to the Law of Cause and Effect.

Our complete lack of concern for the plants, living and

dùng tiền để giáo dục người dân của họ biết tự túc. Họ nên quan tâm tới những nhu cầu trong nước của họ hơn là can thiệp vào nội bộ của nước khác.

Mỗi ý nghĩ của chúng ta cần phải có lợi ích cho chúng sinh. Không những trong hành vi chúng ta không bao giờ làm hại một sinh linh nào mà cả trong ý nghĩ và lời nói chúng ta cũng không bao giờ gây đau khổ cho người khác. Nếu làm được như vậy thì trong đời sống hằng ngày bất cứ công việc gì của chúng ta cũng có tính chất lợi ích và hiền từ. Đây là cách tốt nhất để gây ảnh hưởng tới người khác với lòng từ bi. Việc dùng võ lực để giải quyết vấn đề không chỉ tạo thêm thù hận mà lại còn mang lại quả xấu phải đọa vào địa ngục. Việc hành xử phù hợp với Giáo Pháp làm cho tâm trí của chúng ta được chuyển hóa, và do đó chúng ta sẽ đạt thành tựu. Sự vật là hình phản chiếu của tâm trí, vì vậy tâm trí của chúng ta có thể chuyển hóa được hoàn cảnh. Khi sống theo Giáo Pháp, ý nghĩ của chúng ta sẽ thay đổi và hành vi của chúng ta sẽ đúng đắn.

Chúng ta nên buông bỏ tính vị kỷ, và nghĩ đến việc làm lợi ích cho người khác. Hiện tại, chúng ta chỉ quan tâm tới bản thân, chỉ nghĩ tới việc bảo vệ quyền lợi của chính mình, của đoàn thể mình, hay của nước mình. Lối nghĩ như vậy đã đưa tới sự tranh chấp giữa mọi người, sự kình chống giữa những đoàn thể, và chiến tranh giữa các quốc gia. Hậu quả là mọi bên đều bị thiệt hại về nhân mạng, tiền bạc, tài sản, và đất đai, tình thân hữu và hòa bình bị phá vỡ, và tất nhiên sẽ phải chịu nghiệp quả xấu.

Chúng ta hoàn toàn thiếu quan tâm tới vạn vật trong môi trường tự nhiên, vì vậy môi trường sống của chúng ta đang bị hủy diệt, chính chúng ta sẽ phải chịu hậu quả xấu của sự vô tâm và thiếu từ bi này. Tất cả vạn vật là một

non-living creatures of our natural environment has resulted in the destruction of our environment. Ultimately, it is we ourselves who suffer from this negligence and lack of compassion. We are all one entity, one being, all interrelated closely with one another. Everything, including us arises from the coming together of causes, so to harm others is to harm ourselves.

Once we thoroughly comprehend this, we will have no more problems. Being overly concerned with our own interest and those of our group and country, is the root cause of all misfortunes and adversities. Taking care of this problem solves everything else. When we practice accordingly, with proper and caring behaviour, we will see an increase in our good karma and a decrease in our bad. In turn, our suffering will be reduced or eliminated. In other words, we will experience a favourable change in our circumstances.

When we give rise to one single bad thought of inequality, we turn a favourable situation into an unfavourable one. However, with one single good thought of equality, the Buddha realm will appear in that moment. When we give rise to one single thought of the Bodhisattva way, the Bodhisattvas realm will appear in that moment. Likewise, with one thought of greed, anger or ignorance, our daily lives will become unsettled and unmanageable. However, with one thought of purity, our lives will become harmonious and peaceful. Thus, the world in which we live will become the Western Pure Land.

Our life is short. However, we are unbelievably fortunate to have been born as humans, able to listen to the Buddha's teaching, able to understand a little of its profound and incomparable truth. The Law of Cause and

thực thể, và có sự tương liên chặt chẽ với nhau. Muôn loài vạn vật, kể cả chúng ta, đều sinh ra từ nhân duyên, vì vậy, làm hại người khác hay vật khác là làm hại chính mình, chỉ khi nào hiểu rõ điều này thì chúng ta mới có thể giải quyết được những vấn đề của thế giới. Nguyên nhân của mọi tranh chấp và tai họa là tính vị kỷ chỉ nghĩ tới quyền lợi của bản thân, của nhóm hay của nước mình. Nếu giải quyết được vấn đề này, chúng ta cũng sẽ giải quyết được tất cả những vấn đề khác. Khi thực hành, tu tập theo Giáo Pháp với hành vi đúng đắn, chúng ta sẽ thấy nghiệp quả xấu của mình, giảm bớt, và nghiệp tốt gia tăng. Kết quả là sự đau khổ của chúng ta sẽ giảm thiểu, hay có thể được giải trừ hoàn toàn. Nói cách khác, hoàn cảnh của chúng ta sẽ được thay đổi một cách thuận lợi.

Khi để cho một ý nghĩ xấu không bình đẳng xuất hiện thì như vậy là chúng ta làm cho một tình trạng thuận lợi trở thành tình trạng bất lợi, còn khi một ý nghĩ bình đẳng xuất hiện thì khi đó cõi Phật hiển lộ tức khắc. Khi chúng ta có một ý nghĩ về Bồ Tát đạo thì cõi Bồ Tát sẽ xuất hiện ngay lúc đó. Như vậy, với một ý nghĩ tham, sân, hay si, đời sống hằng ngày của chúng ta sẽ trở nên bất ổn và rối loạn. Ngược lại, với một ý nghĩ thanh tịnh, đời sống của chúng ta sẽ trở thành Cõi Tịnh Tây Phương.

Đời người ngắn ngủi, nhưng chúng ta đã rất may mắn được sinh ra làm người, lại có khả năng nghe giáo lý của Đức Phật, có khả năng hiểu một chút về chân lý thâm diệu trong giáo lý đó. Luật nhân quả là thường tồn và không bao giờ thay đổi. Chúng ta gieo giống nào thì gặt giống đó, tạo nghiệp tốt thì được hưởng quả tốt, tạo nghiệp xấu thì sẽ lãnh quả xấu, đem niềm vui đến cho người, mình sẽ được hạnh phúc, tạo sự khổ đau cho người, mình

Effect is unchangeable, is permanent. We reap what we sow. By sowing good causes, we reap good consequences; sowing bad causes, we reap bad consequences. Even Buddhas and Bodhisattvas cannot alter this reality.

However, with the causes that we have already planted, we can learn how to alter our catalyst condition before it comes into effect. Furthermore we need to refrain from committing any more bad deeds and to commit more god deeds, to distance ourselves from adverse conditions. In some cases this can reduce or eliminate the bad effect. In this way we can control our own consequences, transform our environment and change the direction in which we are currently headed.

We are learning of more and more prophecies that speak of upcoming disasters, even of the end of the world. These prophecies also tell us that these could neither be reduced or delayed or even prevented if we replaced our incorrect ways with those that are good, with those that benefit others and not ourselves. But if we do not turn back now, then it will be very hard to avoid them.

It is crucial that people understand that using physical force cannot solve problems, for even if we totally destroy a country, even if we detonate enough bombs to wipe out the face of the earth, it still will not solve our problems. We cannot waste this opportunity but need to cultivate in a sincere and diligent manner, to apply the principles with unselfish thought and behaviour. To be good, to be warm, to be sincere, to put all our efforts into helping others. In this way, all that is good will come our way.

Buddha Shakyamuni told us that there are three cataclysmic disasters and three lesser disasters in this world.

Càng ngày càng có nhiều võ khí hạt nhân hơn, và càng khó kiểm soát hơn. Không ai biết là việc kiểm soát nửa vời này còn được duy trì bao lâu nữa. Phải thành thật mà nói rằng chỉ có một cách độc nhất để đạt được sự kiểm soát thực sự võ khí hạt nhân, đó là khuyến khích và giúp mọi người hiểu rằng cần phải ngăn ngừa những tai họa do con người tạo ra. Khi nhìn vào tình trạng của thế giới một cách khách quan, chúng ta sẽ thấy là rất khó tránh được tai họa tiềm ẩn này.

Nếu xảy ra chiến tranh lúc này thì một nửa số người trên thế giới sẽ bị chết. Làm thế nào để thoát khỏi một cuộc chiến tranh như vậy? Một ngày trước khi vãng sinh Tịnh Độ, ngài Lý Bỉnh Nam, thầy của Hòa Thượng Tịnh Không, đã nói với các đệ tử rằng thế giới sắp phải chịu một tai họa lớn, mà ngay cả chư Phật, Bồ Tát và các vị Thần, Thánh cũng không thể cứu được. Ông dạy các đệ tử rằng chỉ có một cách để giúp mình thoát khỏi tai họa này, đó là tìm sự sinh vào Tịnh Độ Tây Phương. Để được như vậy, chúng ta cần phải chấm dứt việc tạo những ác nghiệp qua thân, khẩu và ý.

Chúng ta cần phải tích lũy nghiệp tốt bằng cách trừ bỏ mọi ý nghĩ vị kỷ, luôn luôn nghĩ tới việc làm lợi ích cho người khác, không nghĩ tới quyền lợi của mình mà chỉ giúp đỡ người khác. Như vậy chúng ta sẽ không tạo nghiệp xấu nữa và sẽ chỉ tích lũy nghiệp tốt, còn nếu chỉ nghĩ đến bản thân thì chúng ta sẽ khó tránh khỏi tai họa đang tiến tới gần này.

Tại sao chúng ta vẫn sân hận, và vẫn có khuynh hướng bạo động? Tại sao chúng ta tranh chấp mà không biết khoan dung với nhau? Tại sao chúng ta lại có vẻ nhất quyết đi về phía vực thẳm như vậy? Tại vì tâm ích kỷ và

The cataclysmic ones are comprised of fire, water and wind. The Flower Adornment Sutra tells us that disasters of fire can burn up to the First Meditation Heaven Realm, one of the twenty-eight levels of the heavens. This is the highest realm that a fire can reach. Fire is caused when ordinary people feel jealousy, feel hatred.

Since this First Meditation Heaven is still subject to fire disasters, we know that even these heavenly beings have not yet completely suppressed their anger. They have cultivated the Four Immeasurable Hearts of loving kindness, compassion, joy and letting go, but the cultivation of these four hearts still cannot effectively suppress their angers. Thus, they are still subject to fire disasters.

Beings in the Second Meditation Heaven Realm have thoroughly conquered their anger since they do not give rise to any thought of hatred. So, this heaven realm will not suffer from fire. However, it is still subject to flood disasters, which can submerge this heaven realm. Where does the flood come from? From our greed.

Having attained deeper concentration than those in the First and Second Heavens, the beings in the Third Meditation Heaven, will not suffer fires or floods. But they are still subject to wind disasters, which are caused by ignorance.

The Fourth Meditation Heaven Realm has no fire, flood or wind. Therefore, we call this heaven realm the good fortune heaven. The beings here possess the foremost fortune among the six realms.

If we want to avoid or to be rid of all disasters, we must sever our greed, anger, ignorance and arrogance. We should neither feel greed for worldly teaching nor for the

Thiền Thiên thứ nhất, một trong hai mươi tám cõi trời, và là cõi cao nhất mà lửa có thể tới được. Lửa sẽ phát sinh từ bên trong ta khi ta ganh tị và sân hận với nhau. Và tất nhiên cõi Thiền Thiên thứ nhất cũng phải chịu tai họa lửa, nơi chúng ta có thể thấy rằng những sinh linh ở cõi trời này vẫn chưa giải trừ được tính nóng giận. Họ đã tu tập bốn tâm vô lượng từ, bi, hỷ, xả nhưng chưa tận diệt được sân hận, vì vậy họ vẫn có thể bị nạn lửa tiêu diệt.

Các sinh linh trong cõi Thiền Thiên thứ nhì đã hoàn toàn giải trừ được tính sân hận của họ vì họ không có một ý nghĩ sân hận nào cả. Vì vậy cõi trời này sẽ không phải chịu nạn lửa, nhưng họ vẫn phải chịu nạn nước, là tai họa có thể làm chìm đắm cõi trời này. Do đâu mà có tai họa nước lụt? đó là do tính tham dục của chúng ta.

Chúng sinh ở cõi Thiền Thiên thứ ba đạt trạng thái thiền định sâu hơn chúng sinh ở hai cõi trời thứ nhất và thứ nhì, vì vậy họ không phải chịu nạn lửa hay nạn nước, nhưng họ vẫn có thể phải chịu nạn gió, là tai họa từ gốc rễ của là si mê.

Cõi Thiền Thiên thứ tư không có những tai họa lửa, nước hay gió, vì vậy cõi này được gọi là cõi trời phúc lạc. Chúng sinh ở cõi này có phúc lạc lớn nhất trong sáu cõi.

Nếu muốn tránh hay được miễn những tai họa này, chúng ta phải trừ bỏ tính tham dục, sân hận, si mê, cũng như tính kiêu ngạo của mình. Chúng ta cũng không nên có cảm giác tham muốn giáo lý thế gian hay giáo lý của Đức Phật, vì một chút cảm giác tham muốn cũng là chướng ngại trong việc đoạn lìa tâm tham dục, và giải trừ mọi tai họa, trong khi thế giới đang phải chịu những tai họa mỗi lúc mỗi nhiều hơn và nghiêm trọng hơn. Đây là điều rất

Buddha's teachings. For to feel the slightest trace will block us from severing the mind of greed. Will block us from eradicating the disasters, which are increasing in both frequency and severity. This is very important. These have been predicted by many ancient prophecies from respected religious leaders in many different countries.

Three thousand years ago Buddha Shakyamuni told us of the partial destruction of the world, which would be from war, epidemic and famine. He told of a war that would last for seven days and seven nights. Then there would be an epidemic that would last for seven months and seven days. Finally, a famine that would last for seven years, seven months and seven days. In the past, it was difficult to imagine how a war could last just seven days but have such devastating results. It was beyond imagination.

But when Master Chin Kung was in Hiroshima and Nagasaki on a trip to Japan, he realized that what the Buddha was describing was nuclear warfare. In Nagasaki, after the atomic explosion, many

People survived the explosion itself, but were infected with atomic fallout and consequently many of them died during the first six months. This can be described as an epidemic.

The radiation sickness that results from atomic fallout is insidious. It starts by destroying one white cell and gradually progresses until there is massive cell destruction then uncontrolled bleeding and finally, death. Anyone, who was still alive at least seven months after the detonation would be considered as having survived the immediate effects of the bomb.

For years after the explosion, there were no trees, no

quan trọng, nhiều tai họa này đã được tiên tri từ ngày xưa của các vị giáo chủ nhiều xứ khác nhau.

Ba ngàn năm trước, Đức Phật Thích Ca đã nói rằng thế gian sẽ bị hủy diệt một phần từ chiến tranh, bệnh tật, và nạn đói. Ngài nói rằng sẽ có một trận chiến tranh kéo dài bảy ngày và bảy đêm. Sau cùng là nạn đói kéo dài bảy năm, bảy tháng, và bảy ngày, trước đây, người ta khó có thể tưởng tượng một trận chiến tranh chỉ kéo dài bảy ngày mà lại gây ra hậu quả tàn khốc lớn như vậy, nhưng khi Hòa Thượng Tịnh Không viếng thăm hai thành phố Hiroshima và Nagasaki ở Nhật Bản thì ngài hiểu ra rằng Đức Phật đã nói tới chiến tranh hạt nhân. Ở Nagasaki nhiều người sống sót sau vụ nổ nhưng lại bị nhiễm phóng xạ và nhiều người trong số họ đã chết trong sáu tháng đầu tiên. Sự kiện này có thể được coi là một bệnh dịch.

Bệnh do phóng xạ gây ra sẽ diễn biến một cách âm thầm. Bạch cầu trong máu bị hủy diệt dần dần rồi sau đó nạn nhân bị xuất huyết không thể cứu chữa được, và sau cùng là tử vong. Những người nào vẫn còn sống ít nhất là bảy tháng sau vụ nổ sẽ được coi là đã thoát được hiệu ứng tức khắc của bom nguyên tử.

Mấy năm sau vụ nổ cây cỏ không mọc nổi. Tất cả đều khô cằn. Cây cỏ chỉ bắt đầu mọc trở lại khoảng tám năm sau khi hai quả bom rơi xuống. Như Đức Phật đã nói: đất không mọc gì cả trong bảy năm, bảy tháng, bảy ngày. Trong khoảng thời gian này, tất cả sẽ phải chịu nạn đói.

Như vậy, chúng ta thấy rằng sự hủy diệt được một phần thế giới mà Đức Phật đã nói chính là hậu quả của chiến tranh hạt nhân. Điều này có thể xảy ra thực sự hay không? Nhiều người tin là rất có thể sẽ xảy ra như vậy.

plants, no grass. All was barren. The trees and grass started to grow approximately eights years after the detonation of the bombs. It was as the Buddha had told us; the ground would grow nothing for seven years, seven months, seven days. In this period, all will suffer from famine.

From this, we realize that the partial destruction of the world that was told to us by the Buddha is indeed that of nuclear warfare. Could it really happen? Many believe it is very likely. Access to nuclear weapons is becoming more widespread, more difficult to control. No one knows how long this tentative control can be maintained. Very honestly, the only way to attain real control is to encourage and help all to understand the need to prevent human made tragedies. If we observe the world situation objectively, then we will see that it is very difficult to avoid this probably disaster.

If the war were to happen now, half of the world's population could be killed. How can we escape such a war? The day before he passed on to the Western Pure Land, Master Chin Kung's teacher, Mr Bing-Nan Lee told his students, that this world was going to experience a significant disaster. Even Buddhas and Bodhisattvas and Heavenly beings would not be able to help. He urged his students that the only way to free themselves would be to seek birth into the Pure Land. To assure this, we need to stop all bad thoughts, speech and behaviour.

We need to accumulate only good deeds. How? By ceasing all selfish ideas, by constantly thinking of how to benefit all others, by letting go of our own interest for the sake of others. This will stop our bad deeds and help us to accumulate only good ones. But, if our every thought is

Càng ngày càng có nhiều võ khí hạt nhân hơn, và càng khó kiểm soát hơn. Không ai biết là việc kiểm soát nửa vời này còn được duy trì bao lâu nữa. Phải thành thật mà nói rằng chỉ có một cách độc nhất để đạt được sự kiểm soát thực sự võ khí hạt nhân, đó là khuyến khích và giúp mọi người hiểu rằng cần phải ngăn ngừa những tai họa do con người tạo ra. Khi nhìn vào tình trạng của thế giới một cách khách quan, chúng ta sẽ thấy là rất khó tránh được tai họa tiềm ẩn này.

Nếu xảy ra chiến tranh lúc này thì một nửa số người trên thế giới sẽ bị chết. Làm thế nào để thoát khỏi một cuộc chiến tranh như vậy? Một ngày trước khi vãng sinh Tịnh Độ, ngài Lý Bỉnh Nam, thầy của Hòa Thượng Tịnh Không, đã nói với các đệ tử rằng thế giới sắp phải chịu một tai họa lớn, mà ngay cả chư Phật, Bồ Tát và các vị Thần, Thánh cũng không thể cứu được. Ông dạy các đệ tử rằng chỉ có một cách để giúp mình thoát khỏi tai họa này, đó là tìm sự sinh vào Tịnh Độ Tây Phương. Để được như vậy, chúng ta cần phải chấm dứt việc tạo những ác nghiệp qua thân, khẩu và ý.

Chúng ta cần phải tích lũy nghiệp tốt bằng cách trừ bỏ mọi ý nghĩ vị kỷ, luôn luôn nghĩ tới việc làm lợi ích cho người khác, không nghĩ tới quyền lợi của mình mà chỉ giúp đỡ người khác. Như vậy chúng ta sẽ không tạo nghiệp xấu nữa và sẽ chỉ tích lũy nghiệp tốt, còn nếu chỉ nghĩ đến bản thân thì chúng ta sẽ khó tránh khỏi tai họa đang tiến tới gần này.

Tại sao chúng ta vẫn sân hận, và vẫn có khuynh hướng bạo động? Tại sao chúng ta tranh chấp mà không biết khoan dung với nhau? Tại sao chúng ta lại có vẻ nhất quyết đi về phía vực thẳm như vậy? Tại vì tâm ích kỷ và

only of ourselves, it will be very difficult for us to avoid this approaching disaster.

Why do we persist in our anger, our hatred, our fighting? Why do we have conflicts, the inability to tolerate others? Why do we seem so determined to keep heading towards the brink? Selfishness. Wrong viewpoints. The inability to truly care for others. The inability to truly understand that everything arises from our minds. The inability to understand that every thought we have is instantly felt throughout the entire universe.

We need to let go of our selfishness and comprehend that the whole universe is our home and that we are one with the universe. We have the same self-nature as Buddhas and Bodhisattvas. The difference between them and we is that Buddhas and Bodhisattvas comprehend this. All sentient beings have been our past parents. All sentient beings will be future Buddhas. Understanding this, how can we not be respectful to all beings? How can we possibly harm them?

We originally had this comprehension, this great broad mindedness. Then why are we so narrow minded now? We are deluded, unable to see through our false beliefs and wrong viewpoints. Our innate wisdom and abilities are thus temporarily lost to us. However, if we can break through this delusion, then we will be able to uncover this wisdom for it is not permanently lost. In the Flower Adornment Sutra, we can see the broad-mindedness of Buddhas and Bodhisattvas. All of the infinite and countless numbers of beings at the assembly who gathered to hear this unsurpassed teaching are one.

If we could just understand this true reality and expand

tà kiến. Tại vì chúng ta không có khả năng thực sự quan tâm tới người khác. Chúng ta không thể hiểu được rằng mọi sự vật đều phát sinh từ chính tâm của mình. Chúng ta không biết rằng mỗi ý nghĩ của mình có ảnh hưởng tới toàn thể vũ trụ.

Chúng ta cần phải bỏ tính vị kỷ và cần phải hiểu rằng vũ trụ là quê nhà của mình; mình và vũ trụ vạn vật là một thực thể độc nhất. Mỗi người chúng ta có cùng chân tính với chư Phật, Bồ Tát. Chúng ta và chư Phật, Bồ Tát chỉ khác nhau ở chỗ các ngài là những người đã giác ngộ tất cả những điều này. Chúng sinh đều đã là cha mẹ của chúng ta trong quá khứ. Chúng sinh đều sẽ thành Phật trong tương lai. Khi biết như vậy, làm sao chúng ta không tôn trọng chúng sinh? Làm sao chúng ta có thể làm hại chúng sinh?

Trong khởi thủy chúng ta đã có sự hiểu biết này, đã có tâm vĩ đại này rồi. Tại sao bây giờ chúng ta lại có tâm trí chật hẹp như thế? Chúng ta đã trở nên mê muội và đầy tà kiến. Chúng ta đã tạm thời bị mất những khả năng tâm linh và trí huệ nguyên thủy. Nhưng nếu có thể dẹp bỏ được tấm màn vô minh, chúng ta sẽ tìm lại được trí huệ này. Trong Kinh Hoa Nghiêm chúng ta được thấy tâm quảng đại của chư Phật, Bồ Tát. Vô lượng vô biên những sinh linh tập hợp để nghe giáo lý vô thượng này là một.

Chỉ cần hiểu chân lý này và mở rộng tâm trí của mình là chúng ta sẽ thấy rằng dù thuộc chủng tộc nào, tôn giáo nào, nền văn hóa nào, tất cả mọi người cũng đều là một. Khi hiểu biết như vậy thì những sự phân biệt, hiểu lầm, và tranh chấp giữa mọi người sẽ tự nhiên giảm thiểu. Loài người sẽ trước hết tránh được những tai họa do chính mình tạo ra, và sau đó là những tai họa được coi là tự nhiên cũng sẽ không còn.

our mind, then we too would recognize that no matter what race, what religion, what culture, we are all one. With this wisdom; discrimination, misunderstanding and conflict among beings would naturally diminish. First, man made tragedies would be avoided. Then what we think of as natural tragedies would likewise dissolve.

The environment changes with our minds. When our minds are serene and compassionate, our living environment will become tranquil and peaceful. As we learn of the magnificence of the Western Pure Land from the Infinite Life Sutra, we might ask where this magnificence and adornment come from? The sutras tell us that only the most virtuous people dwell there. Thus, the wonderful environment is a reflection of their virtues, their minds.

Today our living environment is being polluted and destroyed. Some say that the earth is rapidly becoming unsuitable for living. How did this happen? It is the result of the bad intentions and deeds of we human beings. And this is the real reason for what is happening today. To save our world, we need to use great wisdom to help those who are deluded to become awakened. How? Through education. All the great sages have used education to overcome ignorance. For example, Buddha Shakyamuni taught for forty-nine years and Confucius taught for his entire lifetime.

But how can we reach enough people to change what is about to happen? High technology. Once we begin to understand and awaken, we can use high technology to bring our message to everyone. It is not too late to save our world. If all the worldwide television companies would broadcast two hours of the teaching everyday, in one year the earth could return to normal. The disasters would natu-

Hoàn cảnh thay đổi theo tâm trí. Khi tâm trí của chúng ta an lạc và từ bi, môi trường sống của chúng ta sẽ trở nên yên ổn và hòa bình. Nghe nói về Tịnh Độ Tây Phương trong Kinh Vô Lượng Thọ, chúng ta có thể hỏi là cõi cực lạc kỳ diệu này do đâu mà có. Kinh sách nói rằng chỉ có những người đạo đức nhất mới được sống ở cõi đó. Như vậy, khung cảnh kỳ diệu của cõi tịnh Tây Phương chính là hình phản chiếu của đức hạnh và tâm trí của họ.

Ngày nay môi trường sống của chúng ta đang bị ô nhiễm và hủy hoại. Có người nói rằng trái đất đang mau chóng trở nên không còn thích hợp cho sự sống nữa. Tại sao lại có sự kiện này. Sự kiện này là hậu quả của ý định và hành vi xấu của loài người chúng ta. Đây là nguyên nhân thực sự của những gì đang xảy ra ngày nay. Để có thể cứu thế giới này, chúng ta cần phải dùng trí huệ để giúp những người còn mê muội trở nên giác ngộ. Chúng ta sẽ giúp họ bằng giáo dục. Tất cả các nhà đại hiền triết đều đã dùng giáo dục để giải trừ vô minh. Thí dụ, Phật Thích Ca đã thuyết pháp trong bốn mươi chín năm, và Khổng Tử đã suốt đời dạy học.

Nhưng làm sao chúng ta có thể mang giáo dục đến cho nhiều người để làm thay đổi tình trạng của thế giới? Chúng ta sẽ làm điều này bằng tận dụng các khoa học kỹ thuật mà chúng ta đang có. Khi đã bắt đầu thức tỉnh và hiểu biết, chúng ta có thể dùng kỹ thuật cao cấp để mang những điều hiểu biết của mình tới cho mọi người. Hiện tại vẫn chưa quá trễ để cứu thế giới của chúng ta. Nếu tất cả các đài truyền hình trên toàn thế giới phát sóng hai giờ giáo dục mỗi ngày thì trong vòng một năm trái đất sẽ trở lại trạng thái bình thường. Những thiên tai sẽ tự nhiên chấm dứt. Quang cảnh là hình ảnh phản chiếu của tâm trí,

rally cease. The environment is a reflection of our mind, so if there are more people who are thinking of others of saving our world, of peace, then it will happen.

There are areas around the world where broadcasting has already begun. In Taiwan, there are three to four hours of lectures broadcast daily. In large areas of North and Central America including Canada, the US, Mexico and Panama, there is at least one hour of lectures broadcast daily. In Macao and Hawaii, there are two lectures weekly. If more people watch, the stations will increase the broadcasting time and hopefully the languages of the lectures as well. This needs to be done quickly to urge people to change for the better. In this way, we can help to save our world.

The most pressing need is to set up Internet locations. From our Singapore Way Place there are at least two hours of lectures broadcast daily, both in Chinese and in English. People around the world, who have access to a computer, are able to receive a live transmission. We use the internet to communicate with each other and can answer questions during the Morning Talks that are broadcast five days a week. Since we use high technology do we really need to build any way places? Yes, for two reasons. One is to train new lecturers; the other is to provide a place for people to practice together.

In this way, people around the world can listen to the lectures. But we also need to practice, to use the Buddha Name Chanting Method. The Buddha tells us that for our times, the primary way to be assured of success in cultivation is to rely on this method. What do we chant? "Namo Amituofo". "Namo" means to turn back, to take refuge.

vì vậy nếu có thêm nhiều người biết nghĩ đến người khác, có ý định cứu thế giới, có ước nguyện hòa bình, thì môi trường sống của chúng ta sẽ trở nên tốt đẹp.

Nhiều nơi trên thế giới đã có những chương trình truyền hình như vậy. Ở Đài Loan có ba hay bốn giờ diễn thuyết được phát sóng mỗi ngày. Các quốc gia thuộc Bắc Mỹ và Trung Mỹ, gồm Canada, Hoa Kỳ, Mexico, và Panama có ít nhất là một giờ diễn thuyết được phát sóng mỗi ngày. Ở Macao, và Hawaii, có hai buổi diễn thuyết mỗi tuần. Nếu có nhiều khán giả hơn các đài sẽ tăng thời gian phát sóng, và có thể cũng sẽ tăng số ngôn ngữ của những bài pháp luận nữa. Những việc này cần phải được thực hiện nhanh để mọi người trên toàn thế giới có thể sửa đổi bản thân và trở nên tốt hơn. Bằng cách này, chúng ta có thể đóng góp vào việc giải cứu thế giới của mình.

Một điều khẩn cấp nữa là thiết lập những thư viện điện tử Internet. Đạo tràng tu học ở Singapore của chúng ta có ít nhất là hai giờ giảng pháp được phát mỗi ngày, bằng tiếng Hoa và tiếng Anh. Trên khắp thế giới, những người nào có máy vi tính đều có thể nhận được những bài giảng trực tuyến này. Chúng ta dùng Internet để truyền thông với nhau, và có thể trả lời những câu hỏi trong những chương trình "Nói Chuyện Buổi Sáng" được phát năm ngày mỗi tuần. Khi đã có kỹ thuật cao, chúng ta có còn cần phải dựng xây đạo tràng hay không? Chúng ta vẫn cần phải xây dựng đạo tràng vì hai lý do: thứ nhất là để đào tạo cho giảng sư mới, và thứ nhì là để có chỗ cho mọi người đến cùng tu tập với nhau.

Như vậy, mọi người trên khắp thế giới đều có thể nghe thuyết pháp, nhưng chúng ta cũng cần phải thực hành, cần phải dùng pháp môn Niệm Phật. Đức Phật dạy

This does not mean that we take refuge with the Dharma Master but rather that we return and rely. "Amituofo", means infinite and awakening. Thus, "Namo Amituofo" means to turn back and rely upon the infinite awakening.

What are the benefits of Buddha name chanting? Upon what principles is it based? The Buddha tells us that "everything arises from our minds". In other words, the environment is a reflection of our thoughts. Not yet having become Buddhas or Bodhisattvas, we still have discriminating thoughts, wandering thoughts, afflictions, attachments. Still have greed, anger, ignorance, arrogance. The increase of these thoughts is what has caused the increase in the frequency and severity of today's problems. From disagreements in our family to discord in our country to chaos unimaginable chaos in our world if nothing is done to neutralize them.

How? Chanting "Amituofo" enables us to restore our minds to purity, equality, awakening and peace. When our minds are at peace, the environment will in turn reflect serenity and tranquillity. Our thoughts create waves. In the sixties, westerners referred to these as "Vibrations". What we did not understand was the breadth that these "Vibes" had. We thought of them simply on an interpersonal level. But the strength from this kind of thought wave is amazing, able to neutralize the turbulent thought waves even from other's greed, anger, ignorance and arrogance.

The principle and basis of Buddha name chanting are these thought waves. The Buddha understood this and told of them three thousand years ago. The purpose is to achieve so much more than our individual birth into the Western Pure Land. Buddha Shakyamuni knew and under-

rằng, trong thời đại của chúng ta, cách tốt nhất để đạt thành tựu trong tu tập là pháp Niệm Phật. Chúng ta niệm "Nam Mô A Di Đà Phật". "Nam Mô" nghĩa là quy y, trở về với; "A Di Đà Phật" nghĩa là sự vô lượng và sự giác ngộ. Vậy "Nam Mô A Di Đà Phật" có nghĩa là trở về nương tựa sự giác ngộ vô lượng.

Niệm Phật có những lợi ích gì? Pháp môn này dựa trên những nguyên lý nào? Đức Phật dạy rằng: "Tất cả đều do tâm tạo". Nói cách khác, hoàn cảnh là phản ảnh của những ý nghĩ của chúng ta. Khi chưa thành Phật, Bồ Tát, chúng ta vẫn còn có những ý nghĩ phân biệt, xao động, sân hận, chấp thủ; vẫn còn tham, sân, si và kiêu ngạo. Sự gia tăng những ý nghĩ này gây ra sự gia tăng những vấn đề của chúng ta ngày nay, và cũng làm cho những vấn đề đó trở nên nghiêm trọng, từ sự bất hòa trong gia đình cho tới sự tranh chấp giữa các quốc gia, rồi dẫn tới sự hỗn loạn của thế giới. Những ý nghĩ xấu này sẽ gây ra tai họa lớn cho loài người nếu chúng ta không làm gì để hóa giải chúng.

Làm sao để giải trừ những ý nghĩ xấu? Bằng cách niệm "Nam Mô A Di Đà Phật". Niệm Phật làm cho tâm trí ta trở về với sự thanh tịnh, bình đẳng, thức tỉnh, và an lạc. Khi tâm trí an tĩnh thì ngoại cảnh cũng phản chiếu trên sự an tĩnh đó. Ý nghĩ của chúng ta tạo ra những làn sóng. Từ thập niên sáu mươi của thế kỷ hai mươi, người Tây phương gọi những làn sóng này là Sự "rung động". Sự rung động của ý nghĩ không chỉ truyền tới những cá nhân khác mà còn có sức mạnh hóa giải những làn sóng ý nghĩ rối loạn phát ra từ những cảm xúc tham, sân, si và kiêu ngạo của họ.

Vậy nguyên tắc và nền móng của pháp môn niệm Phật là sự phát ra những làn sóng ý nghĩ tốt. Đức Phật đã

stood how great our present need would be. And he taught how to change the fate of the world. Not for himself, but for us.

Understanding the need for Buddha name chanting, how do we proceed? We can gather in a Chanting Hall where dharma masters using musical instruments lead the group. As we would imagine, the effect from everyone chanting together harmoniously is the most productive. But if time or the lack of a good chanting hall make this difficult, then we can simply turn on the chanting machine in our own home and chant along with it.

When working, concentrate on working. When finished, immediately start chanting. As wandering thoughts arise; pay no attention to them. Upon giving rise to the first wandering thought, immediately replace the second thought with "Amituofo". If wandering thoughts again rise, then again replace the thought with "Amituofo". Do this continuously until every thought is of mindfulness of Buddha Amitabha.

One does not have to be a Buddhist to receive the benefits from chanting. At the Dallas Buddhist Association in the US, several neighbourhood children have come and asked for chanting machines. A psychologist who came to a seven-day retreat said that he played the chanting machine all day in his office because his clients said they felt calmer while listening to it.

When my mother was in the hospital for an operation for cancer we gave a chanting machine and beads to one of the nurses, a devout Christian, who had told us that she liked to hear the chanting when she came into the room. When my mother went back three months later for a follow

biết và dạy điều này hơn hai ngàn năm trước. Mục đích của pháp niệm Phật không chỉ là vãng sinh Tịnh Độ mà còn là gạn lọc những ý nghĩ xấu của người khác. Đức Phật đã biết về nhu cầu hiện tại của chúng ta, và ngài đã dạy chúng ta cách thay đổi số phận của thế giới.

Khi đã hiểu nguyên tắc của pháp niệm Phật, chúng ta sẽ thực hành như thế nào? Chúng ta có thể tập hợp ở trong điện Phật ở đây các quý Thầy sẽ dùng khánh, mõ hoặc nhạc cụ hướng dẫn mọi người. Việc mọi người tụng niệm với nhau sẽ mang lại lợi ích. Nếu không có thời giờ hay ở xa chùa, chúng ta có thể mở máy niệm Phật và niệm theo ở nhà.

Khi làm việc chúng ta tập trung tâm trí vào công việc mình đang làm. Khi làm việc xong, chúng ta tức khắc lại tụng niệm. Nếu những ý nghĩ xao lãng nổi lên, đừng để cho chúng lôi cuốn theo. Khi ý nghĩ xao lãng đầu tiên xuất hiện hãy tức khắc niệm "A Di Đà Phật" để ngăn cản sự xuất hiện của ý nghĩ xao lãng kế tiếp. Nếu những ý nghĩ này vẫn nổi lên, chúng ta lại niệm "A Di Đà Phật" cho tới khi mọi ý nghĩ đều hướng về Phật A Di Đà.

Không cần phải là tín đồ Phật giáo mới có thể nhận được lợi ích của pháp niệm Phật. Hội Phật Đà ở Dallas, Hoa Kỳ đã có những trẻ em trong vùng tới hỏi về băng ghi âm tụng niệm. Một nhà tâm lý học tới tham dự một kỳ nhập thất bảy ngày nói rằng ông ta mở băng ghi âm tụng niệm suốt ngày trong văn phòng vì các thân chủ của ông ta cảm thấy an tĩnh khi nghe những lời tụng niệm. Ở bệnh viện nơi mẹ tôi tới chữa bệnh, chúng tôi tặng băng ghi âm tụng niệm và chuỗi hạt cho một nữ y tá người Gia Tô giáo thuần thành, vì bà ta nói rằng bà ta thích nghe tiếng tụng niệm khi tới phòng của mẹ tôi. Ba tháng sau, khi mẹ tôi

up visit, the nurse who heard we were back, found me and said that she and her husband listened to the chanting every night because it was so calming.

We never know when someone will benefit from chanting. My sister who does not listen to it told me of an airplane trip she had recently taken. They had entered an area of strong turbulence and the plane was experiencing unusually violent movements. My sister, who has travelled a great deal, was being buffeted like everyone else. Suddenly she remembered "Amituofo, Amituofo, Amituofo".

In addition to chanting, there are other teaching aids to help us in our mindfulness. When we first enter the Cultivation Hall to join in the group chanting, we will see images of one Buddha and two Bodhisattvas. In a Pure Land way place, they will be Buddha Amitabha, Great Compassion Bodhisattva and Great Strength Bodhisattva. Buddha Amitabha symbolizes our original self-nature. Great Compassion Bodhisattva symbolizes compassion. Great Strength Bodhisattva symbolizes wisdom. Compassion and wisdom are the two virtues for us to cultivate to uncover our original self-nature, reminding us to be compassionate towards others, to be rational and not emotional, to be awakened.

One the Buddha table, we will see several objects. Again, they are teaching aids not objects of worship. For Buddhism is not a religion but an education. A cup of water symbolizes the teachings. The clear water symbolizes the principle that our mind needs to be as pure as the water, to be void of greed, anger and ignorance. It is calm without a single ripple indicating that we interact with people and

trở lại bệnh viện để được khám bệnh lần kế tiếp, bà y tá nói rằng vợ chồng bà ta nghe cuốn băng niệm Phật mỗi buổi tối, vì nó giúp cho họ an tĩnh.

Chúng ta không thể biết khi nào người ta có thể nhận được lợi ích của việc niệm Phật. Em gái của tôi chưa bao giờ tụng niệm, nhưng cô ta kể với tôi về một chuyến máy bay mà cô ta đã đi mới đây. Chiếc máy bay đi vào một vùng không khí nhiễu loạn và lay động thật mạnh. Em gái tôi đã quen đi máy bay nhưng vẫn bị vùi dập như tất cả những hành khách khác. Bỗng cô ta nhớ tới và niệm "A Di Đà Phật, A Di Đà Phật, A Di Đà Phật". Thêm vào với việc tụng niệm còn có những phương tiện trợ giáo khác giúp chúng ta có chánh niệm. Khi bước vào một Niệm Phật Đường chúng ta sẽ trông thấy tượng của một vị Phật và hai vị Bồ Tát. Trong một ngôi chùa Tịnh Độ, ba bức tượng này là Phật A Di Đà, Bồ Tát Quán Thế Âm, và Bồ Tát Đại Thế Chí. Phật A Di Đà tượng trưng cho chân tính của chúng ta. Bồ Tát Quán Thế Âm tượng trưng lòng từ bi. Bồ Tát Đại Thế Chí tượng trưng trí huệ. Từ bi và trí huệ là hai phẩm tính giúp chúng ta tu tập để khám phá chân tính của mình, nhắc nhở chúng ta có lòng từ bi với người khác, có sự duy lý chứ không bị lôi cuốn theo cảm xúc nhất thời, và có sự tỉnh thức.

Trên bàn thờ, chúng ta sẽ thấy có một số vật. Đó là những vật trợ giúp chứ không phải là những vật đối tượng để chúng ta thờ phụng, vì Phật giáo không phải là một tôn giáo, mà là một nền giáo dục. Một chén nước tượng trưng cho giáo lý. Nước trong tượng trưng cho sự thanh tịnh của tâm trí mà chúng ta cần phải đạt được, không để cho mình bị nhiễm ô bởi tham, sân, và si. Nước yên tĩnh không một chút gợn sóng nhắc nhở chúng ta hãy giao tiếp với người và sự vật một cách bình đẳng và với tâm bình đẳng vô

matters with the serene and non-discriminating mind of equality. Furthermore, it is pure and calm, reflecting clearly and thoroughly just as we would see everything around us in a mirror.

Flowers symbolize the cause as the blossom result in the bearing of fruit, which is also seen frequently on the Buddha Table. The fruit serves to remind us that there are consequences from our every thought, word and action.

Lamps, which have replaced candles symbolize wisdom and brightness illuminating the darkness of our ignorance. Incense symbolizes self-discipline and deep concentration as well as the giving of ourselves to benefit others. Chanting enables us to suppress our afflictions and to neutralize the negative vibrations from our thoughts.

Generally early in our practice, we begin to generate the vows to accomplish our goals. Every Buddha, every Bodhisattva when they start to cultivate, generates great vows. No matter what vows they make, they cannot surpass the Four Great Vows of Buddhas and Bodhisattvas.

1. Sentient beings are innumerable, I vow to help them all,

2. Afflictions are inexhaustible, I vow to end them all,

3. Ways to practice are boundless, I vow to master them all and

4. Enlightenment is unsurpassable, I vow to attain it.

We start with the first vow, then proceed to the second, etc. In other words, before attaining unsurpassable Enlightenment, we need to master the ways of practice. Before we master the ways of practice, we need to end afflictions. And before beginning to end afflictions, we

phân biệt. Nước trong trẻo và phẳng lặng phản chiếu rõ ràng mọi vật cũng như tâm trí thanh tịnh va an tĩnh, chúng ta sẽ trông thấy rõ sự vật ở xung quanh mình.

Những bông hoa và trái cây trên bàn thờ tượng trưng cho nhân quả, và nhắc nhở chúng ta rằng mỗi hành vi thân, khẩu, ý của mình đều sẽ sinh ra hậu quả.

Đèn hay nến trên bàn thờ tượng trưng sự sáng suốt của trí huệ, xua tan bóng tối vô minh. Nhang thơm tượng trưng sự trì giới, thiền định, và sự hiến thân vì lợi ích của người khác. Việc tụng niệm giúp chúng ta tránh được những phiền não và hóa giải những rung động xấu của những tạp niệm.

Thông thường thì trước mỗi buổi hành trì, chúng ta phát nguyện thành tựu những mục tiêu của mình. Tất cả các vị Phật và các vị Bồ Tát khi bắt đầu việc tu tập đều phát đại nguyện. Dù ước nguyện điều gì thì những lời nguyện đó cũng không thể cao hơn bốn đại nguyện của chư Phật, Bồ Tát như sau đây:

1.- Chúng sinh vô biên thệ nguyện độ.
2.- Phiền não vô tận thệ nguyện đoạn
3.- Pháp môn vô lượng thệ nguyện học.
4.- Phật Đạo vô thượng thệ nguyện thành.

Chúng ta phát nguyện theo thứ tự như trên, vì trước khi đạt giác ngộ vô thượng, chúng ta cần phải quán thông các pháp môn. Trước khi quán thông các pháp môn, chúng ta cần phải đoạn lìa mọi phiền não, và trước khi giải trừ phiền não, chúng ta cần phải thệ giúp đỡ chúng sinh. Các vị Bồ Tát đã thực hiện xong bốn lời thệ nguyện sâu xa và rộng lớn này rồi, còn chúng ta thì chỉ mới phát nguyện chứ có lẽ chưa thành tựu được một điều nào cả.

need to vow to help all sentient beings. These vows are profound and vast. Bodhisattvas have already fulfilled these Four Vows. While, we may have generated the four great vows but we probably have not yet fulfilled any of them.

Our viewpoints, our thoughts have to accord with the great vows. The second way to end all afflictions accords with the original vow of all Buddhas. If we have not cut off our afflictions then how can we help all sentient beings? Only when we succeed in cutting off our afflictions, can we transcend the ten realms.

Only after we have cut off our afflictions, can we learn different methods. To be virtuous is not enough; we also need to have knowledge, intelligence and wisdom because we will have to help all kinds of different species, different sentient beings. If we want to gain perfect wisdom and undefeated eloquence, we will need to be well versed in countless methods.

If we cannot reach the highest level to become a Buddha, we cannot help all sentient beings. We can only help those, whose level is lower than ours. Only when we reach the state of the Buddha, the state of perfect complete enlightenment, will we possess the ability to help all sentient beings.

So, the first vow is our original vow while the following three help us achieve the first. To generate the vows but not cultivate to meet them will be futile. Cultivation and vows compliment each other. As long as we work diligently, never regress and generate the vow to reach the state of the Buddha, we will attain the dharma joy.

In our past lives, too innumerable to count, we have indulged our bad habits. Today Buddhas and Bodhisattvas

Tư tưởng và ý kiến của chúng ta phải phù hợp với bốn đại nguyện này. Lời nguyện thứ nhì phù hợp với lời nguyện thứ nhất của chư Phật, Bồ Tát. Nếu không chấm dứt mọi phiền não thì làm sao chúng ta có thể cứu độ chúng sinh? Chỉ khi nào đã đoạn lìa được tất cả mọi phiền não thì chúng ta mới vượt qua được mười cõi.

Sau khi giải trừ phiền não, chúng ta có thể học những pháp môn khác nhau. Có đức hạnh chưa phải là đủ, chúng ta còn phải có tri thức, sự thông minh, và trí huệ, vì chúng ta sẽ phải giúp đỡ nhiều loài sinh linh khác nhau. Nếu muốn đạt đến chân trí huệ và biện tài vô ngại, chúng ta cần phải thông thạo vô số pháp môn.

Nếu không thể đạt thành Phật quả thì chúng ta không thể giúp đỡ được chúng sinh, mà chỉ có thể giúp được những sinh linh thuộc trình độ thấp hơn trình độ của chúng ta. Chỉ khi nào đạt trạng thái giác ngộ viên mãn của một vị Phật thì chúng ta mới có khả năng giúp đỡ được tất cả chúng sanh.

Như vậy lời nguyện thứ nhất là mục tiêu của chúng ta, còn ba lời nguyện sau là phương tiện giúp chúng ta thành tựu lời nguyện thứ nhất. Nếu phát nguyện mà không thực hiện được điều ước nguyện thì cũng vô ích. Việc phát nguyện và việc thực hành bổ túc cho nhau. Khi phát nguyện thành Phật và cũng tinh tấn tu tập không thoái chuyển thì chúng ta sẽ đạt được niềm vui trong Chánh Đạo.

Trong vô số kiếp trước, chúng ta đã tích lũy những tập khí xấu. Ngày nay, chư Phật, Bồ Tát dạy chúng ta cách đoạn trừ những thói quen xấu đó. Giải trừ những tập khí đã thành hình qua nhiều kiếp là việc làm khó khăn, nhưng

have taught us how to cut off these bad habits. But this is so difficult for us to do. Most of us think it is difficult to break the habits of a lifetime. But, actually we need to break the habits of infinite lifetimes. Remember that this is a process. Once we break through our bad habits, our cultivation will become easier and smoother; then we can fulfil our vows. Then we can go to the Western Pure Land and from there, we can help all sentient beings.

Recently some people came to Master Chin King and questioned how they could be confident that they would go to the Pure Land. He asked them if they were sure they could go in this lifetime. They honestly shook their heads and said no. Master Chin Kung could not say either, because there are two requirements to do so. The first is to have unwavering belief and vows. The second is to let go of all desires, good or bad. We cannot go to the Pure Land if we have not met these requirements. If we have net yet let go.

We cannot let go because we are still clinging to something. Find it. We must find it! If we cannot, then even if we are born into the highest level of heaven, where we will live through eighty thousand cycles of creation, existence, and complete annihilation of the world, we will still be mired, still be lost in the cycle of birth and death. What can we do? Find out what we are clinging to and LET GO! Let go of all attachments. Let go of all feelings of gain and loss. Let go of discriminating and wandering thoughts. Let go of the thought of how others treat us. Let go of the thought of those that owe us, of those we owe.

Only with purity of mind can we let go and only then can we definitely go the Pure Land. If we cannot do this,

chúng ta cần phải làm được việc này. Khi thói quen xấu được dẹp bỏ, việc tu tập của chúng ta sẽ trở nên dễ dàng và trôi chảy hơn, chúng ta có thể thành tựu những đại nguyện của mình, đi tới cõi Tịnh Độ Tây Phương, và từ đó có thể giúp đỡ chúng sinh.

Mới đây, có những người hỏi Hòa Thượng Tịnh Không làm sao họ có thể tin chắc là mình sẽ vãng sinh Tịnh Độ. Hòa Thượng hỏi lại họ rằng họ có tin là mình sẽ vãng sinh Tịnh Độ trong kiếp này hay không. Họ thành thật lắc đầu nói không. Hòa Thượng Tịnh Không cũng không tin chắc như vậy, bởi vì muốn đạt vãng sinh Tịnh Độ phải có hai điều kiện. Thứ nhất là có niềm tin và ý nguyện không lay chuyển. Thứ hai là buông bỏ mọi ái dục. Chúng ta sẽ không thể đến được cõi tịnh Tây Phương nếu không hội đủ hai điều này.

Hiện tại, chúng ta còn bám giữ vào một cái gì đó. Chúng ta cần phải tìm cho ra điều chấp thủ của mình. Nếu không biết là mình còn chấp thủ cái gì thì dù chúng ta có được tái sinh trong cõi trời cao nhất và được sống ở đó trong tám mươi ngàn đại kiếp, chúng ta cũng vẫn còn bị kẹt trong vòng luân hồi sinh tử. Chúng ta phải làm sao? Chúng ta phải tìm ra điều mình đang chấp thủ để buông bỏ nó. Buông bỏ tất cả mọi chấp thủ! Buông bỏ mọi ý tưởng về được và mất, lợi và hại. Buông bỏ mọi vọng niệm phân biệt. Buông bỏ sự suy nghĩ về lối cư xử của người khác đối với mình. Buông bỏ sự suy nghĩ về những người mắc nợ mình, về những người mà mình mắc nợ hay chịu ơn.

Chúng ta buông bỏ hay xả ly với tâm trí thanh tịnh, và chỉ khi đó chúng ta mới có thể chắc chắn vãng sinh Tịnh Độ. Nếu không như vậy thì chúng ta không thực hiện được

then we are truly lost of our vows, our beliefs are not sincere enough. No matter how many times we chant "Amituofo", we will be unable to go to the Pure Land. For we are still clinging to one of the five desires of wealth, lust, fame, food or drink and sleep. Still discriminating between what we perceive as right or wrong. Greed for these will lead us into the downward spiral of the three bad realms. If we still have these then even if Buddha Amitabha came with all the Bodhisattvas to pull us to the Western Pure Land, we could not go.

There are many examples of people who were able to sever their greed, able to let go. A well-known one is that of Master Ying Ke, a monk who broke many rules. But he had one good quality. He knew that he had committed many bad deeds and that after his death we would go the hell realms. He asked his Dharma brothers what he could do. They showed a biography of people who had been born into the Western Pure Land.

Deeply moved by the accounts and feeling remorseful he sought seclusion in his room. He chanted continuously for three days and nights, without food, water or sleep. With deep sincerity of mind, he let go of everything and he received a response from Buddha Amitabha who told him that he still had ten more years to live. Buddha Amitabha told him to cultivate diligently for ten years and then he would come back to escort Master Ying Ke to the Pure Land. But the Master said, "I have many weaknesses and bad habits and am unable to resist temptation, I cannot wait ten more years so I wish to give them up and go with you now." After three days, Buddha Amitabha came back to escort him to the Pure Land.

những đại nguyện của mình. Chúng ta không thực sự thành tâm tin tưởng. Dù niệm bao nhiêu biến "A Di Đà Phật", chúng ta cũng vẫn không thể vãng sinh Tịnh Độ, vì chúng ta vẫn còn đang bám giữ vào năm điều tham muốn, đó là tài năng, sắc đẹp, danh vọng, ăn uống và ngủ nghỉ. Chúng ta vẫn còn phân biệt những gì mình cho là phải hay trái, đúng hay sai. Những sự tham muốn này sẽ đưa chúng ta rơi vào ba cõi khổ, địa ngục, ngạ quỷ, và súc sinh. Nếu vẫn còn chấp thủ như vậy thì dù Phật A Di Đà cùng với các vị Bồ Tát đến đưa chúng ta về cõi Tây Phương Cực Lạc chúng ta cũng không thể đi được.

Có nhiều thí dụ về những người đã lìa bỏ được sự tham dục của mình. Một thí dụ nổi tiếng trong số này là truyện đại sư Ying Ke. Ngài là một tăng sĩ đã phạm nhiều giới luật, nhưng ngài biết là mình đã tạo những nghiệp xấu, và cũng biết rằng sau khi chết mình sẽ đọa xuống địa ngục. Ngài hỏi các bạn đồng tu là bây giờ mình phải làm sao. Họ đưa cho ngài coi một cuốn sách nói về những người đã được vãng sinh Tịnh Độ Tây Phương. Cuốn sách làm cho ngài cảm động và sám hối, vì vậy ngài ở yên trong phòng của mình để tụng niệm ba ngày ba đêm liền không ăn uống hay ngủ nghỉ gì cả. Với sự thành tâm buông bỏ tất cả, ngài được Phật A Di Đà cảm ứng, nói với ngài rằng ngài sẽ còn sống mười năm nữa, và trong khoảng thời gian này ngài hãy tinh tấn tu tập, rồi Đức Phật sẽ trở lại đưa ngài về cõi cực lạc. Nhưng đại sư nói với Phật A Di Đà: " Con là người yếu đuối và có nhiều tập khí xấu, không thể chống lại được những cám dỗ. Vì vậy con không thể đợi mười năm nữa. Con muốn được đi với Phật ngay bây giờ". Ba ngày sau, Phật A Di Đà trở lại đưa đại sư Ying Ke tới cõi Tịnh Độ.

This example proved what was stated in the Amitabha Sutra, that is we chant sincerely and diligently from one to seven days, we could definitely achieve. The Pure Land method is easy to practice so this is not the problem. The problem is whether we truly want to go. If we hung a poster at the entrance to the chanting all that said, "After chanting for three days, you will go the Western Pure Land", no one would come to the chanting hall because they would think that they would die in three days. And very few of us are ready to leave this world. And this is the main reason we do not go to the Pure Land.

The Buddha says very clearly in the sutra that we stay in the cultivation hall to attain "One Mind Undisturbed", which consists of three main levels, the lowest of which is Constant Mindfulness of Buddha Amitabha. Reaching at least this level, we can go to the Pure Land. When we go we can be born into one of these three levels. Accomplishment of the top level enables us to decide when we will go the Pure Land. At that time we will go without any illness and may be in a standing or sitting position. Accomplishment of the middle level enables us to know when we will go to the Pure Land a few months in advance. Again, we may leave this world in a standing or a sitting position. In the lower level, we will know several days in advance of our death, when we will leave but we may become ill.

When some fellow practitioners asked Master Chin Kung what level his teacher, Mr. Lee had reached, he told them that he knew Mr. Lee had at least reached the top level of Conduct Mindfulness of Buddha Amitabha because he was able to decide when he would be born into the Pure

Các vị Bồ Tát thuộc những cấp cao nhất vẫn chưa đạt được công đức hoàn hảo, vì các ngài chưa phá bỏ những mức độ vô minh cuối cùng của thời gian. Các ngài chưa buông bỏ một chút vọng niệm còn sót lại, nên công đức của các ngài chưa hoàn hảo. Khi không còn một chút vô minh nào cả, công đức của các ngài sẽ hoàn hảo, và các ngài đắc thành Phật Quả.

Chúng sanh phạm lỗi lầm là do vô minh và tà kiến. Khi tiếp xúc với người và sự vật, chúng ta thường hành xử một cách tham, sân, si, ích kỷ và với ý muốn kiểm soát và điều khiển những gì ở xung quanh mình, chúng ta cần phải bỏ ý định này và thay thế những ý nghĩ vị kỷ bằng những ý hướng vị tha. Khi đó phiền não sẽ mỏng dần và tâm trí sẽ thanh tịnh hơn. Nếu đạt được trạng thái tâm này, chúng ta nên giúp người khác cũng đạt được như mình.

Chừng nào vẫn còn những ý tưởng tham, sân, si, kiêu ngạo và ý muốn kiểm soát người khác, chúng ta sẽ vẫn còn những nguyên nhân làm cho mình phải tái sinh trong ba cõi thấp: súc sinh, ngạ quỷ, và địa ngục. Si mê làm cho người ta rơi vào cõi súc sinh. Tham dục làm cho người ta tái sinh trong loài quỷ đói, còn sân hận là nguyên nhân của sự tái sinh trong địa ngục.

Khi đã tạo nghiệp xấu thì không có cách gì để tránh quả xấu. Bản thân mỗi người phải chịu nghiệp quả xấu của mình. Không có thần, thánh, hay Phật nào có thể giải khổ hay gánh dùm nghiệp quả xấu cho chúng ta. Các vị không có quyền lực để làm như vậy. Bản thân chúng ta phải chịu hậu quả của những nghiệp ác của mình. Chúng ta không thể tránh được nghiệp quả cũng giống như không thể chạy thoát được cái bóng của mình.

Land. These levels are attainable by everyone, the question is whether we are wiling to practice. Once we are, we can achieve this level. If we reach Constant Mindfulness of Buddha Amitabha, can we be born into the Pure Land? Yes, everyone can.

Many people were born into the Western Pure Land after a few years of Buddha Name Chanting. When this happens does this mean that their life expectancy has been reached? No, it means that they had reached the state of purity of mind that enabled them to be born into the Pure Land and they had decided to go, not to wait. Most people who can go earlier choose not to remain in this world any longer, not to continue suffering. Those who choose to wait still have affinities with beings in this world, with those who accept and follow their guidance. But if, for example, the practitioner is giving lectures and no one in the audience is sincerely following his or her guidance, then there is no reason to stay.

This was the case of Mr. Lee, for although his audience was large, the few who had been following his guidance, were already capable of achievement, so he was able to leave. If just one had been following his teaching and still needed guidance, then he could not have gone. Since their first of the great four vows is to help all sentient beings, Buddhas and Bodhisattvas will never abandon anyone, even if that being has harmed, slandered or even murdered them.

In ancient times way places had eight hours of cultivation and eight hours of learning. Our way place, here in Singapore, has two hours of lectures and twelve hours of Buddha Name Chanting every day. But we have not yet

hay không. Nếu thành tâm tu tập thì chúng ta sẽ đạt được cấp này.

Đã có nhiều người vãng sinh Tịnh Độ Tây Phương sau vài năm tu theo pháp môn Niệm Phật. Có phải khi đạt trình độ cao thì thọ mạng đã tới lúc chấm dứt? Không phải như vậy. Khi đó hành giả đạt trạng thái thanh tịnh, có thể vãng sinh Tịnh Độ, và có thể tự quyết định vãng sinh ngay hay ở lại thế gian. Đa số những người có thể vãng sinh sớm không muốn ở lại thế gian lâu hơn để tiếp tục chịu đau khổ. Những người quyết định ở lại là vì hạnh nguyện của họ phải hướng dẫn người khác về pháp môn này. Nhưng nếu một hành giả không có một người nào có liên hệ nhân duyên với mình để mình hướng dẫn thì hành giả đó không có lý do gì để ở lại thế gian.

Đây là trường hợp của ông Lee. Ông đã chọn vãng sinh sớm, vì dù những buổi diễn thuyết của ông có nhiều thính giả nhưng ít có ai theo học ông, và những người này đều đã thành tựu, vì vậy ông không cần phải ở lại thế gian lâu hơn. Nếu có một người cần sự hướng dẫn của ông thì ông đã không vãng sinh sớm. Lời nguyện thứ nhất của chư Phật, Bồ Tát là cứu độ chúng sinh, vì vậy các ngài sẽ không bao giờ bỏ rơi một người nào cả, dù người đó trong quá khứ đã làm hại, phỉ báng, hay giết các ngài.

Ngày xưa, các đạo tràng có tám giờ học giáo lý và tám giờ tu niệm. Đạo tràng của chúng ta ở Singapore đây có hai giờ thuyết pháp và mười hai giờ Niệm Phật mỗi ngày. Nhưng chúng ta chưa đạt tiến bộ trong tu tập và đó là vì chúng ta chưa hoàn toàn buông bỏ tất cả mọi phiền não. Chỉ khi nào nhìn thấy chân lý thì chúng ta mới xả ly tất cả.

attained improvement in our cultivation because we have not yet attained the perfect understanding and this is why we cannot let go. Only when we have truly seen through to the true reality will we be able to let go.

Today, we still have obstacles due to this lack of understanding. Why can we not let go? We are still clinging to something. Because of this clinging, we are still mired, still lost in the cycle of birth and death, still lost in the ten realms of existence. We need to know that if we cannot transcend the cycle of birth and death, most of our time will be spent in the three bad realms. Why are we born into the animal realm? Because we were ignorant. Greed is the cause of the karma that results in our being born into the hungry ghost realm. And anger is the cause of our being born into the hell realm.

With enough good karma, we can go to the highest heavenly realm of Neither Thought nor Non-thought, where the beings have a life span of eighty thousand eons. But we also go the hell realms, where the beings have a life span of infinite eons. When compared to eighty thousand eons, the time spent in the hell realms is unimaginably long. And this is why Master Ying Ke was so frightened and wanted to leave this world just as soon as he could. When we consider the time spent in this world and the time spent in the other realms, our time here is as a flash of lighting, a drop of dew. It is inconsequential.

The cycle of birth and death is what is important, the major problem in front of us that we continually ignore. Even though Buddhas and Bodhisattvas try so hard to teach us the truth, we do not listen. We do not believe. We do not accept. So although these awakened beings try to help us,

Hiện tại chúng ta vẫn còn những chướng ngại do không có tuệ giác. Chúng ta chưa xả ly, mà vẫn còn chấp thủ một cái gì đó, vì sự chấp thủ này mà chúng ta vẫn còn kẹt trong luân hồi sinh tử. Chúng ta cần phải biết rằng nếu không thoát khỏi luân hồi thì phần lớn thời gian sống của chúng ta là ở trong ba cõi thấp địa ngục, quỷ đói và súc sinh. Do si mê chúng ta sẽ tái sinh trong loài thú. Do tham dục chúng ta sinh vào cõi ngạ quỷ, và sân hận sẽ làm cho chúng ta rơi xuống địa ngục.

Nếu tạo đủ thiện nghiệp, chúng ta có thể tái sinh lên tới cõi trời cao nhất là Phi Tưởng, Phi Phi Tưởng Xứ. Các sinh linh ở cõi này có thọ mạng là tám mươi ngàn đại kiếp. Nhưng họ sẽ vẫn có thể rơi vào địa ngục trong vô số đại kiếp nếu họ không tiếp tục tu tập. So với tám mươi ngàn đại kiếp thì thời gian sống ở trong địa ngục dài không thể tưởng tượng được. Vì vậy mà đại sư Ying ke muốn rời bỏ thế gian này càng sớm càng tốt. So với thời gian sống trong những cõi khác thì đời người giống như một tia chớp, một giọt sương.

Luân hồi sinh tử là vấn đề quan trọng ở trước mặt mà chúng ta không biết tới. Chư Phật, Bồ Tát đã hết sức dạy bảo mà chúng ta đã không nghe, không tin, không chấp nhận. Tới khi nào chúng ta mới thực sự tin nhận lời dạy của các ngài? Có lẽ sau nhiều năm, khi chúng ta bất ngờ thức tỉnh.

Những người nào có thể giác ngộ chỉ sau khi nghe thuyết pháp một lần thì đó là những người ngoại hạng. Họ phải là một vị Phật hay một vị Bồ Tát tái sinh. Đa số chúng ta cần phải nghe thuyết pháp và thực hành tu tập mỗi ngày. Khi nghe giáo lý, suy ngẫm về giáo lý, và thực hành đúng theo giáo lý, chúng ta sẽ có thể đạt thành tựu.

we still doubt, we reject their guidance. When will we truly be able to believe and accept this teaching? When we have listened for many year, then we will suddenly awaken.

Those who can awaken after one lecture are exceptional. They must be a manifestation of a Buddha or Bodhisattva. Most of us have to listen to a lecture and practice every day. After we listen to the lectures, contemplate the meanings and follow the teachings accordingly we will be able to achieve. But today, where can we find a teacher who can give us eight hours a day of lectures? We cannot. But what we can do is listen to one video or cassette tape several times every day. Do not listen to different tapes because by the time we finish the last tape we will have forgotten what the first tape said. Focus on only one. If we can continue to do this then after three years we will be able to attain some level of concentration, some degree of enlightenment.

After we listen to the lectures and truly understand the teaching then we will be able to apply the principles to our daily lives. If our understanding and cultivation can accord with the Buddhas teachings then we will know how to permanently transcend the cycle of birth and death as well as the ten realms. The safest method to accomplish this is to seek birth into the Western Pure Land.

At breakfast one morning Fa Zhao the Fourth Patriarch of the Pure Land School looked into his bowl and saw an image. He asked his fellow monks about what he saw and they told him it was the Five Platform (Wu Tai) Mountain Way Place of Manjushri Bodhisattva. He then started to search for the place he had seen. When he found it, he joined ten thousand other beings who listened to a Dharma

Nhưng hiện tại chúng ta không thể tìm được một vị thầy có khả năng dạy giáo lý cho mình tám tiếng đồng hồ mỗi ngày. Tuy nhiên chúng ta có thể nghe thuyết pháp trong một cuốn băng video hay băng ghi âm vài lần một ngày. Đừng nghe nhiều cuốn khác nhau, vì khi nghe xong cuốn cuối cùng thì chúng ta đã quên những gì đã nói trong cuốn thứ nhất; tập trung vào một cuốn băng mà thôi. Nếu nghe thuyết pháp liên tục như vậy thì chỉ sau ba năm chúng ta có thể đạt được một định lực nào đó, một mức giác ngộ nào đó.

Sau khi nghe thuyết pháp và thực sự hiểu giáo lý, chúng ta sẽ có thể ứng dụng giáo lý vào trong đời sống hằng ngày. Nếu tìm hiểu đúng và tu tập đúng theo lời dạy của Đức Phật, chúng ta sẽ biết cách thoát luân hồi, vượt qua mười cõi sinh tử. Cách an toàn nhất để thoát luân hồi là tìm sự vãng sinh Tịnh Độ Tây Phương.

Có một hôm, sau khi dùng điểm tâm, vị tổ thứ tư của Tịnh Độ Tông là Fa Zhao nhìn vào bình bát của mình và thấy một hình ảnh. Ngài hỏi các vị tăng khác về hình ảnh này. Các vị này nói rằng đó là điện thờ Bồ Tát Văn Thù ở Ngũ Đài Sơn. Fa Zhao liền tìm đến Ngũ Đài Sơn, và khi tới ngôi chùa, ngài cùng với mười ngàn người khác nghe Bồ Tát Văn Thù thuyết pháp. Rồi ngài hỏi Đức Bồ Tát là trong thời Mạt Pháp, pháp môn nào thích hợp với loài người nhất. Bồ Tát Văn Thù trả lời đó là pháp Tịnh Độ, mà cách thực hành pháp môn này là niệm "A Di Đà Phật". Khi đi khỏi chùa, Fa Zhao quay lại nhìn một lần nữa, nhưng ngôi chùa đã biến mất. Lúc đó ngài mới hiểu ra rằng Bồ Tát Văn Thù đã hiện ra để dạy mình pháp môn tốt nhất cho thời mạt pháp.

Khi vãng sinh Tịnh Độ và được gặp Phật A Di Đà,

talk by Manjushri Bodhisattva. He then asked the Bodhisattva for guidance, "Since we are entering the Dharma Ending Age, which method is the most suitable for human beings?" Manjushri Bodhisattva answered that it was the Pure Land method. When the Fourth Patriarch asked how to practice this method, Manjushri Bodhisattva taught him to chant "Amituofo". After the Fourth Patriarch left the way place, he looked back to see it one more time, but it was gone. Then he understood that Manjushri Bodhisattva had come to teach him the most suitable method for our Dharma Ending Age.

Once we can go the Pure Land and meet Buddha Amitabha, we can tell him that we wish to go back to our world to help sentient beings. With his help we will never again be deluded or lost in the six realms. But, if we do not to the Pure Land to meet Buddha Amitabha then we will remain deluded. It is crucial that we understand this.

Master Chin Kung has been giving lectures for forty years. Every week he gave at least three talks. Now that he is here in Singapore he is giving a lecture every day. From age forty-five to over fifty, he spoke at least thirty hours every week. Who benefited the most? He did! He did not miss one lecture while the audience missed many. It is very difficult to cut off our bad habits. He spoke almost every day and urged the audience and thus himself to correct all bad habits. He has been giving dharma talks continuously for forty years; this is why he can cut off his bad habits. This is why he can let go.

Fellow practitioners and guests, please listen carefully. The Law of Cause and Effect is unchangeable, immutable. Even Buddhas and Bodhisattvas cannot alter it.

chúng ta có thể nói với ngài rằng mình muốn trở lại thế gian để giúp đỡ chúng sinh. Với sự phù hộ của ngài chúng ta sẽ không bao giờ mê muội nữa và sẽ không chìm đắm trong sáu cõi luân hồi nữa.

Hòa Thượng Tịnh Không đã thuyết pháp trong bốn mươi năm. Mỗi tuần ngài thuyết pháp ít nhất là ba buổi. Hiện giờ ngài đang ở Singapore và đang thuyết pháp mỗi ngày. Từ năm bốn mươi lăm tuổi cho tới khi ngoài năm mươi, ngài đã thuyết pháp ít nhất là ba mươi giờ một tuần. Ai được lợi nhiều nhất? Ngài chính là người được lợi nhiều nhất! Vì ngài không bỏ lỡ một buổi thuyết pháp nào, còn thính giả thì bỏ lỡ nhiều buổi. Chúng ta rất khó bỏ được những thói quen xấu, nhưng ngài thì có thể sửa đổi được những tập khí xấu của mình, vì ngài nói pháp cho mọi người hầu như mỗi ngày. Ngài đã thuyết pháp liên tục trong bốn mươi năm, vì vậy ngài có thể trừ bỏ được mọi tập khí xấu.

Xin quý hành giả nghe cẩn thận. Luật nhân quả là bất biến. Ngay cả chư Phật, Bồ Tát cũng không thể thay đổi được luật nhân quả. Tính tham, sân, si, và kiêu ngạo của chúng ta có hậu quả là những tai họa, và những tai họa này đang gia tăng về tần số cũng như sự nghiêm trọng, và cũng đang tiến tới mức độ không thể tưởng tượng được.

Mọi sự vật hiện tượng đều do tâm trí của chúng ta tạo ra, vì vậy nếu chúng ta gây ra nguyên nhân của tai họa đang tiến tới gần này thì chúng ta cũng có thể tạo ra một nguyên nhân khác lớn hơn, có khả năng giảm thiểu hoặc còn có thể ngăn cản được tai họa này. Chúng ta phải thay thế những ý nghĩ ích kỷ bằng những ý nghĩ vị tha. Chúng ta phải bỏ tính kiêu ngạo và sự tham muốn lợi danh. Chúng ta phải loại bỏ tham vọng kiểm soát người khác,

Our greed, anger, ignorance and arrogance have resulted in disasters that are increasing in both frequency and severity and are approaching a scale that is impossible for us to imagine.

Everything arises from our mind. But just as we have given rise to the cause of this approaching disaster, we can also give rise to another, greater cause that can maybe reduce or possibly even prevent it from happening. We must replace thoughts of self with thoughts of all others. We must give up feelings of pride, the desires for fame and wealth. We must let go of thoughts of trying to control others. Let go of narrow-mindedness and biased viewpoints. Let go of criticizing, of blaming, of gossiping. Let go of the thought of those who owe us, of those we owe. We must let go!

Only be letting go can we return to purity and tranquillity. Only in this way, will our hearts become gentle, our minds become serene, as we give rise to the wisdom to accord with all beings, animate and inanimate. For only with gentle hearts and serene minds will we be able to solve our problems. The goodness that we can bring to others by using our loving-kindness and compassion is infinite, is boundless. And this is our best, our only way to bring true peace to our world. Not for ourselves but for the sake of all sentient beings.

THE TEN RECITATION METHOD

The Ten-Recitation method is a simple, convenient, effective way to practice Buddha Name Recitation. It is especially suitable for those who find little time in the day for cultivation. Practicing this method helps us to regain

tâm trí hẹp hòi, và những thành kiến lệch lạc Chúng ta không phê phán và buộc tội người khác, phải chấm dứt nói những chuyện thị phi. Chúng ta phải từ bỏ sự suy nghĩ về những người mắc nợ mình và về những người mà mình mắc nợ. Chúng ta phải xả ly hết tất cả.

Chỉ bằng cách buông bỏ thì tâm trí của chúng ta mới có thể trở lại trạng thái thanh tịnh và an tĩnh. Chỉ bằng cách này tâm ta mới trở nên yên ắng, hiền hòa và tịnh lạc, và ta đạt được trí huệ để sống hòa hợp với mọi người cũng như mọi vật. Chỉ với tâm hiền hòa và an lạc thì chúng ta mới có thể giải quyết được những vấn đề lớn. Với lòng từ bi chúng ta có thể mang lại lợi ích vô lượng cho người khác. Đây là cách tốt nhất và là cách duy nhất để mang lại hòa bình thực sự cho thế giới. Chúng ta sẽ không sống cho riêng mình mà sống để làm lợi ích cho hết thảy chúng sanh.

Pháp Niệm Mười Biến

Pháp Niệm mười biến là phương pháp đơn giản, thuận tiện và hiệu quả khi thực hành pháp môn Niệm Phật. Pháp này đặc biệt thích hợp cho những ai có ít thời giờ để tu tập hằng ngày. Niệm Phật giúp chúng ta đạt được nhất tâm bất loạn và mang lại cho chúng ta sự an tịnh và sáng suốt trong giây phút hiện tại.

Bắt đầu hành trì pháp này ngay khi chúng ta vừa mới thức dậy. Chúng ta ngồi thẳng lưng và niệm rõ ràng mười biến "Nam Mô A Di Đà Phật" với tâm thanh tịnh. Có thể niệm lớn tiếng hay niệm thầm. Chúng ta lập lại pháp môn này tám lần nữa trong ngày. Như vậy chúng ta niệm mười

mindfulness of Buddha Amitabha and brings us peace and clarity in the present moment.

The practice begins first thing in the morning when we wake up. We sit up straight and clearly recite "Namo Amitabha' ten times with an undisturbed mind, aloud or silently to ourselves. We repeat this process eight more times for the rest of the day. Altogether, we do one round of ten recitations, nine times a day, every day as follows:

1. Upon waking up
2. Before starting breakfast
3. After finishing breakfast
4. Before work
5. Before starting lunch
6. After finishing lunch
7. Before starting dinner
8. After finishing dinner
9. At bedtime

Altogether, this method is practiced nine times daily. The key is regularity; disruption of this practice will reduce its effectiveness. Without interruption, the cultivator will soon feel an increase in his/her purity of mind and wisdom.

Diligent practice of the Ten-Recitation Method, together with unwavering belief and vows, can ensure fulfilment of our wish to reach the Western Pure Land of Infinite Light. We hope everyone will practice accordingly.

Namo Amituofo

Xưa nay chinh chiến mấy ai về
Cổ lai chinh chiến kỷ nhân hồi
ĐỖ PHỦ.

biến mỗi lần và hành trì chín lần một ngày theo trình tự như sau:
1.- Ngay khi thức dậy.
2.- Trước khi bắt đầu ăn sáng
3.- Sau khi ăn sáng
4.- Trước khi làm việc.
5.- Trước khi ăn trưa
6.- Sau khi ăn trưa
7.- Trước khi ăn tối
8.- Sau khi bữa tối.
9.- Lúc đi ngủ.

Điều quan trọng nhất là thọ trì pháp này một cách đều đặn. Nếu gián đoạn khi hành trì, hiệu quả sẽ giảm xuống. Nếu tinh tấn hành trì pháp niệm mười biến này với niềm tin và ước nguyện chân chánh, chắc chắn chúng ta sẽ được tái sinh vào cõi Tây Phương Tịnh Độ của Phật A Di Đà. Chúng tôi chúc nguyện cho mọi người sẽ hành trì pháp này đúng cách.

Nam Mô A Di Đà Phật.

Người tri túc là người giàu.
LÃO TỬ

Ở hiền gặp lành
TỤC NGỮ VIỆT NAM

Nếu có hai ổ bánh mì, tôi sẽ bán đi một ổ để mua hoa.
Cả tâm hồn cũng cần ăn uống.
MOHAMMED

HỒI HƯỚNG CÔNG ĐỨC

Nguyện đem công đức này
Trang nghiêm Phật Tịnh Độ
Trên đền bốn ơn nặng
Dưới cứu khổ ba đường
Nếu có người thấy nghe
Đều phát lòng Bồ Đề
Hết một báo thân này
Sanh qua cõi Cực Lạc
Nam Mô A Di Đà

DELICATION OF MERIT

May the merit and virtue
Accrued from this work
Adorn the Buddha's Pure Land
Repay the four great kindnesses above
And relieve the suffering of
Those on he three paths below
May those who see or hear of these efforts
Generate Bodhi-Mind
Spend their lives devoted to the Buddha Dharma
The Pure of Ultimate Bliss.
Homage to Amita Buddha

Pháp Ngữ của Hòa Thượng Tịnh Không
(The Collected Works of Venerable Master Chin Kung)

淨空和尚法語

Nguyên tác: Venerable Master **Chin Kung**
Việt dịch: Tỳ Kheo **Thích Nguyên Tạng**

Ấn hành lần thứ I
Mùa Phật Đản 2628 (7-2004)

***

Vi tính: Cao Thân, Nguyên Nhật Minh & Quảng Như
Sửa bản in: Diễm Tuyết - Hải Hạnh
Đọc vào băng Cassette: Tuệ Duyên
Trình bày: Huỳnh Tấn Anh Kiệt
Bìa: Tâm Kiến Chánh - Diệu Hoa

SÁCH ẤN TỐNG ĐỂ BIẾU TẶNG
KHÔNG ĐƯỢC BÁN

The book is strictly for free distribution, it is not for sale

Hòa Thượng Tịnh Không, sinh năm 1927 tại Tỉnh An Huy, Trung Quốc. là một danh tăng Phật giáo Đài Loan, một người đã gây niềm cảm hứng và thích thú cho hàng vạn người tu theo Pháp môn niệm Phật trong thời hiện đại.
Most Venerable Chin Kung was born in 1927 in Anhui province of China. Venerable Master Chin Kung, who has created interest in this form of Mahayana Buddhism for many thousands of people who practice Pure land Buddhism

Tỳ Kheo Thích Nguyên Tạng, sinh năm 1967 tại Vĩnh Thái, thành phố Nha Trang. Tốt nghiệp Cử nhân Anh Văn (1995), Cử nhân Phật Học (1997). Hiện là Phó Trụ Trì Tu Viện Quảng Đức, kiêm Chủ biên Trang nhà điện tử Phật giáo www.quangduc.com, tại thành phố Melbourne, Úc Châu. **Venerable Thich Nguyen Tang** was born in 1967 in Vinh Thai, Nha Trang city, Vietnam and has been an ordained Buddhist monk for 20 years. He gained a Bachelor of Buddhism as well as a Bachelor of Foreign Languages (English) in Vietnam before he came to live in Australia in 1998.

Liên lạc thỉnh tập sách này:
Tu Viện Quảng Đức

ISBN 0-9579095-9-4

With bad advisors forever left behind,
From paths of evil he departs for eternity,
Soon to see the Buddha of Limitless Light
And perfect Samantabhadra's Supreme Vows.

The supreme and endless blessings
of Samantabhadra's deeds,
I now universally transfer.
May every living being, drowning and adrift,
Soon return to the Pure Land of
Limitless Light!

~The Vows of Samantabhadra~

I vow that when my life approaches its end,
All obstructions will be swept away;
I will see Amitabha Buddha,
And be born in His Western Pure Land of
Ultimate Bliss and Peace.

When reborn in the Western Pure Land,
I will perfect and completely fulfill
Without exception these Great Vows,
To delight and benefit all beings.

~The Vows of Samantabhadra
Avatamsaka Sutra~

"Wherever the Buddha's teachings have flourished,
either in cities or countrysides,
people would gain inconceivable benefits.
The land and pepole would be enveloped in peace.
The sun and moon will shine clear and bright.
Wind and rain would appear accordingly,
and there will be no disasters.
Nations would be prosperous
and there would be no use for soldiers or weapons.
People would abide by morality and accord with laws.
They would be courteous and humble,
and everyone would be content without injustices.
There would be no thefts or violence.
The strong would not dominate the weak
and everyone would get their fair share."

THE BUDDHA SPEAKS OF
THE INFINITE LIFE SUTRA OF
ADORNMENT, PURITY, EQUALITY
AND ENLIGHTENMENT OF
THE MAHAYANA SCHOOL

NAME OF SPONSOR

助 印 功 德 芳 名

Document Serial No : 98075

委印文號:98075

Book Title: 英文、越文對照:淨空和尚法語
Book Serial No.,書號:EV006

N.T.Dollars:

32,000 : AMITABHA BUDDHIST SOCIETY OF U.S.A.

32,000 : 佛陀教育基金會。
The Corporate Body of the Buddha Educational Foundation

Total: N.T.Dollars 64,000 , 2,000 copies.
以上合計:新台幣:64,000 元,恭印 2,000 冊。

Place to contact and order in North America :

AMITABHA BUDDHIST SOCIETY OF U.S.A.

650 S. BERNARDO AVE, SUNNYVALE, CA 94087, U.S.A.

TEL:408-736-3386   FAX:408-736-3389

http://www.amtb-usa.org

DEDICATION OF MERIT

May the merit and virtue
accrued from this work
adorn Amitabha Buddha's Pure Land,
repay the four great kindnesses above,
and relieve the suffering of
those on the three paths below.

May those who see or hear of these efforts
generate Bodhi-mind,
spend their lives devoted to the Buddha Dharma,
and finally be reborn together in
the Land of Ultimate Bliss.
Homage to Amita Buddha!

NAMO AMITABHA
南無阿彌陀佛

財團法人佛陀教育基金會 印贈
台北市杭州南路一段五十五號十一樓

Printed and donated for free distribution by
The Corporate Body of the Buddha Educational Foundation
11F., 55 Hang Chow South Road Sec 1, Taipei, Taiwan, R.O.C.
Tel: 886-2-23951198 , Fax: 886-2-23913415
Email: overseas@budaedu.org
Website:http://www.budaedu.org
This book is strictly for free distribution, it is not for sale.
KINH ẤN TỐNG KHÔNG ĐƯỢC BÁN
Printed in Taiwan
2,000 copies; April 2009
EV006-7777

美 國 淨 宗 學 會
AMITABHA BUDDHIST SOCIETY OF U.S.A.
650 S BERNARDO AVE
SUNNYVALE, CA 94087
TEL: 408-736-3386 FAX: 408-736-3389
http://www.amtb-usa.org